EWS – రిజర్వేషన్లని అంతం చేసే కుట్ర

EWS – QOTA TO END ALL QUOTAS

అనే ఆంగ్ల పుస్తకానికి తెలుగు అనువాదం

THE SHARED MIRROR

శ్రీవాణీ సిద్దార్థి సుభాస్ చంద్రబోస్

కస్తూరి విజయం
VICTORY OF KASTURI

ALL RIGHTS RESERVED

in any form by any means may it be electronically, mechanical, optical, chemical, manual, photo copying, recording without prior written consent to the Publisher/ Author.

EWS – Reservationlani Antham Chese Kutra

Original English edition
EWS-QOTA TO END ALL QUOTAS
first published
by
The Shared Mirror Publishing House, Hyderabad

Translation
by
Sreevani Siddharthi Subhas Chandrabose

ISBN (Paperback): 978-81-962291-6-0
ISBN (E-Book): 978-81-962291-8-4

Print On Demand

Telugu translation Copy Right by Kasturi Vijayam

Ph:0091-9515054998
Email: Kasturivijayam@gmail.com

Book Available
@
Amazon, flipkart, Google Play, ebooks, Rakuten and KOBO

అనువాద సందర్భంగా..

రిజర్వేషన్ అంటే అదనపు అవకాశం. ఈ అసమానతల దేశంలో అనాదిగా అన్ని అవకాశాలను దూరం చేయడమే గాక దోపిడీకీ, వివక్షకూ గురిచేయబడిన కులాధారిత వ్యవస్థలో కిందికులాలకు సామాజికంగా, విద్యాపరంగా అవకాశాలు కల్పించడం ద్వారా ఆర్థిక, రాజకీయ రంగాలలో ప్రాతినిధ్యం కల్పించడం తద్వారా ప్రజాస్వామ్యాన్ని అర్థవంతం చేయడం కోసం రిజర్వేషన్లు ఏర్పాచేయడమైంది. రాజ్యాంగంలోని 15, 16 ఆర్టికల్స్ ప్రాతిపదికగా వచ్చిన రిజర్వేషన్లు, న్యాయస్థానాల తీర్పులు, పార్లమెంటు చట్టాలు, పరిపాలనా విధానాల మీదుగా విస్తరించి ఇప్పుడీ స్థితిలో వున్నాయి. అయితే ఇక్కడ కీలక విషయం ఏమంటే, అందరూ అనుకునేటట్లు రిజర్వేషన్లు అనేవి ఆర్థిక సదుపాయాలు కాదు, వాటికోసమైతే రిజర్వేషన్లు అవసరం లేదు, పేదరిక నిర్మూలనా పథకాలు సరిపోతాయి.

అయితే ఆర్థిక ప్రాతిపదికన రిజర్వేషన్లను గుర్తిస్తూ 124వ రాజ్యాంగ సవరణ బిల్లుగా ప్రవేశపెట్టబడి పార్లమెంటుచే ఆమోదింపబడి 103వ రాజ్యాంగ సవరణ ద్వారా చట్టంగా రికార్డుస్థాయిలో రూపొందించబడి వెనువెంటనే అమలులోకి వచ్చింది. అన్ని పార్టీలు మూకుమ్మడిగా మద్దతిచ్చిన ఈ చట్టం తాలూకు చెల్లుబాటు గురించి ప్రాధమిక అభ్యంతరాలు ఎవరూ పట్టించుకోలేదు, అది అత్యంత వేగంగా అంటే 48గంటలలోగా బిల్లు పాసయిన కారణంగా. ఇప్పుడు ఈ చట్టంగా రూపొందిన ఈ బిల్లు పలు రకాల అభ్యంతరాలకు, వివాదాలకు తెరలేపింది. ఈ బిల్లు చట్టంగా రూపొందిన విషయం రిజర్వేషన్ల మీదనే గాక రాజ్యాంగ మౌలిక పునాదుల మీదనే దాడిగా పరిగణించిన నేపథ్యంలో రిజర్వేషన్ల పరిరక్షణకోసం, రాజ్యాంగ విలువల కోసం మేధావులూ, అకడమీషియన్లూ, విషయ పరిశోధకులు, రాజనీతిజ్ఞులూ, రాజకీయ వేత్తలూ, రాజ్యాంగ నిపుణులతో అత్యవసర సమావేశాలు ఏర్పాటయ్యాయి, చర్చలు, ప్రసంగాలు జరిగాయి. ఇవి ఆంగ్లంలో అక్షర రూపంలో వచ్చాయి. వీటికి తెలుగు అనువాదమే ఈ పుస్తకం.

ఈ తెలుగు అనువాదంలో ఇందాక చెప్పినట్లు మేధావుల, అకడమీషియన్ల, రాజకీయ విశ్లేషకుల అభిప్రాయాలు లోతుగా వుండడం వాటిని యధాతథంగా చదువరికి అందించడం వల్ల ఏర్పడే ఇబ్బందుల్ని పరిశీలనలోకి తీసుకోవడం జరిగింది. అలాగని ఆయా మేధావుల అభిప్రాయాలలోని ఒక్క పదం కూడా పరిహరించడం లేదా సవరించడం అంటే అది వారిని, వారి అభిప్రాయాన్ని విలువివ్వకపోవడంగా గుర్తించడమైనది.

అయితే పుస్తకానికి మరింత ప్రామాణికతను పెంచడానికి, కాలాతీత విలువను నిలబెట్టడానికి చిన్న చిన్న వ్యక్తిగత పదాల్ని కూడా వస్తుగతం చేయడం మాత్రం జరిగింది. సంక్లిష్ట, సంయుక్త వాక్యాలను తగ్గించడం కోసం వాటిని విడదీసి సామాన్య వాక్యాలు చేయడం జరిగింది. మొత్తానికి ఈ సందర్భంలో పాఠకుడికి చేసే విన్నపం ఏమంటే, కొంచెం స్థాయిని పెంచుకుని ఈ పుస్తకాన్ని చదవమని.

పుస్తకంలోని రచయితలు ఒక్కొక్కరు ఒక్కో అంశంలో అంటే శాసన, కార్యనిర్వాహక మరియు న్యాయ రంగాలలో ఎలా రాజ్యాంగ స్ఫూర్తికి, రిజర్వేషన్ల అమలుకు తూట్లు పొడవడం జరిగిందో వివరించడం, అలాగే మొత్తం రాజ్యాంగ స్ఫూర్తిని నిలబెట్టడానికి ఆయా రంగాలే ప్రముఖంగా పాత్ర పోషించాలని రాయడం వల్ల ఒక్కోసారి పాఠకుడికి సందిగ్ధత కలగవచ్చు. అయితే వీటన్నిటినీ సంవిధాన పరచుకొని చదవడం వల్ల, ప్రతిరంగమూ తనదైన పాత్రపోషించి మొత్తానికి రాజ్యాంగ స్ఫూర్తిగా నిలపాలని అర్థం చేసుకోవాలి.

ఈ పుస్తకం ఇలా మీ చేతుల్లోకి రావడానికి కారణమైన వారందరికీ ఆత్మీయ ఆలింగనాలతో,

మీ

– శ్రీవాణీ సిద్దార్థి సుభాస్ చంద్రబోస్.

విషయాల పట్టిక

పుస్తకం గురించి.. 1
EWS ఒక పెనుముప్పు.. 3
రిజర్వేషన్లలో ఆర్థిక ప్రాతిపదిక అనడం విప్లవ ప్రతీఘాతానికి ఆహ్వానం 4
ఆర్థిక ప్రాతిపదికన రిజర్వేషన్లు సామాజిక న్యాయాన్ని నాశనం చేస్తాయి........................ 9
రిజర్వేషన్ల పట్ల అపహాస్యం.. 18
10 శాతం ద్రోహం 19
రిజర్వేషన్ల రిపబ్లిక్ 24
EWS రిజర్వేషన్, అంబేద్కర్ ఆశించిన ప్రాతినిథ్యం లేనివారి ప్రాతినిథ్యాన్ని తలకిందులు చేస్తుంది 33
జనరల్ కేటగిరీ అంటే కులానికి సీటు, రిజర్వుడు కేటగిరీలు అలాకాదు 40
పేద బ్రాహ్మణుడి విలువ: చరిత్ర నుండి సేకరించిన అంశాలు... 48
EWS ఇప్పుడెందుకు ? 62
10 శాతం ఎగువ కులాల రిజర్వేషన్లో సమస్యలు: ...''అస్తిత్వ రాజకీయాలా'' లేక ''ఎన్నికల వ్యూహమా''? 63
124వ రాజ్యాంగ సవరణ మరియు జారిపోయే ఓట్లను తిరిగి సంపాదించే రాజకీయాలు .. 68
ఎగువ కులాలకు రిజర్వేషన్ కల్పించడమంటే, ఇది వరకే ఉన్న రిజర్వేషన్ తొలగించడానికి మరియు రాజ్యాంగం మార్చడానికి తొలి అడుగు 73
చిట్టచివరి గోల్ కీపరు: అత్యున్నత న్యాయవ్యవస్థ 76
కూలిపోతోన్న సామాజిక న్యాయం, అత్యున్నత న్యాయవ్యవస్థలో ప్రాతినిధ్యపు ఆవశ్యకత .. 77
సామాజిక న్యాయం: న్యాయవ్యవస్థ ఆదుర్దా మరియు న్యాయవ్యవస్థ ముందుచూపు 96
మనం 'ఇండియాలో న్యాయవ్యవస్థ' కలిగివున్నాం, అంతేగానీ 'ఇండియాకు న్యాయవ్యవస్థ'ను కాదు 109
ప్రతీఘాత విప్లవం పట్ల బహుజనులు ఎలా స్పందించాలి? 114
బహుజనులు వుమ్మడి శత్రువుని కలిగివున్నారు... 115
10%EWS రిజర్వేషన్లు మరియు పాస్మానంద మరియు బహుజన పిల్లల విద్యాహక్కులు 122
రిజర్వేషన్ల అడ్డంకులను రాజకీయంగా ప్రేరేపితమైన ఓబీసీ–దళిత గ్రూపులు మాత్రమే అడ్డుకోగలవు.. 127
రచయితలు, కళాకారులు, వక్తలు మరియు ఇంటర్వ్యూలు చేసినవారి వివరాలు............. 133

పుస్తకం గురించి..

– సుందీప్ పట్టెం.

ఎగువ కులాలలోని ఆర్థికంగా వెనుకబడిన వర్గాలకు 10% రిజర్వేషన్ వచ్చేసింది. అది చట్టంగా వచ్చిన సమయం చూస్తే, 2019 సాధారణ ఎన్నికలకు కొంచెం ముందుగా, స్పష్టంగా బీజేపీకి లాభసాటిగా. ఈ పని నిజానికి రెండవ మండల్ కమీషన్ రోజుల నుండి చాపకింద నీరులా కొనసాగింది. రిజర్వేషన్లతో పాటు వాళ్లు తెస్తోన్న లాజిక్‌కి బహుజనులు ఇస్తోన్న సమాధానమేమి? స్థూలంగా చెప్పాలంటే, మొత్తానికి ఏమీలేదు!

10% రిజర్వేషన్ సమావేశం కోసం, ఇండియా మరియు దేశాలను దాటి ఇచ్చిన పిలుపులో, కోపం మరియు నిస్సహాయత కనిపించాయి. బిల్లు ప్రవేశపెట్టినప్పుడు వ్యతిరేకత లేదు. వాస్తవానికి, నిరసన కూడా వూహించలేదు. అత్యవసరంగా ప్రభావవంతంగా వ్యతిరేకతను నిర్మించే వాహిక కూడా లేకపోవడం మరింత దారుణం. కొద్ది మినహాయింపులతో అన్ని బహుజన పార్టీలు ఈ విషయంలో స్పష్టంగా సంబంధం కోల్పోయి బ్రాహ్మణ-సవర్ణ పార్టీలతో కలిసి పనిచేశాయి. రిజర్వేషన్ చుట్టూ వున్న రాజకీయాలతో పాటు ఇతర విషయాల పట్ల బహుజనులను చైతన్యం చేయాలి, చరిత్ర తెలుసుకోవాలి, వ్యూహాల చిక్కుముడుల్ని విప్పాలి, పన్నాగాలను బయటికి తీయాలి. ఈ విషయంలో సమాలోచన కోసం సమావేశానికిచ్చిన పిలుపులోని మామూలు సంభాషణల్లో, కొద్ది గంటలే అయినా కూడా మంచి పునాది ఏర్పరచింది. మరిప్పుడు నిర్లజ్జగా తెచ్చిన ఈ అసమానత నిండిన 10శాతం ప్రాతినిధ్యపు చట్టం నుండి దాన్ని తెచ్చినవారు ఎలా బయటపడతారు? బయటపడడానికి వారికి బలం వుంది, ఆ బలం ఏమంటే, వారు పరిపాలనా వర్గంగా వుండడం మరియు వారి పద్ధతుల్లో కుట్ర వుండడం.

ప్రభుత్వ సంస్థల్లో రిజర్వేషన్లు ఎస్సీ/ఎస్టీ మొదలుపెట్టి ఓబీసీల దాకా పెరిగి బహుజనుల సంఖ్యను పెంచింది. ఏది ఏమైనప్పటికీ, బహుజనులు తమకు చేతనైనంత వరకూ తమ శక్తిని తమ రిజర్వేషన్ల పట్ల బ్రాహ్మణ-సవర్ణ వర్గపు నిందాపూర్వక మరియు నీచమైన వరదలాంటి దాడి నుండి కాపాడుకోవడానికి వెచ్చించారు. 'నీకు అవసరం లేదు, దీనికి నీకు సంబంధం లేదు, నువ్విక్కడ వుండడానిక అర్హత లేదు, నీకు ప్రతిభ లేదు, నీకు అనవసరం సానుకూలత వుంది, నిజమైన అర్హులను నువ్వు మోసం చేస్తున్నావు'... ఇలాంటి మాటలు మళ్లీ మళ్లీ ఎదుర్కొన్నారు.

పరిపాలనాస్థాయిలో రిజర్వేషన్ పాలసీ విధానాలు అనేక రకాలుగా పలుచనైపోయాయి.జనరల్ / ఓపెన్ కేటగిరీ కోటాను ఎగువకులాల కోటాగా అన్వయించడం, కటాఫ్ స్కోరు ఇంటర్వ్యూ స్కోరుకి మార్చడం, అర్హతగల అభ్యర్థులు లేరని ఆ రిజర్వు సీట్లని జనరల్ (ఎగువకులాల) సీట్లుగా మార్చేయడం, రిజర్వేషన్లను పేదరిక నిర్మూలనా పథకాలుగా చూపడం, క్రీమీ లేయర్ అడ్డంకులు పెట్టడం, సూపర్ స్పెషాలిటీ అనే లక్ష్మణరేఖలు సృష్టించడం.. మొదలయినవి ఇందులోని ఎత్తుగడల రకాలు.

2వేల సంవత్సరపు మొదటికల్లా, అభ్యుదయ బహుజన రాజకీయాలు సాధించిన విజయం పట్ల పాలక వర్గం స్పందన ఎలావుందంటే, గత కొన్నేళ్లుగా క్రమంగా నీటితో నేలను కోత కోసినట్లు నిర్మించిన వ్యూహం, ఇప్పుడు నేరుగా శరీరం మీదకే దెబ్బగా పడినట్లుంది. కృతకమైన ఉదారవాద, నంగితనపు సెక్యులర్ రాజకీయ నిర్మాణం (కాంగ్రెస్) వల్ల; కుల నిర్మాణ పద్ధతి, ఎక్కువ మొరటుతనం, దూకుడుతో కూడిన దురుసుతనానికి (బీజేపీ) బీజాలు పడడానికి అవకాశం ఏర్పడి, వాటిపట్ల మెతకవైఖరికి కారణమై, అవి చివరికి అధికారం తీసుకునేలా చేశాయి. పాలకవర్గం మరియు దాని అవసరాలు ఎప్పటిలాగే అలాగే వున్నాయి, కేవలం దారి తప్పించే పద్ధతులు మరియు వ్యక్తిగత ఎంపికలు మాత్రమే మారాయి.

చివరి మాట ఏమంటే, ఇక్కడ ప్రతీఘాత విప్లవం (విప్లవాన్ని పడగొట్టే పరిస్థితి) వుంది. దానికి బహుజనం ఎలా ప్రతిస్పందిస్తుంది? అనేది కీలక విషయం.

--★★--

EWS ఒక పెనుముప్పు

రిజర్వేషన్లలో ఆర్థిక ప్రాతిపదిక అనడం విప్లవ ప్రతీఘాతానికి ఆహ్వానం

–డా. సురేశ్ మానెతో రాహుల్ గైక్వాడ్ ఇంటర్వ్యూ

ప్రశ్న : వర్తమాన పరిస్థితుల్లో ఎగువకులాలకు 10శాతం ప్రత్యేక రిజర్వేషన్లు ఎలా వచ్చాయి? ఇవి ఇవ్వడంలో ఇమిడివున్న భావనలు ఏమిటి? వర్తమాన పరిస్థితులను వివరించండి.

సమాధానం : రిజర్వేషన్ విధానం అర్థం చేసుకోవాలంటే మొదటగా, ముఖ్యంగా ఒక వ్యక్తికి సమగ్రమైన విషయ పరిజ్ఞానం కలిగి వుండాలి. సమగ్రమైన విషయపరిజ్ఞానం అంటే, దానర్థం, రిజర్వేషన్ల సామాజిక నేపథ్యం, దాని పరిపూరకమైన న్యాయశాస్త్రం, దాని లీగల్ చట్రం, కోర్టు తీర్పులతో దాని ఎదుగుదల, చివరిగా రిజర్వేషన్ విధానం గురించిన రాజకీయాల పరిజ్ఞానం కలిగి వుండాలి, అప్పుడే ఈ ప్రశ్నలకు సమాధానం చెప్పగలం.

రిజర్వేషన్ విధానం కల్పించింది మొదటిగా, ముఖ్యంగా, మూడు తరగతులకు మాత్రమే. షెడ్యుల్డ్ కులాలు, షెడ్యుల్డ్ జాతులు మరియు వెనకబడిన తరగతులకు.తదనంతరం ఇతర తరగతులు చేరాయి, మహారాష్ట్రలో ''విముక్తి జాతులు'' లేదా సంచార తెగలు అనబడేవి చేరాయి. ఇప్పుడైతే, దేశంలో ఏ ఇతర తరగతి, గ్రూప్ లేదా కులం లేదా కులంలోని గ్రూపునకు ఏ రిజర్వేషన్ వుందో స్పష్టంగా వుంది.

ప్రస్తుతం రిజర్వేషన్, షెడ్యుల్డ్ కులాలు, షెడ్యుల్డ్ తెగలకు పరిహారపు ప్యాకేజీ పునాది మీద వుంది. పరిహారపు ప్యాకేజీ అంటే, చారిత్రకంగా, సామాజికంగా, ఆర్థికంగా, సాంస్కృతికంగా మరియు ఇతర రకాల దోపిడీ, వేధింపులు, వివక్ష మరియు అన్నిరకాల కష్టనష్టాలు ఎదుర్కొన్న కులాలు మరియు తెగలకు రాజ్యాంగం మరియు రాజ్యం పరిహారం ఇవ్వడం. అంటే జీవితంలోని ప్రతి నడకలో వాళ్ళంతట వాళ్ళు ముందుకు రావడానికి రాజ్యాంగ బద్ధ రిజర్వేషన్ విధానం ద్వారా పరిహారం ఇవ్వడమైనది. విద్య, ప్రభుత్వ ఉద్యోగం మరియు రాజకీయాలలో కనీసంగా వారికి సీట్లలో రిజర్వేషన్ కల్పించడమైంది.

ప్రస్తుతం రాజ్యాంగబద్ధ రిజర్వేషన్ విధానం మొత్తం ప్యాకేజీలో వస్తోన్న మార్పు అనగా,మహారాష్ట్రలో మరాఠాలు, గుజరాత్ లో పటేళ్లు, రాజస్తాన్ లో జాట్లు, లేదా హర్యానాలో గుజ్జార్లు వంటి పెద్ద పెద్ద గ్రూపుల ప్రజలు రిజర్వేషన్ కోసం డిమాండ్ చేస్తున్నారు. వీళ్ళకు రిజర్వేషన్ ఇవ్వవచ్చా? మరియు ఏ కేటగిరీ కింద ఇవ్వాలి? అనే ప్రశ్నల మీద ఇప్పుడు

చర్చ జరుగుతోంది. రిజర్వేషన్ ఇవ్వాలంటే రాజ్యాంగబద్ధ కొలమానం ఏమంటే, సామాజిక మరియు విద్యావిషయక వెనుకబాటుతనం, దానితో పాటు కులం మరియు అంటరానితనం. అంతేగానీ, ఆర్థిక కొలమానం అనేది రాజ్యంగం మొత్తంలో ఎక్కడా ప్రస్తావించలేదు.

ఈ సందర్భంలో, ఎగువ కులాలల్లోని పేదవారికి 10శాతం రిజర్వేషన్ ఇవ్వడంలోని చెల్లుబాటుని అర్థం చేసుకోవాలి. మొదటిగా, ముఖ్యంగా పటేళ్లకు గుజరాత్ లో జాట్లకు రాజస్తాన్ లో, మరాఠాలకు మహారాష్ట్రలో ఇచ్చిన రిజర్వేషన్లను, సంబంధిత ఆయా హైకోర్టులు కొట్టేశాయి. ఇక్కడ మొదటి విషయం ఏమంటే, ఇదే రంగంలో వాళ్ళు వెనకబడిన తరగతులు కాదు. ఇక రెండో దానికి వస్తే, ఇలా రిజర్వేషన్లు ఇవ్వడం వాళ్ళ రిజర్వేషన్ల శాతం 50కి దాటుతుంది. ప్రత్యేకమైన కేసులో ఈ శాతం 50 దాటవచ్చని సుప్రీం కోర్టు చెప్పింది, అయితే ఇవి అసాధారణ కేసులు కాదు, అవి చట్ట పరీక్షలో ఫెయిలయినవి, మరియు రద్దయినవి.

10శాతం రిజర్వేషన్ కొరకు, రాజ్యాంగపు ఆర్టికల్ 15 మరియు ఆర్టికల్ 16లకు ఇటీవల సవరణ జరిగింది. అది సమాధానానికి నిలబడేది లేదు. ఎందుకంటే 9మంది జడ్జిల చేత మండల్ జడ్జిమెంట్,1992లో 50శాతం పరిమితి విధించడమైంది. అంటే రాజ్యాంగ సవరణ ఆ మేరకు జరిగితే తప్ప, 50శాతం రిజర్వేషన్ కుదరదు. ఇటివల చేసిన సవరణలలో అటువంటిదేమీ లేనందున, 50శాతం రిజర్వేషన్ అనేది లేదు. ఈ విషయంలో మండల్ జడ్జిమెంట్ నిలబడితే, 50 శాతం మించకూడదు అనేది సహజంగానే యధాతధంగా నిలబడుతుంది.

ఇక రెండోది, అటువంటి సవరణ, రాజ్యాంగపు మౌళిక నిర్మాణానికి విరుద్ధమైనది. రాజ్యాంగపు మౌళిక నిర్మాణంలో మైనారిటీలకు రిజర్వేషన్ అనేది అంతర్భాగం, మెజారిటీకి కాదు. బాబాసాహెబ్ అంబేద్కర్‌తో సహా రాజ్యాంగపు నిర్మాతల దృష్టి అదే. కాబట్టి 60శాతం, 70శాతం, 75శాతం రిజర్వేషన్లు ఇవ్వడం రాజ్యాంగపు స్ఫూర్తికి వ్యతిరేకం. తమిళనాడు వంటి రాష్ట్రాల మినహాయింపుతో, అంటే రాజ్యాంగానికి ముందే రిజర్వేషన్ కలిగి ఉన్నందున అది మినహాయింపు. ఇతర రాష్ట్రాలకు తమిళనాడు పరిస్థితి వర్తించదు. తమిళనాడు రిజర్వేషన్ల 50శాతం దాటిన విషయంలో న్యాయ సమీక్ష కోసం సుప్రీంకోర్టు ముందు పెండింగ్‌లో వుంది. కాబట్టి 10శాతం రిజర్వేషన్ రాజ్యాంగ మౌళిక నిర్మాణానికి వ్యతిరేకం.

50శాతం రిజర్వేషన్ పరిమితి రాజ్యాంగంలో వుందా?

అవును. 50 శాతం పరిమితి రాజ్యాంగంలో లేదు, అది సుప్రీం కోర్టు జడ్జిమెంట్ ఇచ్చింది. అయితే, రాజ్యాంగాన్ని వ్యాఖ్యానించేటప్పుడు, మైనారిటీ-మెజారిటీ పట్ల స్పష్టత, మరియు అన్ని గ్రూపులకు గాకుండా, కొన్ని గ్రూపులకే రిజర్వేషన్ పరిమితం చేయడం గురించిన

విభజనను తీసుకున్నారు. కాబట్టి సుప్రీంకోర్టు చట్టాల పరిధిలో మండల్ పరిమితి ప్రకారం ఈ కొత్త 10శాతం కుదరదు. ఇప్పుడు పార్లమెంటు 10శాతం పరిమితిని తీసెయ్యాలి.

ఈ 50శాతం పరిమితి మండల్ కమిషన్ సిఫారసు చేసిందా?

లేదు. ఇది సుప్రీం కోర్టు జడ్జిమెంట్. పార్లమెంటు ఈ 50శాతం పరిమితిని దాటదల్చుకుంటే, ముందు దాన్ని తీసెయ్యాలి, ఇందుకోసం ప్రత్యేక చట్టాన్ని ఆమోదింప జేయాలి. తర్వాత విషయానికొస్తే, మీరు ఆర్థిక ప్రాతిపదికన రిజర్వేషన్ ఇస్తారా? ఇక్కడ మండల్ కమిషన్ వస్తుంది, అది కుదరదంటుంది. మండల్ మాత్రమే గాక, మండల్ తర్వాత సుప్రీం కోర్టు ఇచ్చిన అన్ని జడ్జిమెంటుల్లో, ఆర్థిక ప్రాతిపదికన ఇచ్చిన రిజర్వేషన్ గుర్తించ నిరాకరించింది. పేదరికం అనేది ఆర్థిక ప్రాతిపదిక, అది సామాజిక ప్రాతిపదిక కాదు, అది వెనకబడినతనానికి ప్రాతిపదిక కాదు. ప్రభుత్వం 8లక్షల పరిమితి పెట్టింది, అంటే ఒక నెలకు 66,000 కంటే ఎక్కువ అన్నమాట. అది ఈ దేశంలో పేదవాడికి నిర్వచనం అయితే, అప్పుడు ప్రపంచంలో ఇండియా ధనవంతదేశం. అది కేంద్ర ప్రభుత్వం పెద్ద తప్పిదం అవుతుంది, అది నిలబడదు.

చివరి విషయానికొస్తే, అది 13పాయింట్ రోస్టర్, అదిప్పుడు మరింత వివాదం, చర్చ, సంవాదం. నిజానికి ఇది 13పాయింట్ మోడల్ రోస్టర్, దీన్ని 200పాయింట్ రోస్టర్ అనికూడా పిలుస్తారు. ఇంతకుముందు, అంటే 1995కి ముందు, మనకు 40పాయింట్ రోస్టర్ వుండేది, అదప్పుడు 100పాయింట్ రోస్టర్. 1995 తర్వాత ఆర్కే. సబర్వాల్ కేసులో సుప్రీం కోర్టు జడ్జిమెంట్ వల్ల మనకు 200పాయిట్ల రోస్టర్ వచ్చింది. 200పాయింట్ రోస్టర్ని 13పాయింట్ మోడల్ రోస్టర్ అనికూడా పిలుస్తారు. ఇప్పుడు ప్రజలు యూనివర్సిటీ గ్రాంట్స్ కమీషన్ నియామకాలకు వ్యతిరేకంగా ముఖ్యంగా ప్రొఫెసర్లు మరియు టీచర్లు యూనివర్సిటీ, కాలేజీల్లో ఉద్యమిస్తున్నారు.

అయితే ఈ చట్టం 1995లోనిది, 1997లో సుప్రీంకోర్టు జడ్జిమెంట్ వెలువరించిన తర్వాత, దీన్ని అమలు పరచడానికి భారత ప్రభుత్వం దాని అసలు నిర్మాణం ఇచ్చింది. అది స్పష్టంగా చెప్పేదేమంటే, ఇప్పటినుండి ఖాళీల ప్రాతిపదికన రోస్టర్ అమలు కాకుండా పోస్టు (ఉద్యోగం) ప్రాతిపదికన అమలవుతోంది. కాబట్టి 13పాయింట్ రోస్టర్ అంటే అది పోస్ట్ ప్రాతిపదిక రోస్టరే.

ఇంకా, 1995లో ఆర్కే.సబర్వాల్ జడ్జిమెంటులో ఎస్సీ,ఎస్టీ సంబంధిత కేడర్లో నిష్పత్తి ప్రకారం, ఖాళీల ప్రాతిపదికన, ఆయా స్థాయి వరకు రిజర్వేషన్ పొందుతుంది, ఆ తర్వాత పోస్టు ప్రాతిపదిక రోస్టర్కు మారుతుంది. ప్రొఫెసర్లు, రీడర్లు, లెక్చరర్ల నియామకంలో సుప్రీంకోర్టు రోస్టర్ విషయంలో పోస్టు ప్రాతిపదికన చేయాలని జడ్జిమెంట్ ఇచ్చింది. విద్యాబోధన విషయంలో పోస్ట్ ప్రాతిపదికన రిజర్వేషన్ వుండాలనే చట్టాన్ని 1990నుండి పలు కోర్టులు

నిర్దేశించాయి. ఇది కొత్తది కాదు. 1990లో ఒక ఎస్సీ వ్యక్తి, ఒకానొక కేసులో ముంబాయి హైకోర్టుకు వెళ్ళాడు. ఇంతకు ముందు ఆ పోస్టు ఎస్సి, ఇప్పుడు అది జనరల్ అయ్యింది. అతడు ఈ విషయమై కోర్టుకు వెళ్ళగా, పోస్టు ఆధారిత రిజర్వేషన్ నడుస్తుందని హైకోర్ట్ ప్రకటించింది. లేకపోతే, ఎస్సీ వ్యక్తి ప్రయోజనాలను తిరస్కరిస్తూ, తమకు అనుకూలంగా రిజర్వేషన్ మార్చే అధికారం సంస్థ యాజమాన్యం పొంది వుండేది.

కాబట్టి ఇక్కడ పోస్టు ఆధారిత రిజర్వేషన్ కల్పించబడింది. ఇప్పుడు 13పాయింట్ రోస్టర్‌లో ఎస్సీ పాయింట్ 6వ స్థానం మరియు ఎస్టీ పాయింట్ 13వ స్థానమని ప్రజలు భావిస్తున్నారు. అయితే ఇది రొటేషన్ లో నడుస్తూవుంటుంది. రొటేషన్ తర్వాత, మరల ఎస్సీ/ఎస్టీ పాయింట్ వుంటుంది. 13పాయింట్ రోస్టర్ వల్ల, రిజర్వేషన్ 50శాతం వరకు వుందా? లేదా? అనే ప్రాముఖ్యమైన ప్రశ్న మీద ప్రజలు దృష్టి పెట్టాలి. ఈ విషయంలో లీగల్ పరిస్థితి స్పష్టంగా వుంది, అది తప్పుకాదు.

పోస్ట్ ఆధారిత రోస్టర్ లేకపోతే, ఉదాహరణకు ఒక డిపార్టుమెంట్లో 3 లేదా 4 ప్రొఫెసర్ పోస్టులు వున్నప్పుడు, ఒక ఎస్సీ అభ్యర్థి ఒక ప్రత్యేక సబ్జెక్టు పోస్టుకు అర్హత పొందగానే, వాళ్ళు రిజర్వేషన్ మారుస్తారు. ఇప్పుడు చేయలేరు. కాబట్టి పోస్టు ఆధారిత రిజర్వేషన్ కావాలి. సరిగ్గా అలాగే చట్టం రూపొందివుంది. ఈ సరైన చట్టాన్ని గౌరవ సుప్రీంకోర్టు మరియు ఇతర హైకోర్టులు రూపొందించాయి. అయితే 2006లోని సర్కులర్‌లో యూనివర్సిటీ గ్రాంట్స్ కమిషన్ తప్పు చేసింది. అది సర్కులర్‌ని అప్డేట్ చేయలేదు, కాబట్టే ఇటీవలి తివారి కేసులో దాన్ని రద్దు చేసింది. ఇది ఎస్సీ/ఎస్టీ ప్రజల ప్రయోజనాల్ని నష్టపరుస్తుందని, భవిష్యత్తులో ఉద్యోగాలు వుండబోవని అనవసరంగా అందోళన పడాల్సిన అవసరం లేదు. ఇందులో ప్రత్యేక తరహా ప్రొఫెసర్ పోస్టులు, సైంటిఫిక్ రిసెర్చ్ పోస్టులలో కొంతవరకు అపార్థం చేసుకోవడం జరిగింది. ఇక్కడ సుప్రీంకోర్ట్ తీర్పు స్పష్టంగా వుంది, ఇటువంటి పోస్టులకు రిజర్వేషన్ లేదు. కాబట్టి కొంత లాభం, కొంత నష్టం. అంటే రెండూ కలగలిసిన సందర్భం.

10శాతం రిజర్వేషన్ విషయాని కొస్తే, ఇది ఎస్సీ/ఎస్టీ/ఓబీసీ ప్రజల ప్రయోజనాలను ప్రభావితం చేస్తుందా?

ఎలా? ఎస్సీ/ఎస్టీ రిజర్వేషన్లు అలాగే వుంచి, ప్రభుత్వం ఎగువ కులాలలోని బలహీన వర్గాలకు 10శాతం రిజర్వేషన్ ఇస్తే అది ప్రత్యక్షంగా ప్రభావితం చేయదు, పరోక్షంగా చేస్తుంది, దారుణంగా. ఆర్థిక వెనుకబాటుతనం కొలమానంగా ఎగువ కులాలలోని పేదలకు రిజర్వేషన్ ఇస్తే అది భవిష్యత్తులో ఎస్సీ మరియు ఎస్టీ లకు కూడా అదే పద్దతిలో కొలమానం ఉండాలంటారు. అది అత్యంత ప్రమాదం. ఈ ప్రమాదాన్ని మాయావతి అర్థం చేసుకోరు, రాం విలాస్ పాశ్వాన్ అర్థం చేసుకోరు, ఇక మనం రాందాస్ అథవాలే గురించి మాట్లాడుకోవాల్సిన

EWS ఒక పెనుముప్పు

అవసరం లేదు, అతడికి అర్థం కాదు. ఇంకా మన నాయకులు, మేధావులు మరియు అనేకమంది ఇతర వర్గాలకు చెందిన వారు ఆర్థిక ప్రాతిపదికన రిజర్వేషన్లని సమర్థించే అనేకమంది దీన్ని అర్థం చేసుకోలేరు. వీళ్ళు భవిష్యత్తులో ప్రతీఘాత విప్లవాన్ని ఆహ్వానిస్తున్నారు. సంపూర్ణంగా ఏకీభవిస్తున్నాను. ఇదీసారాంశం. కృతజ్ఞతలు.

--★★--

ఆర్థిక ప్రాతిపదికన రిజర్వేషన్లు సామాజిక న్యాయాన్ని నాశనం చేస్తాయి

–డా. తోల్. తిరుమవలవన్‌తో సురేష్. RV

(ఈ చర్చ 03.05.2019లో గౌరవ తిరుమవలవన్ పార్లమెంటు మెంబరుగా ఎన్నికకు ముందు జరిగింది.)

ప్రశ్న: మొదటిగా, ముఖ్యంగా ఎగువ కులాలలోని ఆర్థిక బలహీన వర్గాలకు రిజర్వేషన్ కల్పించే 103 రాజ్యాంగ సవరణ మీద మీ అభిప్రాయం ఏమిటి?

సమాధానం: ఎగువ కులాలకు 10శాతం రిజర్వేషన్ ఇచ్చే దృక్పథంలో చాలామంది దీన్ని చర్చిస్తున్నారు. ఆర్థిక ప్రాతిపదిక మీద ఇచ్చే రిజర్వేషన్ విషయంలో ఇది ప్రాథమికంగా సరైనదే. ఈ రిజర్వేషన్ ఎగువ కులాలకు ఇచ్చిన విషయంలో చూడడం కంటే, ప్రాథమికంగా ఇది ఆర్థిక ప్రాతిపదికన ఇచ్చినదిగా గమనించాలి. ఇప్పటిదాకా రిజర్వేషన్ సామాజిక స్థాయి మరియు వివక్ష ప్రాతిపదికన అమలు పరచడమైనది. ఆర్థిక ప్రాతిపదికను ఇంతకుముందు ప్రాతిపదికగా గుర్తించలేదు. పుట్టుక పునాదిగా వుండే సామాజిక స్థాయి మరియు వివక్ష సమాజం, రాజకీయాలు, ఆర్థిక విషయాలు మరియు సాంస్కృతిక విషయాలు వంటి అన్ని విషయాల్ని ప్రభావితం చేస్తుంది. దీన్ని అనేక కులాలు అనుభవించాయి, అందువల్లనే అవి గుర్తించబడినాయి. సామాజిక న్యాయానికి ప్రథమ పునాది ఏమిటంటే, వారికి ఈ న్యాయ భరోసా అందివ్వడం. ఈ సామాజిక న్యాయం వెనక వున్న భావజాలం ఏమిటంటే, ఈ ప్రభావితం కాబడిన ప్రజలకు విద్య, ఉద్యోగం, రాజకీయాలు వంటి అన్ని రంగాలలో రిజర్వేషన్ భరోసా కల్పించడం.

ఆర్థికంగా వెనుకబడిన వారికి రిజర్వేషన్ కల్పించాలనే డిమాండ్ స్థిరంగా చాల ఏళ్లుగా వుంది. ఈ డిమాండ్ జవహర్ లాల్ నెహ్రూ ప్రధానిగా ఉన్నప్పటి నుండి చర్చకు వుంది. ఇదే కాలంలో విప్లవవాది అయిన అంబేద్కర్ కేబినెట్ మినిస్టర్‌గా ఉన్నారు. ఆర్థిక ప్రాతిపదికను రిజర్వేషన్లు కల్పించే విషయాన్ని పరిగణించాలా? వద్దా? అనే సంవాదం జరిగింది. రాజకీయ చట్రానికి దూరంగా పనిచేసిన జాతీయ నాయకులైన నెహ్రూ, అంబేద్కర్, ఇతర సమకాలీన నాయకులు, కార్యకర్తలు, మేధావులు ఈ విషయం మీద లోతైన, విస్తృతమైన చర్చ చేశారు. అప్పుడే వాళ్ళు ఆర్థిక స్థితిని ప్రాతిపదికగా తీసుకోరాదని నిర్ణయించారు, అలా సంపూర్ణ ప్రజాస్వామిక పద్దతిలోనే సామాజిక స్థితిని మాత్రమే రిజర్వేషన్లకు ప్రాతిపదికగా పరిగణించారు. అలా రాజ్యాంగం రిజర్వేషన్ల కు జవాబుదారీగా నిలబడింది.

EWS ఒక పెనుముప్పు

ప్రస్తుతం మోడీ ప్రభుత్వం ఆర్థిక ప్రాతిపదికన 10శాతం రిజర్వేషన్ కల్పిస్తూ చట్టం రూపొందించింది. ఈ విషయంలో మనల్ని తప్పుదోవ పట్టించారు. అంటే, ఈ రిజర్వేషన్లు ఎగువకులాలకు ఇచ్చారని, ఆర్థిక ప్రాతిపదికన రిజర్వేషన్లు వ్యతిరేకించేవారు ఎగువకులాలకు వ్యతిరేకులని, ఎగువ కులాలకు గల హక్కులకు వ్యతిరేకులనే కోణాన్ని తయారు చేసారు. ఎగువ కులాలవాళ్ళు సమాజంలో ఎక్కువ హోదాని అనుభవిస్తూ వుండవచ్చు, కొందరు ఆర్థికంగా వెనకబడి వున్న విషయాన్ని మనం కాదనలేం. విద్యా, ఉద్యోగపరంగా వెనకబడి వుండడానికి కూడా ఎక్కువ అవకాశాలున్నాయి. వాళ్ళు వెనకబడి వుండవచ్చు. అయితే వారి సామాజిక స్థాయి వారికి అన్ని తలుపులూ తెరిపిస్తుంది, అదే రంగమైనా కానీ. కాబట్టి వాళ్లు అనుకున్నవి సాధించుకోవడానికి వారికి అడ్డంకులు మరియు సంక్షోభాలు లేవు.

సామాజిక స్థాయి మాత్రమే విద్య, ఉపాధి మరియు రాజకీయ శక్తిని చాలామందికి ఇచ్చేదైనప్పుడు, అది షెడ్యూల్డు కులాలకు మరియు తెగలకు కావాలి. వెనుకబడిన కులాలకు, బాగా వెనుకబడిన కులాలు, దళితులు మరియు అటవిక తెగలు ఆర్థికంగా ముందుకు పోయినప్పటికీ వారు సమాజంలో పాతుకుపోయిన కులం కారణంగా స్థిరంగా అవమానాలకు గురి అవుతూనే ఉన్నారు ఈనాటికీ. ఎగువకులాలవాళ్లు ఆర్థికంగా వెనుకబడినప్పటికీ వాళ్లకు సామాజికంగా కులపరమైన హోదా ఎక్కువ వుంటుంది, సమాజంలో వారికి మర్యాద, గౌరవం వుంటాయి.

కాబట్టి, ఈ అంతరాలని మరియు వైరుధ్యాలని మెదడులో ఉంచుకొని, ఆర్థికస్థాయిని ఒక కొలమానంగా గుర్తించలేము, కేవలం సామాజిక స్థాయే అవసరం. ఇదే సామాజిక న్యాయం. మరియు రిజర్వేషన్ పునాదుల మీద వున్న సామాజిక న్యాయాన్ని పూడ్చివేయడానికే వారు ఆర్థిక పునాదుల మీద రిజర్వేషన్ తెచ్చారు. ఎగువ కులాలకు రిజర్వేషన్ ఇవ్వడంకన్నా, బీసీ, ఎంబీసీ, ఎస్సీ మరియు ఎస్టీలకు ఇచ్చిన రిజర్వేషన్లను పరోక్షంగా అడ్డుకోవడమే వారి ప్రధాన ఉద్దేశ్యం. రిజర్వేషన్ ఆర్థిక ప్రాతిపదికన కల్పిస్తూ, ఎగువ కులాలకు దాన్ని అందిస్తూ, దాని అమలును నిలిపివేయడమే వారి ఉద్దేశ్యం. రిజర్వేషన్‌కు ఆర్థిక ప్రాతిపదిక లేదా ఒక యూనిట్‌గా గుర్తిస్తే, రాబోయే రోజుల్లో సామాజిక న్యాయం క్రమంగా కనుమరుగవుతుంది.

మతం మరియు కులం ప్రాతిపదికన వెనుకబడిన మరియు అణగదొక్కబడిన వారికిచ్చిన హక్కులను మెలమెల్లగా నాశనం చేసే ఉద్దేశాన్ని మనసులో పెట్టుకునే వాళ్లు 10% రిజర్వేషన్ తెచ్చారు. అలాగని మేం ఎగువకులాలకిచ్చే అవకాశాలను అడ్డుకోదల్చుకోలేదు, అయితే అవి ఇలా కాకుండా మరో విధంగా వుండాలి, రుణాలు ఇవ్వడం లేదా ఇతరత్రా పద్ధతుల్లో వారికి అవకాశాలు కల్పించవచ్చు. అంతేగానీ ఆర్థిక ప్రాతిపదికన రిజర్వేషన్ కేటాయిస్తూ సామాజిక న్యాయ పునాదిమీదున్న రిజర్వేషన్లను నాశనం చేయడాన్ని మేం తీవ్రంగా ఖండిస్తాం.

సాధారణంగా ఓబీసీ రిజర్వేషన్‌లో క్రీమీలేయర్‌ని మీరు ఎలా చూస్తారు? ఇంకా చెప్పాలంటే ఎస్సీ/ఎస్టీ రిజర్వేషన్లలో కూడా క్రీమీలేయర్‌ని అమలు పరిచే దిశలో ఇది మొదటి అడుగు అని చాలామంది అంబేద్కర్ వాదులు భావిస్తున్నారు, దీని మీద మీ అభిప్రాయం ఏమిటి?

ఆర్థిక స్థాయి పునాదిగా రిజర్వేషన్లను అమలు చేయడానికి ముందస్తుగా వాడిన వ్యూహం క్రీమీలేయర్. వాస్తవంలో, ఇంతకు ముందు క్రీమీలేయర్‌ని అనుమతించినందునే, 10శాతం రిజర్వేషన్ సవరణ బిల్లుని నేడు అమలులోకి తేవడానికి అనుకూలం అయ్యింది. అది ఓబీసీ రిజర్వేషన్‌లో మాత్రమే వర్తిస్తుంది కాబట్టి ఎస్సీ/ఎస్టీలు దాని గురించి మధన పడకపోవడం తప్పు. ఎస్సీ/ఎస్టీల సామాజిక న్యాయానికి జవాబుదారీ అయిన ప్రభుత్వమే ఓబీసీల సామాజిక న్యాయానికి గ్యారంటీగా వుంటుంది, అలాగే మరోవైపు కూడా. కాబట్టి ఏ పద్ధతిలోనైనా సరే, ఓబీసీలకు ఇచ్చిన రిజర్వేషన్ ప్రభావం చూపితే, అది ఎస్సీ/ఎస్టీల మీద కూడా ప్రభావం చూపిస్తుంది. ఈ నేపథ్యంలో నుండి క్రీమీలేయర్ విషయాన్ని చూడాలి. అయితే జాగ్రత్తగా గమనిస్తే వారి కుట్రని అర్థం చేసుకోవచ్చు.

ఇక్కడ ఒక సహజమైన ప్రశ్న ఉదయిస్తుంది, వరుసగా తరాల నుండి వస్తున్న వాళ్లూ విద్య మరియు ఉద్యోగంలో రిజర్వేషన్ వాడుకోవచ్చా? ఎస్సీ/ఎస్టీలకు ఇచ్చిన పరిధిలో ఎస్సీ/ఎస్టీ కులాల విద్యార్థులు మాత్రమే పరస్పరం పోటీపడతారు. కాబట్టి ఇతర కులాల విద్యార్థులపై ప్రభావం లేదు. కాబట్టి ఈ విషయం రిజర్వేషన్ కులాల అంతర్గత విషయం.

ఇక నిజం మాట్లాడాలంటే, వారిలో చాలామంది మొదటిసారి విద్యను నేర్చుకోవడం ఆరంభించారు. మొదటితరం గ్రాడ్యుయేట్ తరం నుండి, రెండోతరం, మూడోతరం గ్రాడ్యుయేట్లు వస్తారు. ఇటువంటి ప్రశ్నలు లేవనెత్తే బదులు, ఎవరైనా ఒక తండ్రి జడ్జి, తల్లి ఒక ప్రొఫెసర్ అయి కూడా మరోసారి రిజర్వేషన్ పొందడమా? లేదా స్వచ్ఛందంగా బహిరంగ పోటీలో పోటీచేయాలా? అనేది వారే నిర్ణయించుకోవాలి. అలా జరిగితే క్రీమీలేయర్ మీద చర్చ అవసరం లేదు.

రెండు మూడు తరాల గ్రాడ్యుయేట్ కుటుంబాల నుండి వచ్చిన బీసీ, ఎంబీసీ, ఎస్సీ మరియు ఎస్టీ కులాల విద్యార్థులు బాగా చదవగల పరిస్థితులు మరియు ఆర్థిక వెసులుబాటులున్నపుడు వారు స్వచ్ఛందంగా ఓపెన్ కాంపిటీషన్‌లో పాల్గొనాలి. అయితే మొండిగా రిజర్వేషన్ల రంగంలోనే పోటీ పడడం వల్ల క్రీమీలేయర్ ప్రశ్నలు ఉత్పన్నమవుతున్నాయి. దీన్ని పాలక వర్గాలు ఆర్థిక పునాదిగా రిజర్వేషన్లు వుండాలని చూపిస్తూ, క్రమంగా దళితులకు మరియు వెనకబడిన కులాలకున్న రిజర్వేషన్లను వదిలించాలని చూస్తున్నారు. దీన్ని మేం అంగీకరించం.

కేంద్రస్థాయిలో 50%రిజర్వేషన్ మీద పరిమితి వుండగా వాళ్లు 10% రిజర్వేషన్ అదనంగా చేర్చడం వల్ల మొత్తం 60 పరిమితి అవుతుంది కేంద్ర సంస్థలలో. రాష్ట్రస్థాయిలో, తమిళనాట 69% రిజర్వేషన్ వుంది, ఈ విషయంలో కేంద్రం తమిళనాడుని అనుసరించాలని మీరు భావిస్తున్నారా?

కేంద్రం ఇచ్చిన రిజర్వేషన్లకూ తమిళనాడు 69%రిజర్వేషన్లకూ భేదం వుంది. రెండింటినీ కలిపి గందరగోళం చేయకూడదు. రాష్ట్రం లోపలి జనాభా పునాదిగా రాష్ట్ర ప్రభుత్వం రిజర్వేషన్లు ఇస్తుంది. కేంద్రం మొత్తం దేశంలోని జనాభా ప్రాతిపదికన ఇస్తుంది. కేంద్రస్థాయిలో 15% ఎస్సీలకు, 7.5%ఎస్టీలకు, మొత్తం 22.5% ఎస్సీ/ఎస్టీలకు; ఓబీసీలకు 27% రిజర్వేషన్ కేటాయించడమైంది. 50%పరిమితి వున్నందున ఎస్సీ/ఎస్టీలకు 22.5% రిజర్వేషన్ వున్నందున మిగిలిన 27% రిజర్వేషన్ కేటాయిండమైంది. అయితే వాస్తవంలో జనాభా బాగా పెరిగింది. ఎస్సీ మరియు ఎస్టీల సంఖ్య 22.5%కన్నా ఎక్కువ ఉంది. ఎస్సీల జనాభా 15% కన్నా బాగా పెరిగింది. అయితే ఇప్పటికీ పాత పద్ధతిని అమలు చేస్తున్నారు. ఇది ఆక్షేపణీయం, ఇది తప్పుడు చట్టం.

ఇదిలావుండగా, రిజర్వేషన్ పరిమితి 50% మించనప్పుడు తమిళనాట 69% అమలులోకి వచ్చింది. ఈ విషయంలో దేశమంతా నిరసనలు వచ్చాయి, కేంద్రం చివరిగా తలొగ్గి కొన్ని చర్యలు తీసుకుని అప్పుడప్పుడూ 22.5% ఎస్సీ/ఎస్టీ రిజర్వేషన్ల మీద ప్రభావం పడకుండా వాటిని అమలు పరచింది. రాష్ట్రం 50% దాటకూడదు కాబట్టి ఆ పరిమితికి 19% అదనంగా చేర్చి 69% చేసింది. దీన్ని తిరిగి 50%కి తగ్గించలేదు మళ్లీ. అలాగే ఎస్సీ/ఎస్టీల రిజర్వేషన్ల ను ముట్టుకో లేదు. కాబట్టి ఈ పరిస్థితిని కాపాడడానికి 8వషెడ్యూల్డులో నిబంధన చేర్చారు. ఇదీ రాష్ట్రం మరియు కేంద్రంలోని రిజర్వేషన్ల పరిమితి మీద తేడా. అయితే ఈ పరిమితిని ఛేదించి నేటి వాస్తవ జనాభా సంఖ్యను బట్టి రిజర్వేషన్లను పెంచాలి. ఇదీ మా విధానం. సుప్రీంకోర్టు సీలింగ్ విధించినా రిజర్వేషన్ పరిమితి ఎదిగిన కాలంతో పాటు ఎదగాలి. ఎస్సీ/ఎస్టీ జనాభాను బట్టి అవి పెరగాలి.

రిజర్వేషన్ విధానాన్ని సరిగ్గా అమలు పరచలేదని అంబేద్కరిస్టులు మరియు అలోచనాపరులు ఎత్తి చూపుతున్నారు. వాటిని ఎలా కేంద్రం మరియు రాష్ట్రాలలో అమలు పరచాలని మీరు భావిస్తున్నారు? దళిత-బహుజనులు సరైన విధంగా ప్రాతినిధ్యం పొందుతున్నారా?

రిజర్వేషన్ పద్ధతి ఎప్పుడూ సరిగ్గా అమలుపరచలేదు. అదొక మోసకారి చట్టం. అది ఎస్సీ/ఎస్టీ మరియు బీసీ/ఎంబీసీ కావచ్చు ఎప్పుడూ 100% సరిగ్గా అమలు చేయలేదు. ఎస్సీల విషయానికొస్తే, సరైన అర్హతగల విద్యార్థులు దొరకలేదని తరచూ ఆరోపణ. దీన్ని అంగీకరించలేం. కేవలం 5%నుండి 6% రిజర్వేషన్లు అమలులో వున్నాయి. ఇవి కూడా

చాలావరకు అధికారంలేని, కింది స్థాయి అధికార స్థానాల్లోనే నియామకం వుంది. కాబట్టి కేటాయించిన శాతాల్లో సంపూర్ణంగా అమలుపరచాలి. అప్పుడే ఆ కులాలు ఉద్ధరించ బడతాయి. సంఘ్ పరివారం రిజర్వేషన్లు లేకుండా చేయాలని కోరుకొంటోంది. ఈ విషయంలో నిరంతరం పోరాడాలి.

బ్రాహ్మణవాద చర్చల్లో, తరచుగా, ఓపెన్ కేటగిరీ అంటే కేవలం ఎగువకులాల కేటగిరీ అనే అర్థానికి తెచ్చారు, నిజానికి అది కాకపోయినా. ఎగువకులాలకు ఈ 50%ని పరిమితం చేయాలనుకోవడంలో పెద్ద వ్యూహం వుందని మీరు భావిస్తున్నారా?

ఇందులో రహస్య అజెండా ఏమీలేదు, అంతా బాహాటంగానే వాళ్లు అమలు పరుస్తున్నారు. మిగిలిన 50% ఎగువకులాలకు అమలు పరుస్తున్నారు ఇప్పటికీ. ఏ కులాల కోసమైతే రిజర్వేషన్ కేటాయించారో అవి పూర్తిగా కల్పించడం లేదు, దానికి కారణం అర్హతగల అభ్యర్థులు లేరంటున్నారు, పదోన్నతులను తిరస్కరిస్తున్నారు. అన్ని పైస్థాయి ఉద్యోగాలన్నీ ఎగువకులాలు ఆక్రమించారు, జనరల్ కేటగిరీ పేరున. వారి జనాభా తక్కువ వాస్తవానికి, కానీ వారి పరిమితి 50%దాటిపోతోంది. వాస్తవంలోని నిజం ఏమంటే, ఆ జనరల్ కేటగిరీగా పిలవబడేవాళ్లు, మరో మాటలో చెప్పాలంటే ఎగువ కులాలవాళ్లు, రిజర్వేషన్ కులాల వారి హక్కులు మరియు అవకాశాలను ఉల్లంఘిస్తున్నారు.

కేంద్ర ప్రభుత్వం స్థిరంగా బహుజన వ్యతిరేక మరియు రాష్ట్ర వ్యతిరేక చర్యలు అంటే నీట్, జీఎస్టీ మొదలైన చర్యలు, తీసుకొంటోంది. ఈ సవరణ రాష్ట్రాల గొంతును తగ్గించేందుకు తీసుకున్న మరో చర్యా? ఈ రిజర్వేషన్ విషయంలో రాష్ట్రం మరియు కేంద్రం మధ్య ఘర్షణ కోణం వుందని భావిస్తున్నారా?

రిజర్వేషన్లని చూసే విధానంలో ఎగువకులాలకు మరియు ఇతర కులాలకు ఎటువంటి దృక్పథం వుందో, అదే స్థాయిలో కేంద్రస్థాయిలో అధికారంలోని పార్టీలు ఈ విషయాన్ని కేంద్రప్రభుత్వాలు మరియు రాష్ట్ర ప్రభుత్వాల మధ్య సహజంగా పార్టీ, ప్రాంతం వంటి రకరకాల కారణంగా ఏర్పడే గొడవల కోణంలో చూస్తున్నాయి. వారికి ప్రాంతీయ పార్టీలు మరియు రాష్ట్ర ప్రభుత్వాలు బలంగా ఎదిగి, రాష్ట్రాలలో ప్రభుత్వాల్ని ఏర్పరిస్తే కేంద్రం బలహీన పడుతుందనుకుంటారు. కాబట్టి బలమైన కేంద్రప్రభుత్వాన్ని ఏర్పరచడం వారి ప్రధాన ఉద్దేశ్యం. ఏ రకంగా బలమైన కేంద్రప్రభుత్వం అంటే ఒకే దేశం, ఒకే సంస్కృతి, మరియు ఒకే పాలనను ఏర్పాటు చేసేది. కాబట్టి రాష్ట్రాల హక్కులను హరించడం , ప్రాంతీయతల ఆకాంక్షలు అణగదొక్కేయడమే లక్ష్యం. రాజకీయ పటాలంలో రాష్ట్ర పార్టీ వుండరాదు. ఎలాగైతే ఎగువ కులాలు మరియు ఇతర కులాల మధ్య విభేదాలు పెంచారో అలాగే బలమైన కేంద్రప్రభుత్వం మరియు బలహీన రాష్ట్రం వుండాలి. దీనికోసం పలు రాష్ట్ర వ్యతిరేక చట్టాలు

తెస్తున్నారు. ఇవి రాష్ట్ర వ్యతిరేక విధానాలుగా చూడడం కన్నా ఎక్కువగా ప్రాంతీయ ఆకాంక్షల్ని అణగదొక్కడంగా గుర్తించాలి.

2006లో కాంగ్రెస్ పార్టీ, ఆర్థికంగా వెనుకబడినవారికి రిజర్వేషన్ పరిశీలనకు కమీషన్ నియమించింది. దీనికి అనుకూలంగా పార్లమెంటులో కూడా ఓటింగ్ చేశారు. ఏడీఎంకే బిల్లుని వ్యతిరేకించింది, ఓటింగ్‌కి ముందు సభను బహిష్కరించింది. బహుజనుల ప్రయోజనాలకు ప్రాతినిథ్యం వహించే బీఎస్పీ బిల్లుకు మద్దతిచ్చి, ఓటింట్ అనుకూలంగా వేసింది. సీపీఎం వ్యతిరేకించినా అనుకూలంగా ఓటింగ్ చేసింది, వీటన్నింటిమీదా మీ అభిప్రాయమేమి?

చేదునిజం కళ్లెదురుగానే ఉంది. ఉమ్మడి, ఏకీకృత ఆలోచనా క్రమం ప్రజాస్వామ్య శక్తుల మధ్య ఎదగాల్సి ఉంది. అది జరగాలి. ఇలా జరగడానికి మనలాంటివాళ్లం ఏకం కావాలి. కాబట్టి ఇటువంటి చేదు సంఘటనలు ఎదురైనా మనం ప్రజాస్వామ్యం గెలవడానికి కృషిచేయాలి.

కుల గణన మీద మీ అభిప్రాయమేమి? ప్రస్తుత విషయంతో దీనికి సంబంధం ఉందనుకుంటున్నారా? దీని గురించి తమిళనాట పెద్దగా చర్చ ఎందుకు జరగడం లేదంటారు?

సంపూర్ణంగా సామాజిక న్యాయం అమలు కావాలంటే కుల గణన ఎక్కువ అవసరం వుంది. కులాన్ని అంతమొందించాలంటే, సామాజికన్యాయం ముందస్తు అవసరం. తమిళనాట కులగణన గురించి పెద్దగా చర్చలేదన్న మాట వాస్తవం, ప్రజాస్వామ్య శక్తులు ముందుకు రావాలి ఇందుకోసం.

సుప్రీంకోర్టులో బ్రాహ్మణ-సవర్ణల గుత్తాధిపత్యం మీద మీ అభిప్రాయ మేమి? కొలీజియంలో రిజర్వేషన్లుండాల్సిందేనని మీరు భావిస్తున్నారా?

సంపూర్ణంగా. తప్పనిసరిగా న్యాయవ్యవస్థలో, యూనివర్సిటీల్లో, ఉన్నతస్థాయి విద్యా సంస్థలలో, మిలిటరీ మరియు పోలీసు వంటి రక్షణరంగాల్లో రిజర్వేషన్లు అమలు కావాలి. కాబట్టే ప్రమోషన్లలో రిజర్వేషన్లు తప్పనిసరిగా వుండాలని మేం బలంగా డిమాండ్ చేస్తున్నాం. అవి అమలులోకి వస్తే, న్యాయవ్యవస్థ మరియు మిలిటరీలలో ఆటోమాటిగ్గా రిజర్వేషన్లు అమలులోకి వస్తాయి మరియు ప్రజాస్వామ్యం కూడా సంరక్షింపబడుతుంది.

ఈ సవరణ చట్టానికి వ్యతిరేకంగా వీకేసీ పార్టీ కోర్టులో కేసు ఫైల్ చేసింది. ఎగువకులాల నియంత్రణలో వున్న కోర్టులనుండి సరైన తీర్పు వస్తుందని మీరు భావిస్తున్నారా?

కోర్టుకు వెళ్లడమనేది నిరసనకు గుర్తు. అన్ని సమయాల్లో అన్ని తీర్పులూ మన ప్రయోజనాలకు వ్యతిరేకంగా వస్తాయనుకోలేం. ఎక్కువసార్లు మన ప్రయోజనాలకు విరుద్ధంగా తీర్పులు వచ్చివుండవచ్చు. అయితే కొన్నిసార్లు, కొన్ని ప్రజాస్వామిక శక్తులు న్యాయమూర్తుల రూపంలో వెలువరించిన తీర్పుల వల్ల మనం ఆశించినవి నెరవేరాయి. కాబట్టి ఈ కేసులోనూ ఎప్పుడూ జరగని అద్భుతం జరిగితే ఆశ్చర్యపడాల్సిందేమీ లేదు. మన కనీస డిమాండ్‌లను అంగీకరించే అనుకూల తీర్పుని నిజాయితీ మరియు ప్రజాస్వామిక శక్తులు వెలువరిస్తాయనే నమ్ముతున్నాను.

అంటే మీరు కేవలం ఒక అద్భుతం జరుగవచ్చని భావిస్తున్నారా?

ఎప్పుడో ఒకసారి జరిగితే దాన్ని అద్భుతం అంటారు. చాలాసార్లు అది జరిగింది కూడా. అందరు న్యాయమూర్తులూ మనకి వ్యతిరేకంగా వున్నారనుకోరాదు లేదా అందరు అధికారులు ప్రతిసారీ మనకు వ్యతిరేకంగా వున్నారనుకోరాదు. చాలామంది ప్రజాస్వామిక మనుషులున్నారు. జస్టిస్ వీ.ఆర్. కృష్ణయ్యర్, అయ్యర్ అయినప్పటికీ ప్రజాస్వామ్యం వైపు నిలబడి చాలా తీర్పులిచ్చారు. అలాగే జస్టిస్ చంద్రు కూడా. ఇప్పుడు కూడా చాలా తక్కువగా ఆశించాం, అయితే దాన్ని కూడా కాదని సుప్రీంకోర్టు మమ్మల్ని ఆశ్చర్యపరచింది. మేం కేసు ఫైల్ చేశాం, ఫలితం పట్ల ఆశాజనకంగా వున్నాం.

ఎలా వీకేసీ ఈ సవాలుని స్వీకరిస్తోంది? కేవలం చట్ట ప్రాతిపదికమీదేనా లేక సామాజిక-ఆర్థిక ప్రాతికమీద కూడానా?

ఇది అన్ని వేదికల మీద చర్చించాం. ఎగువకులాలకిచ్చిన రిజర్వేషన్‌ని మేం వ్యతిరేకిస్తున్నామనే ముద్రని చిత్రించదల్చుకోలేదు. ఈ రిజర్వేషన్ ఎగువకులాలకు ఇచ్చినప్పటికీ, ఇది పూర్తిగా వారికి ప్రయోజనం చేకూర్చడానికి కాదనే విషయం మనం అర్థం చేసుకోవాలి. ఇది కిందికులాల ప్రయోజనాలు చేకూర్చే రిజర్వేషన్ విధానాన్ని శాశ్వతంగా మూసివేయడానికే ప్రధానంగా దీన్ని తెచ్చారు. కాబట్టి సామాజిక న్యాయం కాపాడడం కోసం, ఈ 10% రిజర్వేషన్ చట్టం రద్దు చేయాలి. ఈ విధానాన్ని చట్ట పరిధిలోనే ఎదుర్కోవాలి. ఇది సామాజిక, ఆర్థిక, సాంస్కృతిక మొదలయిన అన్ని వేదికల మీదకు తీసుకుపోవాల్సిన అవసరం ఉంది. ఇదీ వీకేసీ విధానం.

ఇటీవల జరిగిన 'సేవ్ నేషన్' కాన్ఫరెన్సులో వీకేసీ ఈ10% రిజర్వేషన్లకు వ్యతిరేకంగా గొంతువిప్పిందా? మీరు దేశాన్ని కాపాడాలని అంటున్నారు, దేశం యొక్క అభిమతానికి ఈ రిజర్వేషన్ బిల్లు ప్రాతినిథ్యం వహిస్తోందని భావిస్తున్నారా?

సేవ్ నేషన్ కాన్ఫరెన్సులో ఈ 10% రిజర్వేషన్ సామాజిక న్యాయాన్ని అంతమొందించే ప్రయత్నంగా తీర్మానాన్ని చేశాం. దాన్ని రద్దు చేయాలన్నాం. దీన్ని జనబాహుళ్యంలోకి తీసుకెళ్లాలనుకున్నాం. ఇటువంటి పరిస్థితులు కొనసాగితే, సామాజిక న్యాయం అనే సిద్ధాంతం పూర్తిగా నాశనం అవుతుంది. దీన్ని గురించి ఎటువంటి చర్చలు ఉండబోవు. కాబట్టి వీకేసీ పార్టీ దీనిని రద్దు చేయాలనీ, విషయం పట్ల అవగాహనను విస్తృత పరచాలనీ భావిస్తోంది.

అయితే నీట్-అనిత మరణం, జల్లికట్టు, స్టెరిలైట్ వ్యతిరేకత పెద్ద ఎత్తున ప్రజా ఉద్యమాల తర్వాత 10%రిజర్వేషన్ మీద ప్రజలు వీధుల్లోకి రావాల్సి వుంది.తమిళనాడుకు కనీసం గొంతువుంది, మిగతా రాష్ట్రాలలో అదికూడా లేదు. ఎందుకంటే వారు సంస్కృతీకరణ చెందారు, బ్రాహ్మణత్వం పొందారు. పలు రాష్ట్రాలలో సంఘ్ పరివార్ అదుపులో పార్టీలు నడుస్తున్నాయి. కాబట్టి ఈ విషయంలో కొన్ని ఇబ్బందులున్నాయి. ఇది ఎగువకులాలకు వ్యతిరేకంగా గాకుండా సామాజిక న్యాయానికి వ్యతిరేకంగా చేపట్టినప్పుడే సమస్యలుండవు. ఎగువకులాలకు రిజర్వేషన్ ఇచ్చారా? లేక ఇతర కులాలకు ఇచ్చారా? అనే ప్రశ్న బయల్దేరాలి. సంఘ్ పరివార్‌కు దగ్గరగా వున్నవారికి ఇది సామాజిక న్యాయానికి వ్యతిరేకం అని నమ్మడానికి కష్టంగా వుంటుంది. అయితే తమిళనాట అంబేద్కర్ మరియు పెరియార్ ఉద్యమాలు మరియు వామపక్షాల వల్ల విషయం స్పష్టంగా అర్థమవడం వల్ల, దాన్ని పూర్తిగా వ్యతిరేకిస్తున్నారు.

ప్రాతినిధ్య హక్కులకు ఎప్పుడు సవాలు ఎదురైనా తమిళనాడు గతంలో పెద్ద ఎత్తున ఆందోళనలు వచ్చేవి. ఇప్పుడు కోర్టులకు వెళ్లడం తప్ప ఏ పెద్దపార్టీ డీఎంకే పార్టీలలాంటివి విషయాన్ని వీధుల్లోకి తీసుకువెళ్లడం లేదు. ప్రతిపక్షపార్టీల సమావేశం పెరియార్ థైడల్‌లో జరిగినప్పుడు వీకేసీ కూడా పాల్గొన్నది. నిరసన పద్ధతులేమైనా మారాయా?

ఈ పరిధిలో కుదించి దీన్ని కొలవలేం. ఒకప్పుడు మీడియా బలం తక్కువ. ఇప్పుడు ఒక్కరు నిరాహారదీక్ష చేసినా ఆ వార్త విస్తృతంగా ప్రపంచవ్యాప్తంగా ప్రతి మూలకూ చేరుతోంది. కాబట్టి లక్షల సంఖ్యలో గుమిగూడితేనే అది నిరసనగా గుర్తించాల్సిన అవసరం లేదు, అలాగే తక్కువ సంఖ్యలో జమకూడినా అది పలుచబడినట్లూ కాదు. అయితే వ్యతిరేకించాల్సినదాన్ని వ్యతిరేకించాలి, అయితే అది సరైన సమయంలో, ఇదే నిరసనకు ప్రధాన లక్షణం. అది కొత్తపార్టీల కలయికతోనా లేక ఒకే పార్టీనా అనేది అనవసరం, అది 10వేలమందా, 10మందా అనేది కూడా అనవసరం. నిరసన అంటే నిరసన, అంతే. మన నిరసన తెలపడానికి

అవకాశం దొరికింది. కాబట్టి గతం మరియు వర్తమాన పోరాటాలంటూ పోలిక పెట్టలేం.

చివరగా ఎస్సీ,ఎస్టీ, ఓబీసీ ప్రజలు, మన యువకులు మరియు మన బహుజన సివిల్ సొసైటీ ఈ విషయాన్ని ముందుకు తీసుకుపోవాలని భావిస్తున్నారా?

మొదటగా విస్తృతమయిన చర్చ జరగాలి. మన యువత పెద్ద ఎత్తున పాల్గొనాలి. సానుభూతి ప్రాతిపదికన కొన్ని ప్రత్యేక కులాలకు ప్రయోజనాలివ్వడాన్ని సామాజిక న్యాయంగా చూడరాదు. రిజర్వేషన్ అనేది ఒక లీగల్ హక్కుగా కొన్ని కులాలకు ఇచ్చింది, అనేక ఏళ్లుగా తిరస్కరించబడిన హక్కులకు పరిహారంగా. కాబట్టి పెద్ద ఎత్తున సామాజిక న్యాయం గురించిన అవగాహనా ప్రచారం జరగాలి. సామాజిక న్యాయం పట్ల నమ్మకం ఉన్నప్పుడే ప్రజాస్వామ్యాన్ని కాపాడుకోగలం. అది పతనమైతే సనాతనం మళ్లీ గెలుస్తుంది. సివిల్ సొసైటీ మరియు యువకులు రాజకీయేతర ప్రజలు. సమాజంలో అవగాహన కల్పించడంలో కీలకంగా గుర్తించి, సమాజంలో సామాజిక న్యాయం గురించి విస్తృత చర్చ జరిగి ప్రజాస్వామ్య పరిరక్షణకు ముందుకు తీసుకురావాలి. బహుజన సివిల్ సొసైటీ రాజకీయ పార్టీలతో కలిసిపోయి విషయాన్ని ప్రజలకు చేర్చడంలో కీలకపాత్ర పోషించాలి.

ఇక్కడ మనం గుర్తుంచుకోవాల్సింది ఏమిటంటే, ఈ పోరాటం ఎగువకులాలకు వ్యతిరేకం కాదు, అది సామాజిక న్యాయాన్ని కాపాడుకోవడం కోసం చేస్తోన్న పోరాటం మరియు రిజర్వేషన్లు ఆర్థిక ప్రాతిపదికన గాకుండా, సామాజిక న్యాయం ప్రాతిపదిక మీద మాత్రమే కొనసాగాలని చేస్తోన్న పోరాటం.

రౌండ్ టేబుల్ ఇండియా తరపున మొట్టమొదటిసారి మిమ్మల్ని మేం కలుస్తున్నాం. ఈ అవకాశమిచ్చినందులకు ధన్యవాదాలు. రౌండ్ టేబుల్ ఇండియాకు మీరేమైనా సందేశం ఇవ్వదలిచారా?

రౌండ్ టేబుల్ ఇండియాకు నా అభినందనలు. రౌండ్ టేబుల్ ఇండియా ఒక ప్రజాస్వామిక వెబ్‌సైట్, అది ప్రజాస్వామిక శక్తులను సరిగ్గా గుర్తించి, అభిప్రాయాలను నమోదు చేస్తోంది. ప్రజాస్వామ్య నాయకులైన అంబేద్కర్, ప్రత్యేకించి విప్లవ నాయకుడు మరియు థాంథై(తండ్రి) పెరియార్ వంటివారి సిద్ధాంతాలూ మరియు భావజాలాల మీద చర్చలకు వాతావరణం కల్పిస్తోంది. రౌండ్ టేబుల్ ప్రచురించిన వ్యాసాలు సవరించి వాటిని పుస్తకాల రూపంలో ఇంగ్లీష్‌లోకి తెచ్చిన విషయం తెలిసి సంతోషిస్తున్నాను. చుట్టూ మీడియా సంస్థలూ మరియు వెబ్‌సైట్లు అనేకం వున్నా, రౌండ్ టేబుల్ ఇండియా నిమగ్నమై చేస్తోన్న నిర్మాణాత్మక చర్యలు, యువకులు మెరుగుపడడానికి ఎక్కువ అవకాశాల్నివ్వడం ఎంతో మెచ్చుకోవాల్సిన విషయం. ఈ అవకాశం కల్పించిన వారికి కృతజ్ఞతలు.

(ప్రశ్నలు రూపకల్పన సురేశ్ ఆర్. వి మరియు రాధికా సుధాకర్)

--★★--

రిజర్వేషన్ల పట్ల అపహాస్యం

10 శాతం ద్రోహం

-బాబీ కున్హు

"దురాక్రమణదారుల మనస్సాక్షికి వినతులివ్వడం ద్వారా కోల్పోయిన హక్కులు తిరిగి ఎప్పటికీ సాధించలేరు, నిరంతర పోరాటం ద్వారా తప్ప... మేకలు బలి ఇవ్వడానికి వాడతారు గానీ సింహాలను కాదు" -డా. బీ. ఆర్. అంబేద్కర్.

ప్రతిసారీ దళిత, బహుజన మరియు అదివాసీ కులాలు తమ రాజకీయ హక్కుల్ని మరియు ఎలాగోలా కొన్ని ప్రయోజనాల్ని సాధించుకొంటాయి, స్థిరపరచుకొంటాయి. అయితే సవర్ణులు భయోత్పాతం లేదా తప్పుడు మరియు అనైతిక పద్ధతులతో వాటిని లొంగ దీసుకుంటారు. ఇది కులవ్యవస్థలో ముఖ్యమైన లక్షణం, కాబట్టి ఇక్కడ ఆశ్చర్యపోవాల్సిందేమీ లేదు. అయితే, నిలదొక్కుకోవడం పెరిగేకొద్దీ, లొంగదీసు కోవడానికి ప్రయత్నాలూ పెరుగుతూనే వుంటాయి. ఆర్థికంగా వెనుకబడిన కులాలకు ఇచ్చిన ఈ అసంబద్ధమైన 10% రిజర్వేషన్ అటువంటి ఒక లొంగదీత. ఈ విధానం ఎటువంటి లాజిక్ లేకుండా అమలులోకి తేవడంతో పాటు మనందరికీ తెలిసిన సిద్ధాంతం, మరియు అమలులోనున్న నిశ్చయాత్మక చర్య (Confirmative Action)ను ధిక్కరించారు. దీనితో సామాజిక న్యాయవాదులంతా ఈ ప్రభుత్వ చర్యను, విధానాన్ని డొల్లతనాన్ని, అందులో కొనసాగుతోన్న కులాధారిత వివక్షను స్పష్టంగా ప్రభుత్వ లెక్కలతో సహా ప్రదర్శించారు.

కులాధారిత రిజర్వేషన్లకు వ్యతిరేకంగా మామూలుగా ఎదురయ్యే రొడ్డకొట్టుడు ప్రశ్నలు ఏమిటంటే , ప్రతిభ నాశనమవుతుందని మరియు సవర్ణులు గతంలో చేసిన పాపానికి ప్రస్తుత తరాలను శిక్షించడం ఎందుకని. వినడానికి సిద్ధపడిన ఎవరికైనా ఈ ప్రశ్నలకు సులువుగా సమాధానం చెప్పవచ్చు. ప్రతిభ అనే మాట అవకాశాలు లాక్కోవడానికి ఈ దేశంలో చెవులకు ఇంపైన మాట. అంతస్తులున్న నిచ్చెన మెట్ల కులవ్యవస్థలో ఒక వ్యక్తి స్థాయి వారి కులజనాభా నిష్పత్తి ప్రకారం లేదని లెక్కలేనన్ని పరిశోధనలు ప్రకటిస్తున్నాయి. ఇక రెండో అభ్యంతర విషయానికొస్తే, అధికారిక లెక్కల ప్రకారం ఉన్న వాస్తవం ఏమిటంటే, ఈ పాపాలు గతంలోనే కాదు ఇప్పటికీ కొనసాగుతూ వున్నాయి, అంతర్గతంగా లోపల్లోపల కుట్రలతోనే గాక బహిరంగ హింసలతో కూడా

కొనసాగుతోంది. ఇందులో రాజకీయంగా నిలదొక్కు కోవడానికి ఊచకోత కోయడం, కులాంతర ప్రేమ, రాజకీయాలు, ఉద్యోగాలలో ప్రాతినిథ్యం వంటి విషయాలన్నీ వున్నాయి. 10% రిజర్వేషన్ ప్రకటన తర్వాత బాగా జరిగిన పరిశోధన ప్రకారం, కులాధారిత రిజర్వేషన్లు సక్రమంగా, ప్రాతినిథ్యంగా ప్రభుత్వం చేపట్టిన సంస్థలలో లేదా సెంట్రల్ యూనివర్సిటీలలో ఎప్పుడూ అమలు పరచలేదు, ఈ అమలుపరచకపోవడం ఎస్సీ/ఎస్టీ విషయంలో పూర్తిగా, ఓబీసీ విషయంలో దారుణంగా జరిగింది.

QUOTA REPRESENTATION IN ALL 40 CENTRAL UNIVERSITIES

	PROFESSORS	ASSOCIATE PROFESSORS	ASSISTANT PROFESSORS	NON TEACHING STAFF
TOTAL	**1,225**	**2,620**	**7,741**	**5,835**
SC	39(3.45%)	130(4.96%)	931(12.02%)	523(8.96%)
ST	8(0.7)%	34(1.30%)	423(5.46%)	248(4.25%)
OBC	0	0	1,113(14.38%)	694(10.17%)
GENERAL	1,071(95.2%)	2.434(92.90%)	5,130(66.27%	4,443(76.14%)

★ Does not include category for persons with diabilities.

★ Source: Data upto April,1,2018. Provided by the UGC to The Indian Express under RTI.

అసలు రిజర్వేషన్లు సంక్షేమ బహుమానాలుగా, అవి ప్రభుత్వం మీద ఆధారపడివున్నట్లుగా, ఆ ప్రభుత్వ దయా దాక్షిణ్యాల మీద తప్పనిసరిగా ఆధారపడిన విషయంగా చూపడానికి ప్రయత్నం జరుగుతోంది. ఇది పోషిస్తున్నట్లు మరియు భిక్షగా పడేస్తున్నట్లు మాత్రమే గాక నిస్సిగ్గుగా కులతత్వంతో అసలు రిజర్వేషన్ల విషయంలో జరిగిన చరిత్రకి భిన్నంగా చూపడం జరుగుతోంది. 10%రిజర్వేషన్ గురించి క్లుప్తంగా చెప్పాలంటే, వాస్తవంలో భారతరాజ్యం ఏ పునాది మీద నిలబడిందో దానిని కూలదోయడమే.

దీన్ని అర్థం చేసుకోవాలంటే, ప్రతి ఒక్కరూ ఈ దేశం ఏర్పడడానికి జరిగిన సంప్రదింపులూ మరియు ఘర్షణల చరిత్రలోకి కొంత తొంగిచూడాల్సిందే. దీనికి మూలాలు రెండో రౌండు టేబుల్ సమావేశంలో వున్నాయి, అందులో గాంధీ, కాంగ్రెస్ తరపున ఏకైక ప్రతినిధిగా వున్నాడు, ఆ సమావేశంలో అతడు అసంతృప్తి ప్రకటించిన మరో వర్గం వుంది, అది ప్రత్యేక కేటగిరీగా అణగారిన వర్గాల (ఇప్పటి దళితులు మరియు అదివాసీలు)కు ప్రాతినిథ్యం వహించిన అంబేద్కర్, రత్తమలై శ్రీనివాసన్ మరియు రావు బహద్దూర్ ఎమ్.సీ.రాజా (మలై చిన్న తంబి పిల్లై రాజా) వంటివారు. అయితే, వీరంతా కలసి స్థూలంగా ఒక విశాలమైన గొడుగుకిందకు వచ్చారు, దానిపేరు హిందూమతం!

సమావేశం లోపలా మరియు బయటా అంబేద్కర్ చేసిన వాదనలతో బ్రిటిష్ ప్రభుత్వాన్ని విజయవంతంగా ఒప్పించారు, అణగారిన కులాలను హిందువుల నుండి ప్రత్యేక కేటగిరీగా అంగీకరించడానికి. దీన్తో రామ్‌సే మెక్డొనాల్డ్ అవార్డు అణగారిన వర్గాలను మైనారిటీలుగా గుర్తించింది. దీన్తో అందరినీ ఒకటిగా గాకుండా వేర్వేరుగా చూసి, ఫార్వర్డు హిందువులు, ముస్లిములు, బౌద్ధులు, సిక్కులు, ఇండియన్ క్రైస్తవులు, ఆంగ్లో ఇండియన్లు మరియు యూరోపియన్లకు ప్రత్యేక ఎన్నికల నియోజకవర్గాలను కేటాయించింది.

హిందువులలో విభజనకు గాంధీ విషాదంలో పడ్డాడు. సమస్యలో మూలం ఏమిటంటే, వర్ణాశ్రమధర్మం లేదా అతని ఆధ్యాత్మిక భావజాలంలోని కులవ్యవస్థ. తనకు కావలసినదాన్ని పొందాలనుకున్న వ్యక్తిగా, అప్పటికే అక్కడ రాజకీయ కారణాల రీత్యా ఎరవాడ జైలులో వున్నందున,. అదే ఎరవాడ జైలులో ఆమరణ నిరాహారదీక్షకు పూనుకున్నాడు, మరోవైపు అవార్డు ప్రకారం కేటాయించిన ప్రత్యేక నియోజక వర్గాలు వదులుకోవడం కోసం అఖిల భారత అణగారిన వర్గాల సమాఖ్య మరియు ఇతర అణగారిన తరగతులతో, బ్రిటిష్ ప్రభుత్వ ప్రతినిధులతో కాంగ్రెస్ లాబీయింగ్ చేయడం, ఒత్తిడి చేయడం మరియు సంప్రదింపులు ఆరంభించింది. ఆగర్భ హిందుత్వ సిద్ధాంతవేత్త మరియు బ్రాహ్మణ పండితుడు మదన మోహన మాలవ్య అధ్యక్షతన సమావేశం ఏర్పాటుకాగా, అంబేద్కర్ అందులో భాగం కావడానికి తిరస్కరించాడు.

అంబేద్కర్ ప్రకారం గాంధీ బ్లాక్‌మెయిల్ గురించి పట్టించుకోనవసరం లేదు, మరియు అందుకోసం దళితులతో నడిపిన సామాజిక మరియు రాజకీయ చైతన్యాన్ని వదలి దూరం పోదల్చుకోలేదు. గాంధీ మరియు అంబేద్కర్ మధ్య ఎం.సీ.రాజా మధ్యవర్తిగా వ్యవహరించినా ప్రయోజనం లేకుండా పోయింది. అయితే గాంధీ చనిపోతే దళిత కులాలకు హింసాత్మక ఎదురుదెబ్బలు తగులుతాయని మధ్యవర్తిత్వానికి అంగీకరించి, గాంధీ తరపున మాలవ్య సంతకం చేయగా పూనా ఒడంబడిక మీద అంబేద్కర్ సంతకం చేశాడు.

క్లుప్తంగా చెప్పాలంటే అంబేద్కర్ ప్రత్యేక నియోజక వర్గాల రిజర్వేషన్ వదులుకున్నందుకు, గాంధీ తన నిరాహారదీక్షను విరమించాడు! ఇదీ భారతీయ రాజ్యాంగపు చరిత్రలోకి రిజర్వేషన్ల రాజకీయ ప్రవేశ చరిత్ర.

నేను విభజించి చూపిస్తున్నాని కాదుగానీ, ఇక్కడ ఒక ప్రాముఖ్యమైన విషయాన్ని ప్రస్తావిస్తున్నదేమంటే, రిజర్వేషన్లు ఇదివరకే దక్షిణ ఆసియాలో ఒక రాజ్యంలో అమలులో వున్నాయి. కొల్హాపూర్ (ఇతర రాజ్యాలైన మైసూరు మరియు మద్రాస్ ప్రెసిడెన్సీ మొదలైన చోట్ల కూడా) సంస్థానంలో పాలకుడు ఛత్రపతి సాహూ, అన్ని ఉద్యోగాలను మరియు

విజ్ఞానాలను బ్రాహ్మణులు తన రాజ్యంలో అదుపులో పెట్టుకోవడాన్ని ఆగ్రహించి, పరిపాలనా ఆదేశపు డిక్రీని 1902 జులై 26న రాజ్య గజెట్‌లో "ఘనత వహించిన రాజు ఈ ఆదేశం ప్రకటించిన తేదీనుండి, ఏర్పడే ఖాళీలలో 50% వెనుకబడిన కులాలలోని వారి చేత ఉద్యోగాలు పూరించమని నిర్దేశించడానికి దయచూపారు. అన్ని కార్యాలయాల్లో ఎక్కడైతే వెనుకబడిన కులాల అధికారుల ప్రస్తుత ప్రాతినిధ్యం 50%కన్నా తక్కువ ఉందో, తర్వాతి ఉద్యోగ నియామకం ఆ కులాలకు చెందిన వ్యక్తికి ఇవ్వాలి" అని ఆదేశాలు జారీ చేశారు.

ఏదేమైనా, అణగారిన కులాలు ప్రత్యేక ఎలక్టొరేట్‌ల రిజర్వేషన్ వదులుకుని పూనా ఒడంబడికకు సిద్ధపడడమైంది. ఈ ఒడంబడికకు అనుగుణంగానే, ఇండియా గవర్నమెంటు చట్టం,1935 రూపొందింది. ఇదే చట్టం భారతీయ భవిష్యత్ పాలనకు కావలసిన పరిపాలనకు ప్రాధమిక పునాది వేసింది, తర్వాతి భారత రాజ్యాంగమూ అత్యంత ఎక్కువ భాగం ఈ చట్టం నుండే తీసుకుంది. ఇలా ఇండియా రాజ్యాంగ చరిత్రలో రిజర్వేషన్ అనే భావన మొదలయ్యింది.

అయితే రిజర్వేషన్లు అనేవి రాజ్యాంగంలో పొందుపరచి, అవి ఒక విధంగా ప్రభుత్వం ప్రసాదించిన భిక్ష అనుకునే సవర్ణ అభిప్రాయం మరియు దాన్ని ఘంటాపథంగా ప్రకటించడాన్ని ఈ విషయం కొట్టిపడేస్తుంది. వాస్తవానికి న్యాయశాస్త్రీయతలోని నిశ్చయాత్మక చర్య (Confirmative Action) మరియు న్యాయం అనే హక్కుని దళితులు కష్టపడి సంపాదించారు, అవికూడా భయంకర పరిస్థితులలో, ఎక్కువ అభివృద్ధి మరియు హక్కులకు రక్షణను ఫణంగా పెట్టి, అంటే ప్రత్యేక ఎలక్టొరేట్‌లకు బదులుగా సాధించారీ రిజర్వేషన్లు.

కాబట్టి, ఇదంతా మర్చిపోయి, భవిష్యత్ భారతీయ రాజకీయాలను సవర్ణులు నియంత్రించజాలరు. పూనా ఒడంబడిక పూర్తిగా బ్లాక్‌మెయిల్ అని అంబేద్కర్ పశ్చాత్తాప పడిన విషయం యాదృశ్చికం కాదు.

పూనా ఒడంబడిక జరగకపోయి వుంటే అణగారిన కులాలకు ప్రత్యేక ఎన్నికల నియోజకవర్గాలను భారతీయ గవర్నమెంటు చట్టం,1935లో పొందుపరచేవారు, అవే భారతీయ రాజ్యాంగంలో పొందుపరచి వుంటే రాజకీయ నిర్మాణం మరియు దాని చైతన్యం ఎలావుండి వుండేదో వూహించడం ఇప్పుడు అర్థంలేకపోవచ్చు, అయితే అప్పుడు కులం తుడిచిపెట్టుకుపోయి వుండేదని వూహించడంలో మాత్రం అర్థం వుంది. దళిత, బహుజన మరియు అదివాసీ కులాల రాజకీయ మరియు సామాజిక చైతన్యం మరింత బాగా వుండేది.

EWS రిజర్వేషన్లని అంతం చేసే కుట్ర

10% రిజర్వేషన్ తయారు చేయడంలో అనేక గణాంకాలు మరియు న్యాయశాస్త్ర డొల్లతనాలు అనేకం మరుగునపడి పోయాయనే వాదనలున్నాయి, అయితే అతిపెద్ద డొల్లతనం ఏమిటంటే, నూతన ఉదారవాద ప్రభుత్వంలో, ఎగువ కులాలవారు పేదల కారణంగా ఒక రకమైన సామాజిక-రాజకీయ హక్కుగా 10% రిజర్వేషన్ పొందడానికి వుందనుకోవడం. నిజానికి వారికా హక్కులేదు. దీనికి విరుద్ధంగా, 10% రిజర్వేషన్లంటే న్యాయ శాస్త్రీయతను అణగదొక్కడం మరియు ఏవైతే అత్యంత ముఖ్యమైన రాజకీయ పునాదుల మీద భారత రాజ్యాంగ సంప్రదింపులు జరిగాయో వాటిని కూలదోయడం. కాబట్టి ఇది పూనా ఒడంబడికకు మరియు భారత రాజ్యాంగానికి మరింత ద్రోహం చేయడం.

10% రిజర్వేషన్ పార్లమెంటు చేత చట్టంగా చేయబడింది. ఈ పార్లమెంటు ఇప్పటికీ ప్రధానంగా సవర్ణుల ఉపన్యాసాలచేత నిండి వుంది, ఆధిపత్య కులాల అత్యధిక జానాభాతో నిండి వుంది, కార్యనిర్వహణకు వస్తే, సవర్ణుల చేత కార్యనిర్వహణ జరుగుతోంది, ఇక పరీక్షించి చూస్తే, న్యాయవ్యవస్థ ఎక్కువమంది సవర్ణుల చేత నిండివుంది.

అత్యున్నత రాజ్యాంగ న్యాయస్థానమైన సుప్రీంకోర్టు 23సవర్ణుల (ఇద్దరు ముస్లిములు ఒక పార్శీతో సహా)తో, ఇద్దరు ఓబీసీలో మరియు ఒక దళితునితో వుంది. ఈ సుప్రీంకోర్టే యూనివర్సిటీ స్థాయిలో గాకుండా, యూనివర్సిటీలోని డిపార్టుమెంటుల (అంటే శాఖల) స్థాయిలో ఖాళీలు పూర్తి చేయమని రిజర్వేషన్ల అమలులో తీర్పు చెప్పడం ద్వారా రిజర్వేషన్ల మూలాలనే కూల్చివేసింది. పైన పటంలో చూపినట్లు కులాలు ఇప్పటికే అగాథంలో వున్నాయి, మరియు యాజమాన్యాలు నిరంతరంగా రిజర్వేషన్లని అడ్డుకుంటున్నాయి, అంచనా ప్రకారం ఈ దేశంలో దళితులు మరియు అదివాసీల నియామకాలు 50-60% కోసివేయబడుతున్నాయి. ఇది కేవల రాజకీయ బెదిరింపులతో, అబద్ధాలతో, ఎదురు ప్రశ్నలతో పూనా ఒప్పందాన్ని మరింతగా రద్దు చేస్తున్నట్టుగా చూడాలి. కుఫిర్ అన్నట్లు, ఇండియా జిమ్‌కార్టే చట్టాల దశలోకి ప్రవేశిస్తోంది. ఇక్కడ దళిత, బహుజన, అదివాసీ కులాలు కష్టపడి సాధించుకున్న చట్ట మరియు న్యాయవ్యవస్థలను లొంగదీసుకుని, అణగదొక్కేందుకు 10% రిజర్వేషన్ అనేది చిన్న చీలికగా ఈరాజకీయ పటాలం తెరిచింది.

''నా వరకు, చావు కన్నా ద్రోహం దారుణమైనది. చూడు, నేను చావుని దర్శించగలను, కానీ ద్రోహాన్ని కాదు'' -ఎల్ హాజీ మల్లిక్ ఎల్ షాబాజ్.

--★★--

రిజర్వేషన్ల రిపబ్లిక్

-డా. ఎన్. సుకుమార్.

ప్రతిభ అనే సూత్రం చాలావరకు నిర్వచించలేనిది. నిర్వచించాల్సిన తప్పని పరిస్థితిలో పరిశీలిస్తే, ప్రతిభ అనే పదంలో ఒక వ్యక్తికి చెందిన అతని చుట్టూవున్న సామాజిక మరియు ఆర్థిక సామర్థ్యం మరియు సంస్థాగత విషయాలను కలిపి విలువకట్టడం వుంటుంది. ప్రతిభకు సంబంధించి ఏ నిర్వచనంలోనైనా మరల ''కుటుంబ స్థితిగతులు'' అనే భ్రాంతి నిండి వుంటుంది. ఈ భ్రాంతిలో తల్లిదండ్రుల నేపథ్యం, చదువుకున్న విద్యాసంస్థ, ఆర్థిక జీవనాధారం, భౌతిక మరియు భౌగోళిక ప్రాంతం వుంటాయి.
కేవలం ఈ విశేషాధికారాలు ఎంపిక చేసిన కొందరిలోనే వుంటాయని వేరే చెప్పనవసరం లేదు. వారి గురించే 'ప్రతిభ', 'సామర్ధ్యం' మరియు 'ఉత్తమత్వం' గా పరిగణింపబడతాయి. సరస్వతికి చెందిన రాజ్యపు అంచుల్లో బ్రతికి బట్టకడుతోన్న దళిత-బహుజన, ఆదివాసీ మరియు స్త్రీలను అడ్డుకోవడానికి ఏళ్లకొద్దీ ఈ ప్రతిభ అనే భావన ఉపకరణంగా వుంది. ఈ ప్రతిభకు చెందిన మహాకట్టడాన్ని ఏకలవ్యుని బొటన వేలు నుండి మనం నిర్మించాల్సి వుంది.

నిరంకుశ భారతీయ సమాజాన్ని బ్రిటిష్ వలసవాదం మొరటుగా నెట్టిపడేసింది. తర్వాత ఆ సమాజాన్ని పాలించడం కోసం బ్రిటిష్‌వారు, నిఘాపూరిత ఉద్యోగ వర్గాన్ని తయారు చేయదలచి విద్యాపద్ధతి రూపొందించారు. ఈ విద్య అమలు వల్ల క్రమంగా విజ్ఞానం మతం నుండి వేరుపడింది. అలాగే ధర్మశాస్త్రాలలోని సంప్రదాయాలను జ్యోతిబా మరియు సావిత్రీబాయి పూలే, అయోతీదాస్ పండితార్, పండిత రమాబాయి, బేగం రుఖయా , అంబేద్కర్ మరియు పెరియార్ వంటి కొందరు విమర్శనాత్మకంగా పరిశీలించారు. మరోవైపు 'పురాతన సంప్రదాయాన్ని కాపాడుకోవాలనే ఎగువకులాలతో వీరు భీకరమైన మేధో యుద్ధాలు చేశారు. స్త్రీలు మరియు దళిత-బహుజనులు విద్యలోకి అడుగిడగలిగారు. స్వాతంత్ర్యానంతరం సామాజిక-ఆర్థిక ముందడుగు కోసం షెడ్యూల్డు కులాలు మరియు తెగలకు విద్య మరియు ఉద్యోగంలో రిజర్వేషన్ కల్పించడమైనది.

రాజ్యాంగ నిబంధనలు:

జనవరి,26,1950 నుండి భారతదేశపు డొమీనియన్ ప్రతిపత్తి అంతమై రిపబ్లిక్ అయ్యింది, నూతన రాజ్యాంగం, రిపబ్లిక్ అమలులో పెట్టింది. ఈ రాజ్యాంగం అందరికీ

సమాన హక్కులు ఇస్తూనే, తరాలనాటి బాధితులకు అనుకూలంగా కొన్ని హక్కులు, అవకాశాలు కల్పించింది. దీనినే సానుకూల పక్షపాతం, అనుకూల వివక్ష లేదా నిశ్చయాత్మక చర్య (Confirmative Action) అనడం పరిపాటి. సహజంగా సమాజంలోని నామమాత్ర లేదా తక్కువగా ప్రాతినిధ్యం వున్న వర్గాలనుండి మద్దతు గెలవడం కోసం ఈ నిశ్చయాత్మక చర్య అనే మాట ప్రపంచవ్యాప్తంగా పరిచయమైంది.

సాధారణంగా నిశ్చయాత్మక చర్య ప్రజాస్వామ్యంలో, సమానత్వం, న్యాయం, ప్రజాస్వామ్యబద్ధత అనే భావనలో అమలు చేసి సమర్థిస్తూ వుంటారు. గతంలో వివక్ష మరియు చిన్నచూపు ఎదుర్కొన్న బాధితులకు నష్టపరిహారం, వనరులు మరియు అవకాశాలను ప్రత్యేక వర్గాలనుండి అవకాశాలను లేనివారికి తిరిగి పంపిణీ రూపాల్లో ఈ చర్యలు కనిపిస్తూంటాయి.

ఇక అవే నిశ్చయాత్మక చర్యలు ఉన్నత విద్యావిధానంలో నైతే, సామాజికంగా, ఆర్థికంగా కిందవున్న మరియు ప్రతికూల తరగతులకు చెందిన విద్యార్థులను ప్రేరేపించి సమాజంలో మంచిస్థాయికి చేరేలా చేయడం, సామర్థ్యం మరియు పనితనంలో విద్యార్థుల మంచిస్థితికి చేరేలా ప్రోత్సాహం, విద్యాలయాల్లో వైవిధ్యం నెలకొల్పి విద్యా మరియు నైపుణ్యాలు నేర్పించడంలో అత్యున్నత నాణ్యత అందజేయడం, కెరీర్ అవకాశాలు పెంచడంకోసం పనికొచ్చే సంబంధాలు మరియు నెట్‌వర్కులను వాడకంలో సామాజిక పెట్టుబడితో మంచి ప్రవేశాన్ని ఏర్పరచడం, తెగ మరియు జాతికి చెందిన విషయాల్లో సంపన్న వర్గాలతో కలిసిపోయే అవకాశాలు మెరుగుపరచడం, మరింత చట్టబద్ధమైన, బలమైన ప్రజాస్వామ్య అధికారాన్ని పెంచి పోషించడం వంటివి.

ఒక సెక్షన్ మొత్తం ప్రాథమిక హక్కుల కోసం కేటాయించినప్పటికీ, అదనంగా ఆర్టికల్15(1)కింద మతం, జాతి, కులం, లింగం, మరియు పుట్టిన ప్రదేశం ప్రాతిపదిక మీద ఎటువంటి వివక్షనైనా భారత రాజ్యాంగం రద్దుపరచింది. అన్ని పబ్లిక్ సంస్థలు, అంటే ప్రభుత్వం చేత నడపబడే విద్యాసదుపాయాలు హోటళ్లు మరియు రెస్టారెంట్లలోకి ప్రవేశం, పబ్లిక్ ఉద్యోగం మరియు పబ్లిక్ బావులు, చెరువులు మరియు రోడ్లు వంటి వాటన్నింటికీ ఈ వివక్ష రద్దు విస్తరిస్తుంది. 17వ ఆర్టికల్ అంటరానితనం అనే పద్ధతి చట్టవ్యతిరేకంగా ప్రకటించింది. వివక్షను బహిష్కరించే ఆర్టికల్ 15, "సామాజికంగా మరియు విద్యాపరంగా వెనుకబడిన తరగతుల పౌరులు లేదా షెడ్యూల్డు కులాలు మరియు తెగలు ముందుకు పోవడానికి ఎటువంటి ప్రత్యేక నిబంధనలైనా సరే" కేంద్ర రాష్ట్ర ప్రభుత్వాలు చేయడానికి అనుమతినిచ్చే క్లాజ్‌లను కూడా కలిగి వుంది.

1951లో స్కూళ్ల అడ్మిషన్ల విషయంలో రిజర్వేషన్ కోటా చెల్లదని సుప్రీంకోర్టు నిర్ణయం

ప్రకటించిన కొన్ని వారాల్లోనే ఈ నిబంధన జతపర్చడమైనది. ఈ సవరణ చేయడంలో ప్రదర్శించిన వేగం రిజర్వేషన్లకుండే బలమైన రాజకీయ మద్దతుని తెలియజేస్తుంది. అలాగే ''ప్రభుత్వ ఉద్యోగాల విషయాల్లో సమాన అవకాశాలు'' ప్రకటించే ఆర్టికల్ 16 ''ప్రభుత్వ సర్వీసులలో ఏవైనా వెనుకబడిన కులాలకు చెందిన పౌరుల ప్రాతినిధ్యం సరిపోయినంతగా లేదని ప్రభుత్వం భావిస్తే, అటువంటి అపాయింట్‌మెంటు మరియు పోస్టింగుల్లో రిజర్వేషన్'' అనుమతిస్తూ నిబంధనలను కలిగివుంది. అంతేగాక షెడ్యూల్డు కులాలకు మరియు షెడ్యూల్డు తెగలకు ''ప్రమోషన్ల విషయాల్లో రిజర్వేషన్'' అనుమతి కూడా ఇందులో వుంది.(1)

''ప్రజల సభ'' లేదా లోక్‌సభ మరియు రాష్ట్రాల లెజిస్లేటివ్ అసెంబ్లీలలో షెడ్యూల్డు కులాలు మరియు షెడ్యూల్డు తెగలకు రిజర్వేషన్ అవసరమైనప్పుడు ''కొన్ని తరగతులకు ప్రత్యేక ప్రొవిజన్స్'' అంటూ రాజ్యాంగంలో విడిగా ఒక సెక్షన్ వుంది. (2) సాధారణ జనాభాకు నిష్పత్తిలో షెడ్యూల్డు కులాలు మరియు షెడ్యూల్డు తెగల మెంబర్లకు సీట్ల రిజర్వేషన్ నిర్ణయించడమౌతుంది. ఈ సాధారణ జనాభాకు ప్రాతిపదిక ఏదంటే పదేళ్లకోసారి సేకరించే అత్యంత సమీప జనాభా లెక్కలు. షెడ్యూల్డు కులాలు మరియు షెడ్యూల్డు తెగలు మరియు ''వెనుకబడిన కులాలు'' అర్హత పొందే గ్రూపుల లిస్టును భారత రాష్ట్రపతి మరియు పార్లమెంటు రాష్ట్రాల ప్రభుత్వాలను సంప్రదించి నిర్ణయిస్తుంది.

ఉద్యోగాల రిజర్వేషన్ విషయానికొస్తే, రాజ్యాంగంలోని 335వ ఆర్టికల్, ''పరిపాలనా సామర్థ్యాన్ని కొనసాగిస్తూ దానికి అనుకూలంగా వుండే షెడ్యూల్డు కులాలు మరియు షెడ్యూల్డు తెగలకు చెందిన వ్యక్తులను పరిగణనలోకి తీసుకోవడాన్ని'' తప్పనిసరి చేస్తుంది. షెడ్యూల్డు కులాలు మరియు షెడ్యూల్డు తెగల గ్రూపులకు చెందిన వారినుద్దేశించి అమలు పరిచే సామాజిక, ఆర్థిక అభివృద్ధి పథకాల వల్ల వారిలో జరిగే అభివృద్ధిని పరిశోధించి, పరిశీలన, సలహా మరియు మెరుగుదలను అంచనా వేసేందుకు చివరిగా, ఒక జాతీయ కమీషన్ ఏర్పాటు చేయడమైనది.(3) సామాజిక, విద్యావిషయాలలో వెనుకబడిన తరగతుల వారి పరిస్థితులను పరిశోధించేందుకు మరొక కమీషన్ కూడా ఏర్పాటు చేయడమైనది.

ఇక్కడ గుర్తించాల్సిన ఆసక్తికమైన విషయం ఏమిటంటే, రిజర్వేషన్లు స్పష్టంగా కొన్ని కులాలకు ప్రత్యేక ప్రాధాన్యత కల్పించడమనే ఏకైక విషయం. ఇది కులం, జాతి మరియు ఇతర ప్రాతిపదికన అటువంటి వివక్షను రద్దుచేసిన రాజ్యాంగానికి విరుద్ధమైనది. అయితే ఈ సందర్భంలో గుర్తించాల్సిందేమంటే, పుట్టుక ప్రాతిపదికన వ్యక్తి తాలూకు అంతస్తు స్థాయిని బలవంతంగా నిర్ణయించే భారతీయ కులవ్యవస్థ, సమానత్వం మరియు సామాజిక న్యాయానికి వ్యతిరేకం!

రిజర్వేషన్లు లేదా కోటాలు నిర్ణయాత్మక పోరాటాన్ని ముందుకు తీసుకువెళ్లే పద్ధతులే గానీ, నిశ్చయాత్మక చర్య దానంతట అదే పనిచేయదు. నిశ్చయాత్మక చర్య అనేది రిజర్వేషన్, కోటా లాగా అంతమయ్యే విషయం కాదు మరియు అది నిర్ధారించిన సంఖ్యలో వుండదు.

ఈ రిజర్వేషన్లు, కోటాలనేవి ప్రభుత్వం పరంగా, సామాజికంగా లేదా వ్యక్తిగతంగా ఎదురైన పక్షపాతాన్ని "సరిదిద్దడానికి" ఈ ఉపకరణాలుంటాయి. అననుకూల సమూహాలకు చెందిన వాళ్లు, తామంతట తాము ఏ తప్పూ చేయకపోయినా, అన్యాయం, అవమానకర లేదా వివక్షపూరిత ప్రవర్తనకు గురవుతూ వుంటారు. ఇప్పటిదాకా అటువంటి పక్షపాతానికి, వివక్షకు గురైన స్త్రీలకు, కొందరు వ్యక్తులకు, సమూహాలకు లేదా మైనారిటీలకు కులం, వర్గం, మతం, లింగం లేదా జాతికి ఇవి ఆసరాగా నిలబడతాయి.

నిశ్చయాత్మక చర్య యొక్క పరిధి రాజ్యాంగంలో దానంతట అదే వుండవచ్చు, వుండక పోవచ్చు, అయితే తక్కువగా చూడబడే, వివక్షకు గురయ్యే వారికి న్యాయం చేసే భావనలో సాధారణంగా పిలుచుకునే "నిశ్చయాత్మకచర్య (Confirmative Action)" లేదా "అనుకూల వివక్ష" తరాల సామాజిక, ఆర్థిక మరియు సాంస్కృతిక లక్షణాల్ని అరికడుతుంది. మరోమాటలో అది అధికారంలో వున్నవాళ్లు కుల, మత, వర్గ, జాతి ప్రాతిపదికన మైనారిటీల పట్ల, తక్కువ ప్రాతినిథ్యం పొందేవారి పట్ల దాష్టీకం చేయకుండా అడ్డుకుంటుంది.

క్లుప్తంగా చెప్పాలంటే, ఈ దాష్టీకం చట్టం మరియు కట్టుబాటు ఇచ్చిన సామాజిక అవకాశాలను తిరస్కరించింది. ఇది అధిక సంఖ్యలోని దళిత, బహుజన మరియు ఆదివాసీలను పేదరికంలోకి నెట్టింది, సామాజిక మరియు సాంస్కృతిక సంపద లేకుండా చేసింది. ఈ అంతరాన్ని పూడ్చేందుకు రాజ్యాంగం నిశ్చయాత్మక చర్యని తప్పనిసరి చేసి, తద్వారా జనం తాము కోల్పోయిన గౌరవాన్ని తిరిగి పొందడానికి తోడ్పడుతుంది.

విద్య అనేది చాలాకాలం నుండి విముక్తి, ఆధునికతనిచ్చే శక్తిగా గుర్తించారు. ఇది సామాజిక న్యాయ ప్రచారంలో ప్రధాన పాత్ర అయ్యింది. ఏదేమైనప్పటికీ, ప్రతి బాలబాలికకు విద్యని గ్యారంటీగా అందించే నైతిక బాధ్యత భారతీయ సంక్షేమ రాజ్యం గుర్తిస్తోంది, ఈ కల వాస్తవంలోకి రావడానికి ఇంకా చాలా దూరాన వుంది. కింది కులాలలోని మొదటిసారి చదువుకొంటోన్న తరాలు విదేశీ విద్యను నేర్చుకోవడంలోనే గాక అసూయతో కూడిన విద్యాబోధనా పద్ధతులతో కూడా పోరాడాల్సి వస్తోంది. ప్రజా జీవితంలో రిజర్వేషన్ల అమలు గురించిన చర్చ వీ.పీ.సింగ్ 1989లో మండల్ రిపోర్టును అమలు చేయాలనే ప్రకటనతో బాగా పెరిగింది. ఇది కులాధారిత రిజర్వేషన్లు మరియు

దాని సామర్థ్యం మీద విస్తృత నిరసనను మరియు చర్చను తిరిగి ప్రారంభించింది.

ప్రతిభ మరియు ద్వేష భాష:

ఢిల్లీలో మండల్ వ్యతిరేక నిరసన పతాకస్థాయిలో వున్నప్పుడు, వీధుల్లో మహిళా కళాశాల విద్యార్థినిలు ప్రదర్శనలు చేస్తోన్న ఫోటోలను వార్తాపత్రికలు ముద్రించిన విషయం ఉమా చక్రవర్తి పరిశీలించారు. వారు ప్రదర్శించిన ప్లకార్డులో ఇలా రాసివుంటుంది ''నిరుద్యోగులైన భర్తలు మాకొద్దు''(4). మహిళా విద్యార్థినులు తమ కొరకు కాదు, సామర్థ్యం కలిగిన భర్తల తరపున నిరసన నడిపారు(5). లక్నోలో వైద్య మరియు ఇతర విద్యార్థులు బూట్లకు పాలిష్ చేసి, కార్లను తుడిచి, రిక్షా తొక్కుతూ ప్రదర్శనలు నిర్వహిస్తూ, ఎక్కువ ప్రభుత్వ ఉద్యోగాలు రిజర్వేషన్ల కింద కేటాయిస్తే తామిలా మిగిలిపోతామని చూపించారు(6). ప్రతిభ అనే పదంతో మేధో సంపద మీద తమ పట్టుని వదులుకోవడానికి ఇష్టపడక, ఇంతటి ఓర్వలేనితనాన్ని నడివీధుల్లో ఎగువకులాల వాళ్లు ప్రదర్శించారు. ఇదే రిజర్వేషన్ల అమలుని అడ్డుకుంది, ఈ సందర్భంలో దళిత-బహుజనుల విద్యావంతుల నుండి కనీస స్పందనవచ్చింది. ఇప్పటివరకు కూడా అసిస్టెంట్ ప్రొఫెసర్ వంటి పోస్టుల్లో 27% ఓబీసీలకు ప్రారంభ స్థాయి, 15% ఎస్సీ మరియు 2.5% ఎస్టీల అన్ని స్థాయిల్లో సరైన ప్రాతినిధ్యం కోసం అంటూ 200రోస్టర్ పాయింట్ల పద్ధతిని UGC మరియు MHRD వాడుతోంది. ఈ 200రోస్టర్ పాయింట్ల ప్రకారం అన్ని కేంద్రీయ విశ్వవిద్యాలయాల్లో అన్ని కేటగిరీల కింద ఉద్యోగుల పరిస్థితి మీద ఆర్టీఐ చట్టం కింద అడిగిన సమాచారానికి సమాధానం ఇలా వుంది:

GRAND TOTAL (NON-NER CUs+NEW CUs+NER CUs
Statement of Teaching Staff Strength
(Category wise as on 30.06.2016 in Central Universities)

Professor	895	238	117	0	34	1284
Associate Professor	1496	448	254	0	87	2185
Assistant Professor	950	377	219	861	107	2514
Total No.	3241	1063	590	861	228	5983

సక్రమంగా అమలుపరచి ఉంటే 200 పోస్టుల్లో, తప్పకుండా 99పోస్టులు ఎస్సీ, ఎస్టీ మరియు ఓబీసీలకు పోగా మిగతా 101 జనరల్ కేటగిరీకి చెందేవి. ఇది అరుదుగా జరుగుతుంది. ఏదేమైనప్పటికీ, ఈ విధానాన్ని తప్పుపట్టి డిపార్టుమెంట్ల వారీగా రిజర్వేషన్ అమలుచేయమని అలహాబాదు హైకోర్టు ఆదేశించింది. కాబట్టి 13 రోస్టర్ పాయింటు

పద్ధతి మరల ప్రవేశపెట్టారు. ఇది ఎస్సీ లేదా ఎస్టీ లేదా ఓబీసీ అభ్యర్థులు విద్యారంగంలో ఉద్యోగావకాశాల ఆకాంక్షని అడ్డుకుంది. డిపార్టుమెంటుని ఒక యూనిట్‌గా పరిగణిస్తే, 7 కన్నా తక్కువ సీట్లున్న డిపార్టుమెంటుల్లో, భారతదేశ చరిత్ర, యూరోప్ చరిత్ర, మధ్యయుగ, ఆధునిక, ప్రాచీన చరిత్ర మెదలయిన ప్రత్యేక కేటగిరీలుంటే, ప్రత్యేకమయిన స్టడీ ప్రోగ్రాములు, చైర్లు మొదలైనవి ఉంటే దళిత బహుజనులకు ద్వారాలు మూసుకుపోతున్నాయి. అయినప్పటికీ అన్ని విజ్ఞతలు కలిగిన న్యాయస్థానాలు సిబ్బంది నియామకాలకు చెందిన ప్రస్తుతమున్న బ్యాక్‌లాగ్ విధానం మీద గానీ, దాన్ని ఎలా పరిష్కరించాలనేది గానీ ఏవిధంగానూ పట్టించుకోవడం లేదు.

అలహాబాదు కోర్టు తన తీర్పులో[7] UGC ని MHRD తో విషయం గురించి చర్చించి తదుపరి కార్యాచరణ తీసుకోమని స్పష్టంగా కోరింది. దీనికి భిన్నంగా యూనివర్సిటీ గ్రాంట్స్ కమీషన్ తీర్పుని అమలు పరుస్తూ అనేక యూనివర్సిటీలలో అంటే, బెనారస్ హిందూ యూనివర్సిటీ మరియు పంజాబ్ మరియు తమిళనాడు సెంట్రల్ యూనివర్సిటీలలో సిబ్బంది నియామకానికి నోటిఫికేషన్ జారీచేసింది. పంజాబ్ సెంట్రల్ యూనివర్సిటీ 2018 జులై 1వ తేదీన (Advt.No. CUPB/ 18-19/003), అన్ని రకాల డిపార్టుమెంటులోని అన్ని స్థాయిల్లో 57పోస్టులకు ప్రకటన జారీచేసింది. అన్ని 15 ప్రొఫెసర్ పోస్టులు, 25 అసోసియేట్ పోస్టులు మరియు 12 అసిస్టెంట్ పోస్టులు రిజర్వుకోటా వెలుపల వున్నాయి. అందులో కేవలం 2 ఓబీసీలకు 3పోస్టులు దివ్యాంగులకు ఎంట్రీ లెవల్లో దక్కాయి. తమిళనాడు సెంట్రల్ యూనివర్సిటీలో (Advt.No.04/2018, Dated14/06/2018), పలుస్థాయిల్లో 39 ఉద్యోగాలకు బహిరంగ ప్రకటన ఇవ్వగా, అన్నీ రిజర్వు కోటా బయటికి వెళ్లాయి, కేవలం 2పోస్టులు దివ్యాంగులకు వెళ్లాయి. రాజస్థాన్ సెంట్రల్ యూనివర్సిటీలో (Advt. CURAJ/F.99/2018/761, dated 25/05/2018), పలు స్థాయిల్లోని 33 పోస్టులకు గాను, అన్ని రకాల డిపార్టుమెంటుల్లోని అన్ని పోస్టులు రిజర్వేషన్ వెలుపల వున్నాయి, 2పోస్టులు దివ్యాంగులకు దక్కాయి.

(వివరాలు అనుబంధ పట్టికలో చూడవచ్చు.)

మోడీ ఆర్థికశాస్త్రం-చిక్కుముడులు విప్పడం:

భావజాల పరంగా, సంఘ్ పరివార్ కృతకంగా ఒక భావనను అల్లింది. దానిపేరు తమ 'హిందూ సోదరత్వం'. దీన్ని నమ్మించాలంటే రిజర్వేషన్ వుండకూడదు. తప్పనిసరై వాళ్లు రిజర్వేషన్ ఒప్పుకుంటే, అప్పుడు కులం వుండడాన్ని ఒప్పుకోవాల్సి వస్తుంది. అది వారికి రాజకీయంగా ఆత్మహత్యా సాదృశ్యం. అఖండ భారత్ మరియు మండల్ అనేవి పరస్పరం విరుద్ధమైనవి. గత కొద్ది సంవత్సరాలుగా పటేదార్లు, జాట్లు, మరాఠాలు మరియు కాపులు తరచుగా చేస్తోన్న ఉద్యమాలు చూస్తున్నాం. వారిని శాంతపరిచేందుకు ఎగువ కులాలలోని ఆర్థిక బలహీన వర్గాలకు 10% ప్రకటించింది. ఈ విధానం పరస్పర వైరుధ్యాలతో చిక్కుకుని వుంది.

కుల ప్రాతిపదికన జనాభా లెక్కలు లేకుండా బలహీన వర్గాలను ఎలా లెక్కిస్తారు? ఒక ఎకరం భూమి కలిగిన వ్యక్తి లక్షలలో, పట్టణ ప్రాంతాలలో కోట్లలో వుంటాడు. ఇండియాలోని ఆదాయపన్ను సీలింగ్ ప్రకారం వ్యక్తి ఆదాయం 2.5 లక్షలుంటే అతడు ఆదాయపన్ను కట్టాలి. అలాంటప్పుడు సంవత్సరానికి 8లక్షల ఆదాయం కలిగిన వ్యక్తి ఆర్థికంగా పేదవాడని ఎట్లా సమర్థిస్తారు? ఏ రాష్ట్రంలో లేదా సెంట్రల్ యూనివర్సిటీలోని అసిస్టెంట్ ప్రొఫెసర్ కూడా సాలుసరి 8లక్షలు సంపాదించలేడు. ఇదే ఆదాయం ఓబీసీల విషయానికొస్తే క్రీమీలేయర్ అవుతుంది. ఈ మోడీ అర్థశాస్త్రంలో హేతుబద్ధత వుందా?

ఈ దుందుడుకు చర్యలు ఆర్టికల్15 మరియు 16కి ప్రాతినిధ్యం వహించే రిజర్వేషన్ల కోసం వున్న రాజ్యాంగంలోని నిబంధనలకు భంగం కలిగిస్తాయి. ఒకపక్క మహిళలకు రిజర్వేషన్ బిల్లు మరియు ప్రైవేటురంగంలో రిజర్వేషన్ బిల్లు పార్లమెంటులో కొన్ని ఏళ్లుగా పెండింగులో వుండగా, 10% రిజర్వేషన్ బిల్లు 48గంటల్లో పార్లమెంటులోని ఉభయ సభల్లోకి వెళ్లింది. ఇటీవలి ఎన్నికల్లో ఓటమి నేపథ్యంలో ఎగువకులాలను దువ్వడానికా ఇదంతా? ఎన్నడూ చూడని దూకుడుతో UGC మరియు MHRD తాజా ఉత్తర్వులను ప్రస్తుత విద్యాసంవత్సరం నుండే మెదలుపెట్టాయి. ఇది బాగుంది, మరి ఇప్పటిదాకా లెక్కించి మరియు భర్తీ చేయని ఎస్సీ లేదా ఎస్టీ మరియు ఓబీసీల బ్యాక్‌లాగ్ ఖాళీ స్థానాల సంగతేమిటి? బ్రాహ్మణ సంస్థలు ఈ పోస్టులను భర్తీ చేయడానికి ఎప్పటికీ ఆసక్తి చూపవు. ఇక్కడ తేటతెల్లమయ్యేదేమిటంటే అధికారం తప్పుడు లెక్కల్లో మునిగితేలుతోంది.

ప్రతి కంటిలోని ప్రతి కన్నీటి చుక్క తుడిచే లక్ష్యాన్ని గాంధీ తన జీవితంలో పాటించాడు. నెహ్రూ తన 'విధితో ఒప్పందం'లో చెప్పినట్లు "ప్రతి కంటిలో ప్రతి కన్నీటి చుక్క తుడవడమే, మన తరంలోని గొప్పవాళ్ల ఆకాంక్ష. అది మనకు సుదూరమే కావచ్చు, అయితే కన్నీళ్లు మరియు వెతలు వున్నంతవరకూ మన పని ఇంకా పూర్తికానట్లు".

గోవాల్కర్ మరియు సావర్కర్ల వారసులారా! అంబేద్కర్ ప్రకారం, నువ్వు చరిత్రను మర్చిపోతే చరిత్రని సృష్టించలేవు.

--★★--

Notes:

1. The Constitution defines the "State" as the "Government and Parliament of India and the Government and the Legislature of each of the States."

2. The draft constitution, produced by the Constituent Assembly's Drafting Committee headed by B.R. Ambedkar, included Muslims and Indian Christians among the beneficiaries of reservations in legislatures

3. In 1990, a five-member commission replaced the Officer for Scheduled Castes and Scheduled Tribes

4. Chakravarti, Uma. Gendering Caste through Feminist Lens, Stree, 2006, p.3.

5. Naqvi Bhaumik, Saba. "Decision to implement Mandal Commission report stirs up protests across India", India Today, September 30, 1990. Available at: https://www.indiatoday.in/magazine/special-report/story/19900930-decision-to-implement-mandal-commission-report-stirs-up-protests-across- india-813545-1990-09-30. Accessed 17th Jan 2019, 10.40 pm.

6. SLP(C) Diary No. 14318/2018, Supreme Court of India, Record of Proceedings, Section XI.

7. Court No 37, Writ-A No-43260 of 2016, Allahabad High Court Judgment Copy, 7/4/2017.

రిజర్వేషన్ల పట్ల అపహాస్యం

BY NEW ROSTER SYSTEM

More than 90% of reserved vacancies in 6 out of 9 universities will be converted into unreserved vacancies

University	Adverted Vacancies	Old Formula (200 Point Roster)				New formula (Dept. wise Roster)				Reserved vacancies	Reserved Seats Converted
		UR	OBC	SC	ST	UR	OBC	SC	ST		
Rajasthan Central University	33	15	9	5	3	13	0	0	0	17	100
Sampurnanad Sanskrit University	99	51	26	15	8	79	13	7	0	28	59
Banaras Hindu University	60	31	15	9	5	52	8	3	0	21	62
Atal Bihari Vajpayee Hindi University	18	11	4	2	1	18	0	0	0	7	100
Haryana Central University	80	41	21	12	6	80	0	0	0	39	100
TamilNadu Central University	65	33	18	9	5	63	1	0	0	30	94
Punjab Central University	58	29	15	9	5	51	2	0	0	22	93
Jharkhand Central University	63	32	16	10	5	58	4	1	0	26	84
Indiragandhi National Tribal University	52	32	12	6	2	51	1	0	0	19	95

Data Source: Advertisement of various Universities, Indian Express

EWS రిజర్వేషన్, అంబేద్కర్ ఆశించిన ప్రాతినిథ్యం లేనివారి ప్రాతినిథ్యాన్ని తలకిందులు చేస్తుంది

-ప్రదీప్ దోభ్లే.

*("ఎగువ కులాలు అనబడే వారికి కోటా ఇవ్వడంలోని రాజ్యాంగబద్ధత, అభ్యుదయం మరియు ఎస్సీ/ఎస్టీ/ఓబీసీ/ పాస్‌మాంద ప్రాతినిథ్యం మీద దాని ప్రభావం అనే అంశం మీద చర్చ" పై **2019, ఫిబ్రవరి,25**న ముంబాయిలోని ముంబయి మరాఠీ పత్రకార్ సంఘులోని ప్రసంగ పాఠం. ప్రసంగానికి అక్షరరూపం ఇచ్చినవారు వినయ్ షిండే).*

రాజకీయ, సామాజిక మరియు లీగల్ విషయాల్లో ఘనత వహించిన సురేశ్ మానే గారు, ఆర్థికంగా వెనకబడిన తరగతుల విషయంలో, అతడు అటువంటి ఒక తరగతి ఇక్కడ లేదన్నారు. అయితే రాజ్యాంగంలో, లేదా దాని సవరణలో, వారు అంటే అర్థిక తరగతి ఒక కులం. వారు ఎస్సీ కాదు, ఎస్టీ కాదు, ఓబిసి కాదు. ఇండియాలో కులం లేకుండా ఎవరూ వుండరు. కాబట్టి ఆ10శాతం ఎస్సీలకు ఇవ్వరు, ఎస్టీలకు ఇవ్వరు, ఓబిసిలకు ఇవ్వరు. అంటే మిగిలిన వాళ్ళు కూడా ఒక కులం. కాబట్టి అది ఒక కులానికి చెందుతుంది. ఆ కులం ఏదంటే, సంవత్సరానికి 8లక్షల ఆదాయం కలిగినది.

మానే గారు, ఓట్లు కురిపించే గిమ్మిక్ కాదు ఆర్థికంగా రిజర్వేషన్ కల్పించడం అంటారు. అయితే కావచ్చు! మరి అలాంటప్పుడు వారు 10శాతం రిజర్వేషన్‌తో ఎందుకు వచ్చారు? ఎందుకంటే అది ఓట్లను తెస్తుంది. రిజర్వేషన్ ఉద్యోగాలను తేకపోవచ్చు, అయితే రిజర్వేషన్ ఓట్లని తెస్తుంది, అదే నేను చెప్పదల్చుకున్నది.

ప్రస్తుత ప్రభుత్వం (బీజేపి ప్రభుత్వం) యువతకు 2కోట్ల ఉద్యోగాలు ఇవ్వడంలో విఫలమైంది. అందరూ నిస్పృహలో వున్నారు. మహారాష్ట్రలోని మరాఠా కమ్యూనిటీ యువత వాళ్లకి ఉద్యోగం రాకపోవడానికి కారణం వారికి రిజర్వేషన్ లేకపోవడ మనుకొంటోంది. కాబట్టి ''నేను రిజర్వేషన్ కింద వుంటే నాకు ఉద్యోగం వస్తుంది'' అని వారు భావిస్తున్నారు. ఈ భ్రాంతి వాళ్ళు కల్పించారు. ఈ భ్రాంతిలోనే లక్షలాది మంది ప్రజలు (4-5లక్షలు) సుమారు 32మోర్చాలు మహారాష్ట్రలో వున్నాయి. ఇది రిజర్వేషన్ కొరకు లిమ్కా రికార్డ్స్‌లోకి చేరే విషయం!

ఓబిసిల విషయానికొస్తే కూడా, మీకు ఉద్యోగాలు రావు, ఎందుకంటే ఆ ఉద్యోగాలు ఎస్సీ/ఎస్టీలకు తెచ్చుకుంటారు కాబట్టి. అలా ఓబీసి వారిని ఎస్సీ/ఎస్టీలకు శత్రువులుగా చేశారు. అక్కడ ఊదరగొట్టేవారున్నారు, వ్యూహకర్తలు వున్నారు. వాళ్ళు జనాల మెదళ్ళని రూపొందిస్తున్నారు, వాళ్ళు గ్రూపులను తయారు చేస్తున్నారు, గ్రూపులలోని ప్రజల్ని పరస్పరం కొట్టుకునేలా చేస్తున్నారు. కాబట్టి బ్రాహ్మణుల కింద, ఎస్సీ/ఎస్టీ/ఓబిసి పైన అంటే మధ్యలో ఒక తరగతి ఏర్పరచి వారిని ఆ కల్పిత భ్రాంతిలో పెడుతున్నారు. నువ్వు రిజర్వేషన్ ప్రయోజనాలు సాధిస్తే, ఉద్యోగాలు పొందవచ్చు అని నూరిపోశారు. కాబట్టి మరల గ్రూపులు తయారు చేయడం, అ గ్రూపుల సహాయంతో ఓట్లు సాధించడం.

మహారాష్ట్రలోని ధర్భంగార్లను ఉదాహరణగా తీసుకుంటే, వాళ్ళు మొదట కాంగ్రెస్ చేత మోసగింపబడినారు. ఇప్పుడు బీజేపి చేతిలో మోసపోయారు. ధర్భంగార్లు రిజర్వేషన్లు తెచ్చుకోలేకున్నారా? ధర్భంగార్లు రిజర్వేషన్ తెచ్చుకుంటున్నారు, అయితే మునుపు చెప్పిన విధంగా ఉద్యోగాలు తెచ్చుకోలేకున్నారు, ఎందుకంటే నువ్వు ఓబిసివి అంటున్నారు. కాబట్టి ఎస్టీ రిజర్వేషన్ తెచ్చుకుంటే ఉద్యోగం వస్తుంది!

ఇలా వందలు మరియు వేలలో ధర్భంగార్ల కుల యువత భ్రాంతిలో నడుస్తోంది. "నేను ఎస్టీ అయితే నాకు ఉద్యోగం వస్తుంది" అని వాళ్ళు అనుకొంటున్నారు. ఉద్యోగాలు లేవు, అయితే రిజర్వేషన్లు ఉద్యోగంలో కూర్చోబెడతాయి అనే భ్రాంతిలో ఉంచి, నీకు ఓబిసిలో రాకపోతే, ఎస్టీలో వస్తుంది అని నమ్మిస్తున్నాయి. ఇందులో చాలా రాజకీయాలు వున్నాయి. చివరిసారి మహారాష్ట్ర ముఖ్యమంత్రి ధర్భంగార్ల వద్దకు పోయినప్పుడు మీకు ఎస్టీ రిజర్వేషన్ కల్పిస్తానన్నారు. ధర్భంగార్లు ఓటేశారు. మహాదేవ జంకర్ అనే ఆయన ఈ గ్రూపుకు నాయకుడు. వాళ్లు మరాఠాలకు రిజర్వేషన్ ఇస్తామని చెప్పారు, ఇచ్చారు. అయితే అవిప్పుడు అంగీకరింప బడతాయా, లేదా అనేది కోర్టు చేతుల్లో వుంది. ఒక రాజకీయనాయకుడిగా నా పాత్ర నేను పోషించాను, నేను రిజర్వేషన్ ఇచ్చాను. కోర్టు దాన్ని అంగీకరించక పోతే నేనేం చేయను? నేను నిస్సహాయుడిని అంటాడు. అయితే ఈ పనులు ఎన్నికల్లో వోట్లు తెస్తాయి, ఈ గిమ్మిక్కులు మరియు కనికట్లు.

అంబేద్కర్ ఇచ్చిన రిజర్వేషన్ ప్రాధమిక ఉద్దేశ్యం, ప్రాతినిధ్యం లేనివారికి ప్రాతినిధ్యం కల్పించడానికే. వాస్తవానికి ఇప్పుడది లేదు. "బ్రాహ్మణుల్లో మరియు ఇతర ఎగువ కులాల్లో పేదప్రజలు లేరా? ఎస్సీ/ఎస్టీ/ ఓబిసిలలో మాత్రమే పేదలు వున్నారా? వాళ్లకు రిజర్వేషన్ ఇవ్వవద్దా?" అనే లాజిక్ ఇప్పుడు నడుస్తోంది.

పూలే, సాహు, అంబేద్కర్ నడయాడిన మహారాష్ట్ర మరియు తమిళనాడు (పెరియార్ నడయాడిన ప్రాంతం) తప్ప నేను ఇతర రాష్ట్రాలకు వెళ్ళిన చోటల్లా ఎస్సీ/ఎస్టీ/ ఓబిసిలు దీన్ని సింపుల్‌గా అంగీకరిస్తున్నారు. వాళ్ళు "అవునండి, పేద బ్రాహ్మణులు వున్నారు

కదా!'' అంటారు. ఒక ఊరిలో పేద బ్రాహ్మణుడు వుండేవాడు అనేది తరచూ నిరంతరాయంగా చెప్పే కథ. రాష్ట్రీయ జనతాదళ్‌కి చెందిన ఒకే ఒక పార్లమెంటు సభ్యుడు ''ఒక ఊర్లో ఒక పేద బ్రాహణుడి కథ చిన్నతనం నుండి మేం వింటూనే వున్నాం, ఎందుకు పేదవాడుగా ప్రతిసారీ బ్రాహ్మణుడే వుంటాడు?

ఎందుకంటే, ఇతరుల గురించి కథలు రాయాల్సిన అవసరం లేదు. ఎస్సీ/ఎస్టీ/ ఓబిసిలు ఎలాగూ పేదలై వుంటారు. వాళ్ళ గురించి కథలు ఎందుకు రాయాలి? వాళ్ళు ఇప్పటికే దరిద్ర నారాయణులని పిలుస్తున్నారు. అంటే దరిద్రుడు మరియు నారాయణుడు. అయితే ఒక పేద బ్రాహ్మణుడి కథ నిరంతరాయంగా నడుస్తూనే వుంటుంది. ఇదే సంభాషణ నడుస్తుంది, నువ్వు (ఎస్సీ/ఎస్టీ/ ఓబిసి) గా పొందావు, కాబట్టి వారికి (బ్రాహ్మణులకు) రిజర్వేషన్ ఇవ్వాలి. ఇలా ఆర్థికంగా వెనుకబడిన వారికి 10శాతం రిజర్వేషన్ అంగీకరింప జేశారు. డా. సురేశ్ మానే చెప్పినట్లు, ఓబీసిలకు ప్రాతినిథ్యం వహించాల్సిన సమాజ్ వాది పార్టీ, లేదా షెడ్యుల్డ్ కాస్ట్‌లకు, బహుజనులకు గొప్ప నాయకురాలు మాయావతి గానీ బలవంతంగా ఇందుకే 10% రిజర్వేషన్లకు ఓటేయాల్సి వచ్చింది.

మనకు తెలుసు వారికీ ఇది అర్థమైందని, ఐతే ఎన్నికలను గమనించి నాయకులు నిర్ణయాలు తీసుకోవాలి. వాళ్ళు వివరించలేక పోతే, అత్యధిక పేదలు ఓటేయక పోవచ్చు. అయితే ఇందులకు మినహాయింపుగా కొందరున్నారు, MIM పార్టీకి చెందిన ఒవైసీ, ఇది అంబేద్కర్ రాజ్యాంగానికి అవమానమని పార్లమెంటులో ప్రకటించారు. ఈ విషయంలో అతడు గళమెత్తాడు, ఆర్జేడీ ఎంపీ కూడా వ్యతిరేకించాడు. అలాగే తేజస్వి యాదవ్ మాట్లాడుతూ ''సవర్ణులు 10శాతం తీసుకోనివ్వండి. వెనకబడిన కులాల వాళ్ళు 90శాతం తీసుకుంటారు''అన్నాడు. అయన ఆ మాత్రమైనా అన్నాడు.

పార్లమెంటును వదిలేసి, బయటికొచ్చి మాట్లాడితే, దక్షిణాదిన డిఎంకె బహిరంగంగా ప్రకటించింది. ఈ ఆర్థిక బలహీన వర్గాలకు వ్యతిరేకంగా స్టాలిన్ ధర్నా చేశారు. 10శాతానికి వ్యతిరేకం అని ప్రకటించారు. సుప్రీంకోర్టులో పిటిషన్లు వున్నాయి. ఆలిండియా ఫెడరేషన్ ఆఫ్ ఓబిసి ఎంప్లాయిస్ వెల్ఫేర్ అసోషియేషన్‌కు నేను సెక్రెటరీని. కాబట్టి మా అసోసియేషన్ కూడా సుప్రీంకోర్టులో పిటిషన్ దాఖలు చేసింది. మా జనరల్ సెక్రటరి అయిన కరుణానిధి ఈ విషయంలో చర్యలు తీసుకుంటున్నారు.

కాబట్టి ఇలా ''బ్రాహ్మణులలో పేదలు లేరా?'' అనే వాదన మొదలు పెడతారు. అప్పుడు నువ్వు ''రిజర్వేషన్ అనేది కడుపు నింపేదా?, లేక అది సామాజిక ప్రాతినిథ్యానికా?'' అని తిరుగు ప్రశ్న వేయాలి. రాజ్యాంగపు మొత్తం ప్రాతిపదిక రిజర్వేషన్. మొత్తం స్వాతంత్ర పోరాటం రిజర్వేషన్/ ప్రాతినిథ్యం కోసమే. మన భారతీయుల కన్నా బ్రిటిష్ వారే భారతీయులకు బాగా ప్రాతినిథ్యం వహించారు. అలాంటపుడు ఎందుకు స్వాతంత్రం?

ఎందుకంటే మనం భారతీయులం మన దేశానికి మనమే ప్రాతినిధ్యం వహించాలి. ఇది ప్రాతినిధ్య విషయం. స్వాతంత్రం తర్వాత ఏమిటి, కుర్చీ దగ్గరకొచ్చి అందులో కుర్చోలేని వేల సంవత్సరాల దుస్థితిలోని వారికి ప్రాతినిధ్యం కల్పించడం. ఎస్సీ/ఎస్టీ/ఓబిసి లకు స్వాతంత్రంలో సమానత కల్పించడం. ఇది రాజకీయ గిమ్మిక్కో అలాంటిది మరోటో కాదు. ఇక్కడ కొంతమంది మాత్రమే కూర్చున్నట్లు కనిపిస్తుంది,

అయితే మనం డా.అంబేద్కర్ స్ఫూర్తిని ముందుకు తీసుకువెళ్ళే వాలంటీర్లం. ఆ స్ఫూర్తి అతడి రాజ్యాంగంలో కలసి వుంది, అది రాజ్యాంగంలోని రిజర్వేషన్ ప్రాతినిధ్యానిది, ఆ ప్రాతినిధ్యం ఆ ప్రజల స్వాతంత్రానిది. ఇలా కాకపోతే మనం బానిసలై మిగిలేవాళ్ళం. కాబట్టి ఎన్ని అడ్డంకులు ఎదురైనా మనం సమాజంలో వాదిస్తూ వుండాలి.

ఇది కడుపు నింపడానికని వాళ్ళంటే, దానికి మనమివ్వాల్సిన సమాధానం ఏమిటంటే, కొందరు పేదలు వుండవచ్చు, వాళ్లకి క్లాస్4 ఉద్యోగాలలో రిజర్వేషన్ ఇవ్వమనాలి. స్వీపర్, హెల్పర్, క్లీనర్, మరుగుదొడ్లు కడిగేవాళ్ళు వంటి ఉద్యోగాలున్నాయి. వాటిల్లో 10 శాతం రిజర్వేషన్ ఇవ్వాలి. ఇది రెండు ఉద్దేశ్యాలని నెరవేరుస్తుంది. మొదటిది ఏమిటంటే ఎవరి చేతిలో చీపురుకట్ట లేదనుకుంటున్నారో వారి చేతిలోకి చీపురుకట్ట వచ్చి, రిజర్వేషన్ వల్ల పేదరికం తొలుగుతుంది అనే వారికి సమాధానం చెబుతుంది. సుప్రీంకోర్టులో మనం చెప్పాల్సింది ఏమంటే, ఈ ప్రత్యేక రిజర్వేషన్ దొడ్లు కడిగే పనికోసం కాదని చెప్పడం, వాళ్ళు కలెక్టర్లు మరియు కమీషనర్లు కావాలనుకొంటున్నారు. మరియు విద్యాసంస్థలలో ప్రవేశం పొంది డాక్టర్లు మరియు ఇంజినీర్లు కావాలను కొంటున్నారు.

ఇప్పుడున్న గణాంకాల ప్రకారం, ఎస్సీ/ఎస్టీ/ఓబిసి లకు 50శాతం రిజర్వేషన్ ఉన్నప్పటికీ, 65-75శాతం క్లాస్1 స్థాయిల్లో, ఐఏఎస్/ఐపిఎస్ స్థాయిల్లో ఇప్పటికీ బ్రాహ్మణులు మరియు ఇతర ఎగువ కులాల వాళ్ళే వున్నారు. ఇప్పుడుగనక 10శాతం EWS రిజర్వేషన్ ఇస్తే అది 75-80 శాతం అవుతుంది. అంటే ఇదివరకే ప్రాతినిధ్యం అనుభవించే వారికి దాన్ని మరింత పెంచడం. ఎన్నాళ్ళు ఇలా?

కేవలం మూడు రోజుల్లో ఆర్టికల్ 340 రాజ్యాంగంలో రాయడం జరిగింది. దాన్ని అమలుపరచడానికి ఎన్ని సంవత్సరాలు పడుతుంది? 1950 నుండి 1990 వరకూ 40 సంవత్సరాలు? దాని తర్వాత క్రీమీలేయర్ నిబంధన పెట్టారు. రాజ్యాంగం వల్ల ఎస్సీ/ఎస్టీ రిజర్వేషన్ ఇచ్చారు. బాబాసాహెబ్ అంబేద్కర్ బ్రిటిష్ వారితో రౌండ్ టేబిల్ కాన్ఫరెన్స్‌లో సమావేశం అయ్యారు. వాళ్లకు వేల సంవత్సరాల పోరాటాలు, వెతలు చెప్పారు, బానిసత్వం చెప్పారు. వేలాది సంవత్సరాల బానిసత్వానికి పరిహారంగా, ఒక పెద్ద పోరాటం తర్వాత 1950లో రాజ్యాంగంలో వాటిని చేర్చారు.

మేం బ్రిటిషర్లకు బానిసలమైతే, గాంధీ కూడా మాలాగే బ్రిటిషర్లకు బానిస అయితే అప్పుడు చట్టం బ్రిటిష్-గాంధీ చట్టం లేదా బ్రిటిష్-అంబేద్కర్ చట్టం అయ్యేది, కానీ గాంధీ-అంబేద్కర్ ఒప్పందం జరిగింది. ఎందుకంటే, స్వాతంత్రానికి ముందు, ప్రాతినిధ్యం కోసం ఒక అంగీకారానికి వచ్చిన తర్వాత, ఈ దేశంలో రెండు కమ్యూనిటీల నాయకులు వాళ్ళిద్దరి మధ్య ఒప్పందం చేసుకున్నారు, అది ప్రత్యేక నియోజక వర్గాలు కాకుండా, సంయుక్త నియోజక వర్గాల కోసం అనే విషయం ఇప్పుడు అప్రస్తుతం, అయితే అప్పటినుండి ప్రాతినిధ్యం అనేది మొదలైంది.

ఇప్పుడు రిజర్వేషన్ వాడుకునే వాళ్ళు తగ్గిపోతున్నారు. వాళ్ళెందుకు తగ్గిపోతున్నారు? ఎందుకంటే రిజర్వేషన్ పరిధి తగ్గిపోతోంది. ఎందుకంటే అన్ని ప్రభుత్వ రంగాలు ప్రైవేటుపరం కాబడుతున్నాయి. ఇప్పుడు ప్రైవేటురంగం లోను రిజర్వేషన్లు ఇవ్వాల్సిందేనని చెప్పాల్సిన సమయం వచ్చేసింది. ఈ దేశంలోనుండే పెట్టుబడిదార్లు రోడ్లు, విద్యుత్, భూమి వనరులు వాడుకొంటున్నారు, ముడి వనరులతో సహా. కాబట్టి అక్కడ కూడా రిజర్వేషన్ వుండి తీరాలి.

రాంచిలో 27శాతం రిజర్వేషన్ కావాలని ఓబిసిల నుండి ఒక డిమాండ్ వుంది. 52శాతం ఇతర వెనకబడిన కులాలున్నాయి కాబట్టి 52శాతం రిజర్వేషన్ వాళ్ళు పొందాలనేది వారి వాదన. విధాన సభ మైదానంలో 50వేల మంది జనం సమావేశమయ్యారు. బీహార్ అంబేద్కర్ గా గుర్తింపబడిన అర్.ఎల్.చందూరి అతని కుమారుడు ర్యాలీలో వున్నారు. 27శాతం రిజర్వేషన్ సాధించాలని ప్రతి ఒక్కరి టోపీ మీద రాసుకున్నారు. వేలాదిగా తరలివచ్చిన జనం వీధుల్లో ఉన్నారు. వాళ్ళు రిజర్వేషన్ కోసం వస్తున్నారు. అగ్రవర్ణాలకు 10శాతం రిజర్వేషన్ ఇస్తున్నారు, కాబట్టి మాకు 27శాతం రిజర్వేషన్ ఇవ్వాలి. ఇక్కడ 27శాతం ఎందుకంటే, మండల్ కమీషన్ అధికారికంగా ఇచ్చిన సంఖ్య. మనం ఇప్పుడున్న 27శాతం దగ్గరే వుంటున్నాం, 52శాతం అనే అత్యంత హేతుబద్ధమైన ముగింపులో లేం! అక్కడ సుదేశ్ మెహతో చెప్పినదాని ప్రకారం, ఝార్ఖండ్ లోని కొన్ని జిల్లాలలో ఇతర వెనకబడిన కులాలకు 0శాతం రిజర్వేషన్ వుంది. ఇవి సుమారు 12-13 జిల్లాలు వున్నాయి.

అసలు ఈ 27శాతం రిజర్వేషన్ ఓబీసిలకు ఎలా ఇచ్చారో తెలుసా? ఎందుకంటే డా.మానే చెప్పినట్లు 50శాతం సీలింగ్ రిజర్వేషన్ మీద వుంది. ఇండియాలో జనాభా ప్రకారం 15శాతం ఎస్సీ, 7.5శాతం ఎస్టీ, అంటే రెండూ కలిపితే 22.5. ఈ మొత్తాన్ని 50లోంచి తీసేస్తే మిగిలిన 27శాతం ఓబిసిలకు. ఎస్సీ/ఎస్టీ లకు వారి జనాభా ప్రకారం ఇచ్చారు. అంటే 50లో మిగిలిన దాన్ని ఓబిసిలకు ఇచ్చారు. ఇలాంటిదే మహారాష్ట్ర లోని నందుర్బార్ జిల్లాలో వుంది, అక్కడ 6శాతం ఓబిసిలకు వుంది, ఇలాగే గడ్చిరోలి జిల్లాలో కూడా.

కాబట్టి ఝార్ఖండ్ లో 12నుండి 13 జిల్లాలలో ఎస్సీ, ఎస్టీలు కలుపుకొని 50శాతం జనాభా దాటుతుంది. అంటే ఎస్సీ, ఎస్టీ కలుపుకొని 50శాతం వాడుకుంటే, జనరల్ కోటాకు 50%పోతే, ఓబిసిలకు మిగిలింది సున్నా అన్నమాట. ఇప్పుడు ఈ 10శాతం రిజర్వేషన్ చూస్తే, కనీసం ఆయా జిల్లాలలో, రిజర్వేషన్ సాధారణంగా 3స్థాయిల్లో ఇస్తారు, కేంద్ర, రాష్ట్ర మరియు జిల్లాస్థాయిలో (జిల్లా పరిషత్ టీచర్లు, అధికార్లు మొదలైన వాళ్ళు రిజర్వేషన్ కలిగివున్నారు).

కాబట్టి అక్కడ 10శాతం అమలుపరిస్తే, అంటే మొదట ఎస్సీ/ఎస్టీ లకు వారి జనాభా ప్రకారం పొందితే, ఎస్సీ/ఎస్టీ/ఓబిసికి చెందని సంవత్సరానికి 8లక్షల ఆదాయం వున్నవాళ్ళు 10శాతం పొందుతారు, అయితే 8లక్షల సాలుసరి ఆదాయం వున్న ఓబిసిలు మాత్రం రిజర్వేషన్ పొందలేరు. కాబట్టి రేపు 8లక్షల లోపు వున్నా నాకు 10శాతం రిజర్వేషన్ ఇవ్వమని ఎవరైనా అడిగితే రిజర్వేషన్ ఇవ్వరు, ఎందుకంటే అతని సర్టిఫికేట్ నందు ఓబిసి అని వుంటుంది కాబట్టి. నీవు ఓబిసి సేవా సంఘ అధ్యక్షుడు అని పిలిపించుకొంటున్నావు కాబట్టి నేనీ విషయాన్ని ఎత్తి చూపిస్తున్నాను. ఎందుకంటే ఈ విషయం నిన్ను కోర్టుకు చేర్చుతుంది.

అంటే ఈ ఒప్పుదల ప్రకారం ఓబిసిలకు ప్రాతినిధ్యం లేదు. డా. మానే చెప్పినట్లు 8 లక్షలు దాని కన్నా తక్కువ పరిమితిని ''పేదరికం''గా నిర్వచించిన దేశంలో 5లక్షలు మరియు దానికి మించి వుంటే పన్ను విధింపులోకి వస్తుంది. అంటే 5 లక్షల కన్నా ఎక్కువ సాలుసరి ఆదాయం వుంటే పన్ను పరిధిలో వుంటారు. అయితే ఈ ఆర్థిక రిజర్వేషన్ ప్రకారం 8లక్షల కన్నా తక్కువ వుంటే పేద! అసలు ఇక్కడ ఏం జరుగుతోంది?

వివిధ కమీషన్ల విషయానికొస్తే, వెనుకబడిన కులాల జాతీయ కమీషన్ విషయానికొస్తే, మండల్ కమీషన్ వల్ల అది ఏర్పాటయ్యింది, అదిప్పుడు 2018 ఆగస్టునెలలో దానికి రాజ్యాంగ ప్రతిపత్తిని ఇచ్చారు. అయితే ఈ జాతీయ కమీషన్‌కు చైర్మెన్‌ను నియమించ లేదు. కాబట్టి మొత్తానికి ప్రభుత్వ వ్యూహం ఏమిటంటే, వారు రిజర్వేషన్ స్ఫూర్తికి విరుద్ధంగా వెళ్తున్నారు, అంటే రాజ్యాంగ స్ఫూర్తికి విరుద్ధంగా వెళ్తున్నారు.

కాబట్టి మనం మన ప్రజల్ని చైతన్యవంతుల్ని చెయ్యాలి. వాళ్లు రాజ్యాంగానికి ఉపద్రవం తెస్తున్నారు, వాళ్లు రాజ్యాంగ స్ఫూర్తికి తూట్లు పొడుస్తున్నారు. ఇప్పుడిది అర్థం చేసుకోకపోతే, చాలా ఆలస్యం అవుతుంది. సురేశ్ మానే చెప్పినట్లు న్యాయవ్యవస్థ సంస్కృతిని గురించి కూడా విచారిస్తే, న్యాయవ్యవస్థ అంగీకరించవచ్చు, అంగీకరించక పోవచ్చు. అయితే వారు రాజ్యాంగ సవరణచేశారు, న్యాయస్థానం యథాస్థితిని ఇవ్వలేదు, అంటే వినాలనుకొంటోంది. అప్పుడు 50% పరిమితి దాటరాదంటే, అప్పుడది 9మంది న్యాయమూర్తుల బెంచ్ అయి ఉండాలి. అప్పుడు అది 9మంది బెంచ్ తీర్పుని ఒకవైపు

మరోవైపు రాజ్యాంగ సవరణను చూస్తే, రాజ్యాంగ సవరణనే తూగుతుంది, ఎందుకంటే ఉభయసభలలోని గొంతుక భారతీయ ప్రజలది.

మనది సార్వభౌమత్వ దేశం. కాబట్టి 125కోట్లమంది ప్రజలు 10%రిజర్వేషన్‌కి సరేనంటే రాజ్యాంగానికి సవరణ చేశారు. అయితే ఇది రాజ్యాంగస్ఫూర్తిని ప్రమాదంలోకి నెడుతోంది. కాబట్టి ఏదో ఒకటి విశేషం జరగాలి. ఇలా జరిగి ఈ సవరణను రద్దుచేయగలిగితే, ఇది భారతీయ చరిత్రలో మొదటిసారి అవుతుంది. ఇది జరగాలని కోరుకొందాం. ధన్యవాదాలు.

--★★--

జనరల్ కేటగిరీ అంటే కులానికి సీటు, రిజర్వుడు కేటగిరీలు అలాకాదు

–నరేన్ బెదిదే(కుఫిర్)

(ప్రతాప్ భాను మెహతా అనే రిజర్వేషన్ల విమర్శకుడి వాదనలకు కౌంటర్‌గా ఈ ఆర్టికల్ 2012న రాయడమైనది.)

ప్రతాప్ భాను మెహతా అనే రిజర్వేషన్ల విమర్శకుడు 'తప్పనిసరి గుర్తింపుల దుర్మార్గాన్ని[1] ధ్వంసం చేయాలంటాడు. రిజర్వేషన్ల వల్ల కులం గుర్తింపు ఎప్పుడూ కనిసిస్తుందనేది మనలో చాలామంది వాదన. ఇది నిజమే అనుకుంటే కులం గుర్తింపుని నాశనం చేయాలంటే రిజర్వేషన్లు మొదటిదికాదు, చివరిది. వాస్తవంలో కింది కులాల వ్యక్తులకు కులం చేసిన దారుణాలకు రాజ్యం చిట్టచివరిగా పూసిన మందు రిజర్వేషన్లు. రిజర్వేషన్లకన్నా ముందు గుర్తించాల్సింది ఏమిటంటే, వ్యక్తికి చాలా జీవితం వుంది, ఆ జీవితం తనకు వ్యతిరేకంగా వున్న సమాజంలోని పలు స్థాయిల్లో వున్న అననుకూల పరిస్థితులతో పోరాడి వుంటుంది, సమాజంలోని అనేక అంతరాలు ఆవ్యక్తిని బలహీనుడిని చేసి వుంటాయి, మరి ఇక్కడినుండి కాదా మొదలు పెట్టాల్సింది? ఒక వ్యక్తి 'ముందుకుపోవడానికి అవసరమయిన ముందస్తు పరిస్థితులను తయారు చేయడంలో నిస్సిగ్గుగా విఫలమయిన' చోటునుండి కాదా మొదలు పెట్టాల్సింది?

మరి ఈ ముందస్తు పరిస్తితులేమిటి? మెహతా చెప్పినట్లు 'ప్రాథమిక విద్యను అందుకోవడానికి అవకాశం, పబ్లిక్ వస్తువులు అందుకోవడానికి అవకాశం, ఆర్థిక చేయూత, మరియు బలంగా ఎదుగుతోన్న ఆర్థికవ్యవస్థలో ఎదుగుదలకు కల్పించే అవకాశం'.

ఈ విషయాలను భారతీయ సమాజంలో దళితులు లేదా ఇతర వెనుకబడిన వర్గాలు ఎప్పుడూ గుర్తించకపోవడం లేదా వీటిని కల్పించాలని ఉద్యమించనందుకు దళితులు, వెనుకబడిన కులాల పట్ల భాను మెహతా గొంతులో అసహ్యం కనిపించవచ్చు. దాన్ని కాసేపు పక్కనపెట్టి చూస్తే, ఈ విషయాలన్నీ కాదనలేని నిజాలే కదా? మరి ఎట్లా వీటినుండి బయటపడడం? గత 65ఏళ్లుగా వీటినుండి బయటపడలేకున్నాం. మనం ఎందుకు ఇక్కడే నిలబడిపోయామనే ప్రధాన కారణాన్ని పాలకవర్గాలు అర్థం చేసుకోవాలంటే, మనం ఇప్పటికీ రిజర్వేషన్ల గురించి, వాటి లక్షణాల గురించి చర్చించుకుంటున్నామంటే, వాటిని వాళ్లు రిజర్వేషన్ల విలువను తగ్గిస్తూ వాటిపట్ల

EWS రిజర్వేషన్లని అంతం చేసే కుట్ర

కావలసినంత దృష్టి సారించకపోవడం, లేదా కావలసినంత మమకారం అందించకపోవడం. మనమిప్పటికీ ఇక్కడే వున్నాం ఎందుకంటే పాలకవర్గాలు మనల్ని ఇక్కడే ఉంచడానికి ఇష్టపడుతున్నాయి.

రిజర్వేషన్లు ఇప్పటికీ ఇక్కడ వున్నాయి, వాటికి కారణమయిన తప్పనిసరి గుర్తింపులు ఇప్పటికీ ఇక్కడ వున్నాయి. ఏ పరిస్థితులు వాటిని ఇక్కడే వుంచుతున్నాయి అంటే, మెహతా చెప్పిన సమాధానం వెంట నడిస్తే, అవకాశాలు లేవు. అవకాశాలు లేకపోవడానికి కారణాలేమి? ఒక కారణం ఏమంటే, అవకాశాలు వాళ్లు తయారుచేయలేదు. లేదా వాటిని తయారు చేయడం వారికి ఇష్టంలేదు.

తక్కువ అస్పష్టంగా కనిపించే కారణాన్ని ముందు గమనిద్దాం. మొదటినుండి కూడా పాలకవర్గాలు ప్రతిభ అనే భావజాలం పట్ల గట్టిగా నిలబడ్డాయి. అన్నింటిలో 'మొదటి తరగతి దేశాన్ని[2] నిర్మించాలనే నెహ్రూ మాటల్ని గుర్తు తెచ్చుకోవాలి. ప్రతిభ అనే పూర్తి అంతర్గత ఆదర్శానికి కట్టుబడినప్పుడు అందరికీ అవకాశాలు కల్పించాలనుకోరు. ఈ వైరుధ్యాన్ని మెహతా వంటి ప్రతిభ కోసం పట్టుబట్టే యోధులు ఎప్పటికీ గుర్తించరు.

కాబట్టి 'అందరికీ అందుబాటులో ప్రాథమిక విద్య' అన్నప్పుడల్లా, ఈ ప్రతిభ అనే భావజాలం ఎలా తొక్కేస్తుందో నిజంగా అర్థం చేసుకోగలరా? 'ప్రతిభ' అనే పలు రకాల అంతరాలతో నిండిన కుల వ్యవస్థ, సమానత లేదా సమతను ఇవ్వలేవు, ప్రాథమిక విద్యను అందరికీ అందివ్వవు. చాలా కాలం నుండి రిజర్వేషన్ల మీద పడి కరిచేవారి చిత్తశుద్ధి ఇలాగే వుంది. ఈ సందడి చేసేవాళ్లకు నిజంగా చిత్తశుద్ధి వుంటే, ఈ దేశంలో విద్యాపద్ధతిని మొదలు పట్టించుకునేవాళ్లు. భానుమెహతా 'ప్రియమైన దళితులారా!' అనే ఈ ఆర్టికల్‌ని 2009లో ఉచిత నిర్బంధ విద్య బిల్లు మీద చర్చ జరిగేటప్పుడు రాయకుండా, ప్రమోషన్లలో కోటా బిల్లు ప్రవేశపెట్టేటప్పుడు రాసేవాడు కాదు.

60ఏళ్ల తర్వాత విద్యాసంస్థలలో మరియు ఉద్యోగ పదోన్నతులలో రిజర్వేషన్ కావాలనే డిమాండ్ వచ్చిందంటే రిజర్వేషన్ల అమలు విఫలమైందని అర్థం.

కారణాలు కాకుండా లక్షణాలని ప్రేమించే మెహతాలాంటి వారు శాటిలైట్లు ప్రయోగించిన కాలంనుండి మీడియాలో వుంటూ రిజర్వేషన్ల మీద నీళ్లు చల్లే విజ్ఞత ప్రదర్శిస్తూనే వున్నారు. అయితే ఇక్కడ సంతోషించాల్సింది ఏమంటే, ఏదో ఇక్కడ విఫలమైందని వారు గుర్తించారు. అంటే ఏం విఫలమైంది? రిజర్వేషన్లే కదా!

60ఏళ్ల తర్వాత కూడా కేవలం 'నిర్బంధం' ద్వారా మాత్రమే రిజర్వేషన్ కలిగిన దళిత విద్యార్థులు విద్యనభ్యసించే పరిస్థితి వుందంటే దానర్థం విద్యావిధానం విఫలమైంది. ఈ విధానం తక్కువ సంఖ్యలో ఎగువకులాలకు చెందిన 'ప్రతిభగల' వారికంటే,

క్రిందికులాలకు చెందిన ఎక్కువమంది 'ప్రతిభలేని' వారిని సృష్టించినట్లుంది. ఈ పద్ధతిలో ఏదో తప్పు జరిగినట్టు లేదా? మరోసారి చెప్పాలంటే రిజర్వేషన్లు కాదు విఫలమైంది, విద్యావిధానం విఫలమైంది. లోపాలతో నిండిన మన సమాజంలో లోపాలతో నిండిన విద్యావిధానం ఎదగలేకపోయింది. సమాజం మొత్తాన్ని చూడకుండా,సమాజంలో కేవలం ఒక్కశాతపు ప్రభుత్వ ఉద్యోగుల గురించి మాత్రం ఎప్పుడూ మాట్లాడతారు మెహతాలాంటివారు. సెంట్రల్ యూనివర్సిటీలోని ఉన్నతవిద్యలో, అంతర్గతంగా కూటమిగా వున్న చోట, మొత్తం జనాభాలో 0.1% వున్న వారి గురించి ఎందుకు మాట్లాడడం?

పూడ్చలేనంతగా రిజర్వేషన్ల ప్రాతినిధ్యపు అగాధం పేరుకుపోయినప్పటికీ, దానికి కారణం నిద్రపోయే ప్రభుత్వం అయినప్పటికీ, ఎగువకులాల ఆధిపత్యంలోని మధ్యతరగతి తెలివితక్కువ మేధావులు మాత్రం రిజర్వేషన్ల పట్ల వ్యతిరేకతను వెళ్ళగక్కే అవకాశం వదలరు. నిజంగానే పాలించే కులాలు ప్రాతినిధ్యం ఇవ్వడానికి సిద్దంగా వున్నాయా? అందరికీ ఎక్కువ అవకాశాలు ఇవ్వడానికి సిద్ధమేనా? కనీసం అడ్డంకులు తొలగించిన రంగాలైన డిగ్రీ దాటని మెడికల్, బిజినెస్ మరియు ఇంజినీరింగ్ కాలేజీలలో, అడుక్కుని సీట్లు భర్తీ చేసే చోట కూడా, రిజర్వేషన్ల పట్ల, రిజర్వేషన్ విద్యార్థుల పట్ల అంత లోతైన ద్వేషం ఎందుకు?

మనువాద మీడియా నుండి వచ్చిన చెదురుమదురు వార్తల ప్రకారమే 2011లో దేశం మొత్తం మీద సుమారు 3లక్షల ఇంజినీరింగ్ సీట్లు ఖాళీలుగా మిగిలిపోయాయి, విద్యార్థులు లేక. గత కొద్ది సంవత్సరాలలో మూడు దక్షిణాది రాష్ట్రాలైన కర్ణాటక, ఆంధ్రప్రదేశ్, తమిళనాడుల్లోనే కొన్ని పదుల వేలల్లో సీట్లు ఖాళీగా మిగిలిపోయాయి. అవి ఇప్పుడు లక్షల సంఖ్యలోకి వచ్చాయి. మహారాష్ట్ర, మరియు ఉత్తరప్రదేశ్ ఇంకా ఇండియా మొత్తంమీద సీట్లు ఖాళీగా మిగిలిపోయాయి. పలు మెడికల్ సీట్లు కూడా ఖాళీగా మిగిలిపోయాయి. పాపులర్ కోర్సులైన లా, బిజినెస్ ఇతర విషయాల్లో కూడా ఇదే పరిస్థితి వుంది.

కాబట్టి మొదటి విషయానికొస్తే, ఎక్కువ అవకాశాలు తయారు చేయలేకపోవడంలోని వైఫల్యానికి కారణం, 'అవకాశాలు లేకపోవడం' అనేది కారణం కాదు, కనీసం ఉన్నత విద్య విషయంలోనైనా కారణం కాదు. అందరికీ చాలినన్ని ఎక్కువ అవకాశాలున్నాయి, మరలాంటప్పుడు ఇప్పటికీ ఇంత విషపూరితమైన, ఇంత పెద్ద అరుపులతో పబ్లిక్ రంగంలో రిజర్వేషన్లమీద ఫిర్యాదు ఎందుకు? రిజర్వేషన్ల మీద పడి కరవడం వల్లనే విజయవంతమైన కెరీర్‌ని ఎంచుకోవడంలో ప్రతాప్‌భాను మెహతానే గాక ప్రత్యక్షంగానో,

పరోక్షంగానో సామాజిక, వాలెంటరీ సంస్థలు ఎన్నో బాగుపడ్డాయి. దీనికి హజారే-కేజ్రీవాల్ ఉద్యమం ఒక ప్రాథమిక ఉదాహరణ.

వాస్తవంలో, ఉన్నత విద్య విషయంలో ఇండియా, కొరతను దాటేసిన యుగంలో వుంది, అయినప్పటికీ ప్రతాప్ భాను మెహతా లాంటివారు ఇంకా 'ప్రతిభ-సమర్థత' లోనే ఆగిపోయారు. ఉన్నతవిద్యలో కావాల్సిన దానికన్నా ఎక్కువ, చాలాచాలా ఎక్కువ సీట్లు వున్నప్పటికీ రిజర్వు కేటగిరీ నుండి వచ్చిన విద్యార్థులు వుండరాదు. ఈ వైరుధ్యాన్ని లాజిక్ ప్రకారం వివరించలేం, ఎందుకంటే, ఈ అయిష్టత కేవలం భావోద్వేగం నుండి వచ్చినట్లు కనిపిస్తోంది. ఈ వ్యతిరేకత ద్వేషం నుండి వచ్చిందనిపిస్తుంది.

ప్రతాప్ భాను మెహతాకి నిజానికేం కావాలి? కుల ఆధారిత రిజర్వేషన్లు గాకుండా వారికీ 'ప్రత్యామ్నాయ నమూనా' గుర్తింపజేయాలను కుంటున్నాడు. ఎందుకంటే, 'కామన్ పౌరసత్వం' అనే భావనను నిర్మించాలని. ప్రభుత్వంలోకి కులాన్ని చొప్పించడంలో సహకరించాలని.

2006కు ముందు ఈ భావాన్ని రాయడం, మాట్లాడడం చేసివుండవచ్చు, అయితే, మండల్ రిజర్వేషన్ల రెండో దశలో ఈ విషయం మీద ఎక్కువగా ఆలోచించడానికి ప్రేరేపించి వుంటుంది, అంటే అప్పటిదాకా ప్రభుత్వ పద్ధతిలోనే వుందా?

రిజర్వేషన్లు లేకపోతే, కులం మరియు పౌరసత్వం పట్ల అంత కఠినంగా ఆలోచించి వుండేవాడు కాదు. రిజర్వేషన్లు కులం పట్ల తప్పనిసరిగా ఆలోచించేలా అతడిని ఒత్తిడి చేసి వుంటాయి. అంతమాత్రాన రిజర్వేషన్లు వాటంతట అవే ప్రభావవంతమైన ప్రత్యామ్నాయ నమూనా అవుతాయా?

ప్రత్యామ్నాయ నమూనా, అయితే అది ఏ ప్రాంతంలో: అయితే భానుమెహతా ప్రత్యామ్నాయ నమూనాలను ఎలా తయారుచేస్తాడు? రిజర్వేషన్ల విషయంలో అతనికి మంచి ఆసక్తి వున్నప్పటికీ, అతడు రాసిన ప్రస్తుత వ్యాసంలో చెప్పిన దానినుండి లేదా ఇంతకు మునుపు అతని ఇతరరాతల నుండి ఆ నమూనాలు తీసుకోలేదనేది సుస్పష్టం. అయితే ఒక మూలమైన విషయం తీసుకోవచ్చు అందులోంచి. అతడు ఏమూలాల మీద నిలబడి కులప్రాతిపదిక రిజర్వేషన్ల వ్యతిరేక వాదనలు వినిపిస్తున్నాడో వాటిని చెప్పకపోయినప్పటికీ, అనాలోచితంగా, అమూర్తంగా వాడుతోన్న ప్రతిభ అనే భావన మీద తన అన్ని వాదనలు చేస్తున్నాడు. ఆ మాటువేసి చూస్తోన్న ప్రతిభ అనే స్థలం నుండి తప్ప మరో ప్రత్యామ్నాయ నమూనా చోటునుండి అతడు ఆలోచించడం లేదు.

అతడు చూసే దృక్కోణం అతడిలోని కపటత్వాన్ని చూపెడుతుంది. మన ఆధునిక

సెక్యులర్ సంస్థలు కులరహితం కావాలని మాట్లాడేటప్పుడు, అవి ఎగువకులాలకు అనుకూలంగా వుండే స్థితిని తగ్గించుకోవాలని చెప్పడు. విశేషాధికారాలున్న కులాలలో చొప్పించిన ప్రతిభ అనే దానికి కారణమయిన అసమంజసతలను తీసేయాలని మాట్లాడడు. విశేషాధికారం లేకపోవడం, తప్పనిసరి కుల గుర్తింపుల ఆధారంగా దళిత-బహుజనులు ఎటువంటి హక్కులు అడగరాదని మాత్రం మాట్లాడతాడు.

కొన్నేళ్ల క్రితం, సుప్రీంకోర్టు రెండో మండల్ రిజర్వేషన్‌లను తన జడ్జిమెంటులో ఎట్టకేలకు సరేనన్నప్పుడు మెహతా అంటాడిలా; శాసనవ్యవస్థతో కోర్టు విభేదించింది, అయితే తన ముందస్తు స్థితిమీద నిలబడి రిజర్వేషన్లకు అనుకూల తీర్పు ఇచ్చింది. అది 93 వ రాజ్యాంగసవరణ మరియు 27శాతం ఓబీసీల రిజర్వేషన్ రాజ్యాంగబద్ధతను సమర్థించింది. అయితే కోర్టు ఈ పద్ధతిలో, కనీసం రెండు మార్గాలలో హేతుబద్ధతను సాధించమని ప్రభుత్వాన్ని నమ్రతతో ఒత్తిడి చేసింది: ఒకటి, ఓబీసీ కోటాలో క్రీమీలేయర్ తొలగించమని మరియు రెండోది, ప్రతి ఐదేండ్లకోసారి ప్రత్యేక సమూహాలను అందులోకి చేర్చమని చట్టబద్ధ హెచ్చరిక చేస్తూ, మొత్తానికిలా, నమ్రతతో హేతుబద్ధత విధించడమైనది(3).

ఇక్కడ మెహతాని బాగా వేధిస్తోన్నది క్రీమీలేయర్ విషయం. మెహతా హేతుబద్ధంగా వుండాలని ఇక్కడ కోరుతున్నాడనుకుంటారెవరైనా సరే, తాను క్రీమీలేయర్ తొలగించాలని కోరుకుంటున్నాడు కాబట్టి. అయితే ఏ విద్యార్థి అయినా ఇంకా ముందుకు చదువుకుంటానంటే ఆ అవకాశాలు ఎందుకు తిరస్కరించాలి? ఇక్కడ జనరంజక లాజిక్ ఎలా వుంటుందంటే, కేవలం నిజంగా అవసరమైన మరియు అర్హులైన వాళ్లు మాత్రమే రిజర్వేషన్ పొందాలి, డబ్బున్నవాళ్లు అందులో వుండరాదు.

రిజర్వేషన్‌లో డబ్బున్న ఆశావహులు అన్ని రిజర్వేషన్ లాభాలు లాగేసుకుంటారని అందరిలాగే మెహతా స్పష్టంగా నమ్ముతాడు. మైనారిటీల కోటా కోసం రాస్తూ 'ఎస్సీ మరియు ఓబీసీ కేటగిరీల్లో కొన్ని ప్రత్యేక కులాలు అసమతలంగా రిజర్వేషన్ల వల్ల లాభపడ్డాయ'ని భావిస్తాడు.

క్రీమీలేయర్ వ్యక్తులు మరియు క్రీమీలేయర్ కులాలు అనే ఈ రెండు విషయాలమీద అతడి ప్రత్యామ్నాయ నమూనాలు తిరుగుతున్నాయి కాబోలు. అంతకుమునుపు అన్ని ప్రత్యామ్నాయ నమూనాలు చూపించాడు, యోగేంద్రయాదవ్ ముందుకుతోసిన 'లేమితనపు కొలమానం' అనే పద్ధతితో సహా. రిజర్వేషన్ల మీద ఎగువకులాల వ్యతిరేకులు లేదా ఎగువ కులాల రక్షణదారులని చెప్పబడేవాళ్లు నిశ్చయాత్మక చర్య (Confirmative Action) విషయంలో ఈ రెండు ఆందోళనలు తగ్గించుకోవడానికి దృష్టిపెడతారు.

అయితే, డబ్బున్న ఆశావహులు మరియు కొద్ది కులాలు మాత్రమే రిజర్వేషన్లకు చెందిన అన్ని ప్రయోజనాలను లాక్కున్నారని ఎటువంటి సాధికార ఆధారం లేదు. అవి మంచి వ్యూహాలు, కనీసం వినడానికైనా అవి తెలివైనవికావు. ఇటువంటి వ్యూహాల మీద ప్రత్యామ్నాయ నమూనాలు నిర్మించగలమా? ద్వేషాలమీద నిర్మించిన అటువంటి భవిష్యవాణిల మీద ప్రత్యామ్నాయ నమూనాలు నిర్మించలేము.

ఎగువకులాల క్రీమీలేయర్ తొలగిద్దాం:

మొదటి ఊహని ఇప్పుడు చూద్దాం. కేవలం రిజర్వుడు కేటగిరీలోని ధనవంతులూ, సోమరిపోతులూ, సామర్థ్యంలేనివాళ్లూ మరియు ప్రతిభ లేనివాళ్లూ, మరోమాటలో చెప్పాలంటే 'క్రీమీలేయర్'గా పిలువబడే వాళ్లు అన్ని కోటాకింద వచ్చే సీట్లూ మరియు ఉద్యోగాలు తినేస్తున్నారు. సరే మరి, ఎగువకులాలలోని ధనవంతులూ, సోమరిపోతులూ, సామర్థ్యం లేనివాళ్లూ మరియు ప్రతిభలేనివాళ్లూ 'జనరల్ కేటగిరీ'కింది సీట్లూ మరియు ఉద్యోగాలూ తినేస్తున్నారా?

రిజర్వేషన్ వ్యతిరేకించే ఎక్కువ మంది ఎగువకులాలకు ఈ ప్రశ్న అసంబద్ధంగా అనిపిస్తుంది. ఎందుకు? ఎందుకంటే వారంతా స్పష్టంగా నమ్మతారు, ప్రతిభ మరియు కష్టం లేకుండా ఎవరూ సాధించలేరని. మరలాంటప్పుడు రిజర్వు కేటగిరీ విద్యార్థులు లేదా దరఖాస్తుదారులు ప్రతిభ మరియు కష్టం లేకుండా ఎలా సాధిస్తారు? ఎందుకంటే వారికి తెలిసిన దాని ప్రకారం వారు ధనవంతులూ, సోమరిపోతులూ, సామర్థ్యం లేనివాళ్లూ మరియు ప్రతిభ లేనివాళ్లు!

ఇటువంటి తర్కాన్ని విశ్వవ్యాప్తంగా జాత్యాహంకారం అని గుర్తిస్తారు, అయితే అది భారతదేశంలో కాదు! కాబట్టే ఢిల్లీ యూనివర్సిటీ[4]లో ద్రోణాచార్యులు, ఏటా వేలాది రిజర్వుడు సీట్లను దొంగలిస్తున్నారు మరియు ప్రభుత్వం మంజూరుచేసే వేలాది ఎగువ కులాలవారిని చేర్చుకుంటున్నారు. దీనికి వాళ్లు గర్వపడతారు కూడా. వారెంత గర్వపడతారంటే ఆస్కార్ అవార్డు సినిమా షిండ్లర్ లిస్టులో బాధితులను రక్షించుకోవడానికి షిండ్లర్లను చేర్చుకున్నట్లు. అయితే ఇక్కడ రక్షించబడేవాళ్లే భక్షకులు కావడం వైచిత్రి. కాసేపు సోమరిపోతులూ, సామర్థ్యం లేనివాళ్లూ మరియు ప్రతిభలేనివాళ్ల గురించి పక్కనపెడదాం, అయితే జనరల్ కేటగిరీ లిస్టులో ధనవంతులు ఎవరూ లేరా?

వారి తల్లిదండ్రులు మరియు తాత ముత్తాతలు మరియు వాళ్ల తల్లిదండ్రులూ తరాల తరబడి ప్రతిభతో డబ్బేమీ సంపాదించ లేదా? అది నిజం కాదు. అలాంటప్పుడు నిరంతరాయంగా, తరాల తరబడి విద్యావకాశాల్ని మరియు ఉద్యోగాలని లాగేసుకుని

తమ ప్రతిభని నిరూపించుకోవడానికి ఎందుకు ప్రయత్నిస్తున్నారు? డబ్బు సంపాదించుకోవడానికి కాకపోతే. ఎందుకంత శ్రమ వృధాగా పోనిస్తున్నారు?

రిజర్వుకోటా లాక్కొన్న వాళ్లందరి లాగా కాకపోయినా, కనీసం కొద్దిమందైనా ఎగువ కులాలలో ధనవంతులుగా వున్నారని అనుకుంటే పద్ధతిగా వుంటుంది కదా. అటువంటి క్రీమీలేయర్‌ని తొలగిద్దామా!

దీనికి మెజారిటీ ఎగువకులాలు అభ్యంతరపడతాయి. ప్రతిభగల కేటగిరీ విద్యార్థులను ఎలా తొలగిస్తారంటారు. బావుంది, మరి ప్రతిభగల విద్యార్థులను రిజర్వుకేటగిరీ నుండి ఎలా తొలగిస్తారు? ధనవంతులైన విద్యార్థులంతా అన్ని రిజర్వుసీట్లను లాగేసుకొంటున్నారనే రూలు వున్నప్పుడు ధనవంతులైన విద్యార్థులే అన్ని జనరల్ కేటగిరీ సీట్లను లాగేసుకుంటున్నారని ఎందుకనుకోరాదు?

సరే ఒక పనిచేద్దాం. అన్ని కులాల పేద అభ్యర్థులు అన్ని అవకాశాలు పొందేలా చూద్దాం. రిజర్వుకేటగిరీలోంచి ధనవంతులైన వాళ్లని బయటికి పంపించడం మంచిదయినప్పుడు, అదే మంచి జనరల్ కేటగిరీలోనూ జరగాలి కాబట్టి వాళ్లలోని ధనవంతులనూ బయటికి పంపిద్దాం, నిజానికి జనరల్ కేటగిరీలోనే ఎక్కువమంది మరియు ఎక్కువ ధనవంతులు వుంటారు. ఎందుకంటే ఎక్కువ మార్కులంటే ధనవంతులని అర్థం కదా!

ప్రతిభని పూజించే మనోభావాలున్న మనుషులకు ఈ ప్రతిపాదన నొప్పించినట్లయితే వాళ్లు ఈ ధనవంతులు, జనంమీద బలిసిపోయినవాళ్ల వల్ల అవకాశాలు కోల్పోయిన ఎగువకులాలలోని పేదలు, అవసరార్థులు, బాగా అర్హులైన వారి గురించి ఆలోచించాలి.

ఇక రెండో ఊహకు వస్తే; ఎస్సీ మరియు ఓబీసీలలోని కొన్ని కులాలు అసంబద్ధంగా రిజర్వేషన్ల నుండి లాభపడ్డాయి. నిజానికిది పెద్దగా నవ్వుకునే విషయం. ఎందుకంటే రిజర్వేషన్లు వచ్చిందే అన్ని అవకాశాలను కొన్ని ప్రత్యేక కులాలు లాగేసుకున్నాయని; అవే ఆ కొన్ని ప్రత్యేక కులాలు సగటున ఎక్కువశాతం జనరల్ కేటగిరీ సీట్లు లాగేసుకునే పని కొనసాగిస్తూనే వున్నాయి, మరియు రిజర్వుడు కేటగిరీ సీట్లు కూడా పెద్ద ఎత్తున, ఎక్కడ కుదిరితే అక్కడ లాగేసుకుంటున్నాయి.

అయితే మెహతా అది మాట్లాడడు. అతని ప్రకారం, కేవలం రిజర్వుడు కేటగిరీ వాళ్లు మాత్రమే కులపు అపవిత్ర చేత కళంకితులు. అతడు మన కులానికి చెందిన 'ఆధునిక, సెక్యులర్ సంస్థల'ను పరిశుభ్రపరచడం గురించి మాట్లాడుతున్నాడంటే, ఏ సంస్థలైతే తెలివితక్కువగా కింది కులాలకు తమ ద్వారాలు బార్లా తెరిచి ఆహ్వానించాయో అటువంటి సంస్థలను శుభ్రపరచాలని అర్థం.

మరో మాటలో చెప్పాలంటే 'జనరల్ కేటగిరీ' ఎలా నిర్మితమయ్యిందో, శతాబ్దాలుగా కొన్ని కులాలు దాన్ని ఎలా గుత్తాధిపత్యంలో ఉంచుకున్నాయో, ప్రతిభ లేనందున సీట్లు దొరకవని మొదటిసారి తమ సంస్థలలో బ్రిటిష్‌వారు ప్రవేశం కల్పించేదాక వారి పరిస్థితి

ఎలా వుందో పట్టింపు లేదు. కులం గురించి జనరల్ కేటగిరీకి ఇంత పెద్ద చరిత్ర ఉన్ననప్పుడు, దాన్ని గురించి మెహతా కనీసం దానివైపు ఓరకంట కూడా చూడడు. మన ఆధునిక, సెక్యులర్ సంస్థల గురించి మాట్లాడడానికి అతని అవగాహనకున్న ఆధునికత ఎంత? సెక్యులరిజం ఎంత?

కులం దాని ఉనికి మొదలయినప్పటి నుండి మన ఆధునిక మరియు సెక్యులర్ సంస్థల యొక్క సమతావాదపు శక్తిసామర్థ్యాలను ఊపిరాడకుండా చేసింది. మొదట్లో చెప్పినట్లు, దీనికి ప్రత్యామ్నాయ నమూనాని కనుగొనడమే రిజర్వేషన్ల పరిచయంగా పరిగణించాలి. ఒకవైపు లోపాల స్వభావంతో వున్న జనరల్ కేటగిరీ లేదా ప్రతిభను వదిలేసి రిజర్వేషన్‌కి మాత్రమే సొట్టలున్నాయి, వాటిని సరిచేస్తానంటే ఎలా? నిజానికి ముందు జనరల్ కేటగిరీకి సొట్టలు సరిచేస్తే, మన కుల సంస్థల నుండి బయటపడడానికి పరిష్కారం గుర్తించినట్లవుతుంది.

నిలువ నీరులా కుళ్లి దుర్వాసన నిండిన కుల వ్యవస్థలని కొంతవరకైనా విముక్తం చేస్తే, అప్పుడు కొంతైనా సమతావాదం మరియు వైవిధ్యం వంటి ఆధునిక భావాల పరిశుభ్రమైన గాలి వీస్తుంది. అదే రిజర్వేషన్ల పద్ధతి. రిజర్వు కేటగిరీలో కాదు, జనరల్ కేటగిరీలోనే కులానికి సీటు వుంటుంది.

--★★--

Notes:

1.Mehta, Pratap Bhanu. 'The quicksand of caste', The Indian Express, Augst 12, 2012.

2. Nehru, Jawarhalal. Letters to Chief Ministers 1947-1964, Volume 5, *Oxford University Press*, 1989, PP456-7.

3. Mehta, Pratap Bhanu. 'It's a landmark', *The Indian Express*, April 11,2003.

4.Academic Forum for Social Justice, 'Mockery of Reservation at the University of Delhi', Round Table India, August88, 2012. Available at: https://roundtableindia.co.in/index.php?option=com_content & view+article&id+5535: mockery-of-reservation-at-the-university-of-delhi&catid=119: features&Itemid=132

పేద బ్రాహ్మణుడి విలువ: చరిత్ర నుండి సేరించిన అంశాలు

-నిథిన్ శోధన

E.A.H.బ్లంట్, తాను రాసిన ఉత్తర 'భారతదేశపు కుల పద్ధతి పుస్తకంలో, నిత్య జీవితంలో కులాలు, వాటంతట అవే ఎలా జీవితాల్ని కట్టిపడేస్తాయో చూపడానికి, ఒక చాప్టర్ మొత్తం కేటాయించాడు. 1911నాటి ఉత్తరప్రదేశ్ జనాభా లెక్కల ప్రాతిపదికన కుల పంచాయితీల పనితీరు అవి విధించే శిక్షలను ఆయన విశదీకరిస్తాడు. బ్రాహ్మణుడిని పోషించడం లేదా అతడికి, అపరాధరుసుం చెల్లించడం లేదా ఆవుదూడను బహుమతిగా ఇచ్చుకోవడం అనేవి బ్రాహ్మణేతరులకు విధించే సహజమైన శిక్షలు అంటాడతడు.

ఉదాహరణకు, నీభార్య చెడుగా ప్రచారమైతే, బ్రాహ్మణుడిని పోషించాలి: గోహంతకుడివైతే, ఆవుదూడని బ్రాహ్మణుడికివ్వాలి: నువ్వు అడుక్కుతినడం ద్వారా నీకులానికి చెడ్డపేరు వస్తే అందుకు ప్రతిగా బ్రాహ్మణుడికి అపరాధరుసుం చెల్లించాలి: నువ్వు గనక కుక్కని లేదా పిల్లిని చంపితే గంగా నదిలో మునిగి కొందరు బ్రాహ్మణులను పోషించాలి: నువ్వు సాధారణ చట్టాల్ని ఉల్లంఘిస్తే, నీ సోదరుల్ని, బ్రాహ్మణుల్ని పోషించాలి(1). ఇలా అసంబద్ధమైన నేరం దాని శిక్ష మధ్య సంబంధం లేని ఈ పరిస్థితిలో బ్రాహ్మణుడిని నిలబెడితే అంతా సవ్యంగా కనిపిస్తుంది. ఇలా హిందూమతంలోని కులాల రోజువారీ పద్ధతుల్ని నిర్దేశిస్తూన్న పూజారిని పాలకవర్గంగా చూడవచ్చు.

'బ్రాహ్మణ' అనే ఒక విషయం నిరంతరం అమలులో కనిపించడం వల్ల అది కేవలం ఒక ఆలోచన అనీ, కనిపించని నిర్మాణం అనీ అనడానికి వీలులేదు. భావజాలం దానంతట అదే నడవదు. బ్రాహ్మణత్వం అనే భావజాలం కొనసాగడానికి, చురుగ్గా వుండడానికి కళ్లెదుట కనిపించే బ్రాహ్మణులు అనే, ఒక గట్టి సామాజిక గుంపు ఉంది. ఆ సమూహం సమాజంలో కొనసాగుతూ మరియు పునరుత్పత్తి చేసుకుంటూ ఆ భావజాలాన్ని బ్రతికించుకుంటుంది. కాబట్టి బ్రాహ్మణత్వం మరియు బ్రాహ్మణులు పరస్పరం విడదీయరానివి.

బ్రాహ్మణుడు రెండు రకాల వివక్షలు, అనగా, తనను తాను గొప్ప అనే స్వీయ వివక్ష మరియు ఇతరులు అల్పులు అనే వివక్ష రెండువైపులా భ్రమలను పోషిస్తూ కులవ్యవస్థ అనే కట్టడం కొనసాగడానికి ఎలా దోహదపడతాడో అను రామదాస్ తన పత్రాలలో

విశదీకరిస్తారు. ఆధిపత్యపు భావజాలాలకు వివక్షాపూరిత భ్రమలు చేర్చడం అత్యంత అవసరమని వాదిస్తారు. బ్రాహ్మణులు 'శిక్షించకూడని వర్గంగా' మాత్రమే గాక 'అత్యంత రక్షించాల్సిన వర్గం'గా కుల వ్యవస్థలో ఎదిగారు.

ఉదాహరణకు, 1809 జనవరి 17వ తేదీన బ్రిటిష్ గవర్నర్ తన సైన్యానికి ఉత్తరం రాస్తూ, ట్రావెన్ కోర్ లోని బ్రాహ్మణ నివాసాలు, వారి మత సంస్థలను యుద్ధానంతరం జరిపే దాడులనుండి కాపాడమని రాస్తాడు.(2) ఒక కొత్త వ్యవస్థ ఏర్పడి కొనసాగాలంటే, అప్పటికే అక్కడ శక్తివంతంగా వుండేదాన్ని తనకు అనుకూలంగా అక్కడే దాన్ని కొనసాగిస్తూ కాపాడుకోవడం ముఖ్యమైన విషయం (అది రాజు కావచ్చు లేదా బ్రాహ్మణుడు కావచ్చు) అని రాందాస్ ఎత్తి చూపుతారు.

మతపరమైన నిర్బంధాలు, ఆధునిక ప్రభుత్వ ఆంక్షల ద్వారా కులవ్యవస్థ సమాజంలో చురుగ్గా నిలబడి వుంటుంది. ఇది 'బ్రాహ్మణులకు పద్ధతి ప్రకారం రక్షణ' వలయం లాగా ఏర్పడుతుంది. తద్వారా అది నిత్యజీవితంలో వాడే బ్రాహ్మణ అనే పదంలో ఒక విజ్ఞానం వుండేలా చేస్తుంది. ఆ విజ్ఞానంలో బహిరంగం గానూ పూర్తి అంతర్గతంగానూ ఆధిపత్యపు సారాంశం నిండి వుంటుంది.(3)

మన సమాజం 'బ్రాహ్మణ' అనే భావజాలాన్ని అలాగే ఒక పాలించే కులం అనే రెండు విషయాల్ని ఉత్పత్తి, పునరుత్పత్తి చేయడంలో గాఢంగా నిమగ్నమై వుంది. సాపేక్షంగా చూస్తే ఉత్పత్తి కులాలు అంటే కిందికులాలు అందరికోసం సామాజికంగా ఉత్పత్తి మరియు పునరుత్పత్తి చేస్తాయి, అలాగే ఇందులో ఉత్పత్తి చేయని పాలక కులాల్ని కూడా ఉత్పత్తి మరియు పునరుత్పత్తి చేస్తాయి. ఇందుకు అదనంగా మన మత మరియు సాంస్కృతిక రంగాలకు చెందిన భావోద్వేగ మరియు మానసిక విషయాల్లో బ్రాహ్మణత్వం కొనసాగిస్తున్నాం.

కుల ప్రాతిపదికన ఉత్పత్తి అంటే ఫలానా కులంలో పుట్టినవాళ్లు ఫలానా పని చేసే పరిస్థితులున్న ఈ సమాజంలో దాన్ని నిలబెడుతోన్న బ్రాహ్మణత్వాన్ని మానసికంగా కొనసాగించకుండా వుండలేం. ఆ రెండింటినీ విడదీయలేం, (Antonio Gramsci) గ్రాంషి అనే తత్వవేత్త సూచించినట్టు అవి పరస్పరం లంకెపడి వుంటాయి ఎముకలు చర్మంలాగా. కాబట్టి బ్రాహ్మణ లేదా సవర్ణ అనే వాటికి ముందు పేద, సహాయానికి అర్హత అనే లక్షణం లేదా విశేషణం ముందు పెట్టరాదు. అలా పెడితే అది పరస్పర వైరుధ్యం అవుతుంది. సామాజిక శాపం అవుతుంది. కంటగింపు అవుతుంది. దీన్ని సమాజం సామూహిక ముందడుగుతో సరిదిద్దాలి. ఎందుకంటే 'పేద దళితుడు' లేదా 'పేద రైతు' లేదా 'నిరక్షురాలైన స్త్రీ' అన్నప్పుడు ఇదే భావోద్వేగం మనల్ని బాధించదు.

రామ్ విలాస్ పాశ్వాన్ అన్నట్లు పేద దళితుడు తన పేదరికాన్ని శారీరక శ్రమ ద్వారా తొలగించుకుంటాడు మరి పేద బ్రాహ్మణుడు ఏం చేస్తాడు? ఈ ప్రశ్న వెలుగులో మనం పరిశీలన చేయాలి.

పేద బ్రాహ్మణుడికి స్కాలర్‌షిప్పులివ్వాలి,. లేగదూడలివ్వాలి, రిజర్వేషన్లివ్వాలి, ఆహారం, నెయ్యి, నగరాల్లో స్థలాలు, ప్రభుత్వ ఉద్యోగాలు, జీఎస్టీ లేని జంధ్యాలు మొదలయినవి ఇవ్వాలి, ఎందుకంటే శారీరక శ్రమ చేయడు కాబట్టి. మన మంత్రి అన్నమాట మనకు కొత్తకాదు, అసాధారణమూ కాదు. *'An Englsihman defends Mother India'* అన్న పుస్తకంలో ఎర్నెస్ట్ వుడ్ ఇలాంటి మాటే విసురుతాడు ''లక్షలాది మంది ఇదివరకే నైపుణ్యం సంపాదించిన శ్రామిక కార్మికులు, ఇంకా చెప్పాలంటే, ఇందులో సగానికి పైగా ఆకలితో మాడుతోన్నప్పుడు, బ్రాహ్మణ విద్యార్థులు శారీరక శ్రమ చేయాలనడం, సరిగ్గా చెప్పాలంటే తుంటరి మాట[4]

బ్రాహ్మణులకు వారి దగ్గరి వారి కష్టాలు తీర్చే సాముహిక పెట్టుబడుల గురించి పెద్ద చరిత్ర కలిగివున్నాం మనం. ఉన్నత విద్య విషయంలో ఇవ్వబోయే కొన్ని వివరాలు ఇందుకు ఉదాహరణలు.

దక్షిణ ఉపకారవేతనాల కథ:

నరేంద్రకుమార్ తన పుస్తకంలో బ్రాహ్మణులకు అధికారిక దానకతృత్వంగా ''దక్షిణ'' వుండేదని, ముఖ్యంగా అది పశ్చిమ భారతదేశంలో పీష్వాల పాలనలో ప్రబలంగా వుండేదని చెబుతాడు[5]. దీని వివరాలను ఒక అధ్యాయంలో వివరిస్తాడు. 1957 సంస్కృత కమీషన్ రిపోర్టు ప్రకారం శివాజీ తన బ్రాహ్మణ గురువైన రామదాస్ సలహా ప్రకారం, దక్షిణ ఉపకారవేతనాలని స్థాపించాడని కుమార్ గుర్తు చేస్తాడు. శివాజీ నుండి మూడు ఉపకారాలు రామదాస్ డిమాండ్ చేస్తాడు. అందులో శ్రావణమాసంలో బ్రాహ్మణులకు విందులు మరియు ఉపకారవేతనాలు కల్పించడం కూడా వున్నాయి.

మహారాష్ట్రలో ఉపకారవేతనాలకు 'దక్షిణ' లనే రూపంలో కనిపించే ప్రభుత్వ దక్షిణ ఫెలోషిప్‌లతో బ్రాహ్మణ కులంతో విడదీయలేని సంబంధం వుంది. వాళ్ల ప్రావీణ్యాన్ని బట్టి వారికి వస్తు లేదా నగదు రూపంలో స్కాలర్‌షిప్పులు ఇచ్చే పరిస్థితిని రచయిత బొంబాయి ప్రభుత్వ రికార్డుల ఆధారంగా వివరిస్తారు. ఉదాహరణకు ఒక బ్రాహ్మణ విద్యార్థి 10పుస్తకాల్లో ప్రావీణ్యం సంపాదిస్తే 'పదిశేర్ల ధాన్యం మరియు ఒక వందరూపాయలు' ఇచ్చేవారు. 17వ శతాబ్దపు రెండోభాగంలో ప్రారంభమైన ఈ ఉపకారవేతనాలకోసం ప్రభుత్వం చేసే ఖర్చు, ప్రారంభ సంవత్సరాల్లో '5లక్షల రూపాయలు' వుండేది, పీష్వాల కాలంలో అది సంస్థాగతంగా ఎదిగి, ఏకంగా అదొక ప్రభుత్వ విధిగా మారింది.

EWS రిజర్వేషన్లని అంతం చేసే కుట్ర

'కాశీ, రామేశ్వరం, తెలంగాణా, ద్రవిడదేశ, కొంకణ, కన్యాకుబ్జ, శ్రీరంగపట్టణ, మధుర, గద్వాల్, గుజర్ మొదలైన' ఉపఖండంలోని వివిధ ప్రాంతాలనుండి బ్రాహ్మణ పండితులతో కూడిన సవివరమైన కమిటీ వుండేది. ఈ కమిటీ పూనేలో చాలా రోజులపాటు విడిది ఏర్పాటు చేసుకుని ఉపకారవేతనాలకు అర్హులైన బ్రాహ్మణులను ఎంపిక చేసేది. ఇటువంటి కార్యకలాపాలకు పూనే ఎంత కేంద్రంగా వుండేదంటే, దాన్ని కేంద్రంగా చేసుకుని చుట్టుపక్కల పలు శాశ్వత 'సంస్కృత పాఠశాలలు' ఏర్పాటయ్యేవి. పీష్వాలను అనుసరిస్తూ పలు సామంతులు ఇటువంటి ఉపకార వేతనాలు ఏర్పాటు చేశారని, వాటిలో బరోడా సంస్థానాధీశులు ఏర్పాటు చేసిన సవర్ణ-దక్షిణ వుందని కుమార్ ఉదహరిస్తాడు.

పీష్వాల పాలన కింద ఇటువంటి ఉపకారవేతనాల సాంవత్సరిక ఖర్చు పదిలక్షలకు తక్కువకాకుండా వుండేది. 1758లో పీష్వా బాజీరావు కాలంలో ఇది పతాకస్థాయిని చేరింది 18లక్షల రూపాయలతో. ఒకే సమయంలో సంవత్సరానికి 60,000 మంది బ్రాహ్మణులు వీటిని పొందేవారని కుమార్ ప్రస్తావిస్తాడు.1770లో ఉత్తర, దక్షిణభారతాల్లోని పరీక్షా కేంద్రాల్లో 40,000 మంది బ్రాహ్మణ విద్యార్థులు హాజరయ్యారు.

ఇక్కడ గుర్తించాల్సిన విషయం ఏమంటే బ్రాహ్మణులు ఒక దేశంగా, ఒక వూహాజనిత కులంగా (దైవానికీ, జీవునికీ అనుసంధాన కులంగా) ఒకే భాష మాట్లాడే (సంస్కృతం) ఒకే ప్రయోజనాల్ని (దక్షిణ వంటి) ప్రభుత్వం నుండి సదుపాయాలు మరియు పోషణలుగా అందుకునేవారు. కేవలం పీష్వాలే గాకుండా బరోడా, దర్భంగ, మైసూరు, విజయనగరం, జైపూరు, పాటియాల, జమ్మూ వంటి సామంత సంస్థానాలనుండి కూడా ఈ ప్రయోజనాలు అందుకునేవారు. ఈసందర్భలో ఆసక్తికర విషయం ఏమిటంటే స్వతంత్ర భారతదేశం కేవలం 300 జాతీయ ఓబీసీ ఫెలోషిప్పులు, 667 మరియు 2000 ఎస్సీ మరియు ఎస్టీ జాతీయ ఫెలోషిప్పులు ఏటా అందిస్తోంది.

బ్రిటిష్ కాలంలో దక్షిణ విధానాన్ని ఆపేశారు, కానీ ప్రజల డిమాండ్ పేరుతో మరల అది తిరిగి ఏర్పాటయ్యింది. అది ఆ ఖర్చు 5లక్షల నుండి 50వేలకు తగ్గించడమైంది. 1818లో దక్కన్ ఆక్రమణ తర్వాత బ్రాహ్మణులకు నష్టపరిహారంగా దక్షిణ ఇవ్వడానికి ఏర్పాటు చేసిన నిధిగా భావించవచ్చు (6). బ్రిటిష్‌వారు కొత్త శాఖల్లో పరిజ్ఞానాన్ని ఈ బ్రాహ్మణులనుండే ఆశించింది. బ్రాహ్మణుల మధ్య ఎలా ఈ నిధులు పంచారో, కుమార్ ఈ క్రింది వివరాల్ని మన ముందుంచుతారు.

సంవత్సరం	మొత్తం	బ్రాహ్మణుల సంఖ్య	సంవత్సరం	మొత్తం	బ్రాహ్మణుల సంఖ్య
1839	Rs.28,172	1991	1845	Rs.22,284	1579
1840	Rs.27,134	1938	1846	Rs.21,730	1536
1841	Rs.26,255	1860	1847	Rs.20,313	1435
1842	Rs.24,584	1763	1848	Rs.19,638	1385
1843	Rs.22,989	1710	1849	Rs.18,749	1337"2
1844	Rs.23,101	1630	sourse:Kumar,1976:44)		

అంటే ఇక్కడ గుర్తుంచుకోవాల్సింది ఏమంటే, దక్షిణ ఉపకారవేతనాలు శాశ్వతంగా అనేక మంది బ్రాహ్మణులకు అందించారు. 1829 తర్వాత ఫెలోషిప్పులోని కొంతభాగాన్ని పూనా సంస్కృత కళాశాలను నడపడం కోసం బదిలీ చేశారు. అన్ని దేశీయ చదువులు సంస్కృతంలోనే వున్నాయని అవి బ్రాహ్మణులు లేదా చదువుకున్న కులాలకు మాత్రమే పరిమితమని భావించడమైంది. ఈ పరిస్థితి 19 వ శతాబ్దం రెండో భాగంలోనే మారింది.

1849 తర్వాత గుర్తించదగిన స్థాయిలో ఈ దక్షిణ ప్రాంతీయ మరాఠీ భాషకు దారిమళ్లించడం మరియు సిద్ధాంతపరంగా అన్ని కులాలకు మతాలకు అవకాశం ఇవ్వడమైంది. దక్షిణ అనే ఒక సంస్థాగత నిర్మాణం 19వశతాబ్దం చివర్లో ముగిసింది. 20శతాబ్దపు తొలినాళ్లలో మరల అది జూనియర్ / సీనియర్ దక్షిణ ఫెలోషిప్‌గా (50రూ. /100రూ నెలకు) (7) బొంబాయి యూనివర్సిటీ కళాశాల కింద ఆరంభమయ్యింది. ఆయా కళాశాలలో ఆయా సంఖ్యలో సీట్లు కేటాయించడమైనది. అవి, 6 సీట్లు ఎల్ఫిన్‌స్టోన్ కళాశాలలో, 3 సీట్లు సెయింట్ విల్సన్ కళాశాలలో, 3 సీట్లు ఫెర్గూసన్ కళాశాలలో మొదలైనవి. ఇప్పుడు ఆ దక్షిణ అనే పాత భూతం 'గవర్నమెంట్ దక్షిణ ఫెలోషిప్'గా రూపాంతరం చెందింది. దాని లక్ష్యం ఏమిటంటే ఇతర స్కాలర్‌షిప్పులు పొందలేని 'ప్రతిభగల' విద్యార్థులకు స్కాలర్‌షిప్ అందించడం(8).

యూనివర్సిటీల సాంవత్సరిక కేలండర్లు, పేరొందిన ఎగువ కులాల మగ మరియు ఆడవారి జ్ఞాపకాలు, జీవిత చరిత్రలు చూస్తే గతంలో వారు 'దక్షిణ ఉపకారవేతనాలు' పొందినవారిగా గమనించవచ్చు. 19వ శతాబ్దానికి చెందిన బొంబాయి యూనివర్సిటీ కేలండరు ఈ దక్షిణ ఉపకారవేతనాలు పొందినవారి జాబితాను ఇస్తుంది. ఇందులో ఎక్కువ మొత్తంలో బ్రాహ్మణులు, వారి తర్వాత గుజరాతీ వైశ్యులు మరియు పార్శీలు వుండడంలో ఆశ్యర్యపడాల్సిన పనిలేదు.

ఉదాహరణకు నందినీ సుందర్ రాసిన 'ఆంత్రోపాలజీ కోసం ఐరావతీ కార్వే జీవితం మరియు కార్యాచరణ' అనే పుస్తకం 20వ శతాబ్దంలో ఎలా కార్వే దక్షిణ ఉపకారవేతనం పొందిన వ్యక్తిగా ఉన్నారో తెలుపుతుంది(9). భండార్కర్ ఓరియంటల్ ఇన్స్టిట్యూట్ ఆఫ్ పూనేగా ఎవరిపేరున సంస్థ ఏర్పాటయ్యిందో ఆ రామకృష్ణ భండార్కర్ 1859లో ఒక దక్షిణ ఉపకారవేతనదారు(10). ఫిరోజ్‌షా మెహతా మరియు బైరంజీ నౌరోజీ కామా దక్షిణ ఉపకారం పొందినవారు(11). గోవింద్ అగార్కర్ 19వ శతాబ్దంలో పూనేలో దక్షిణ ఫెలోషిప్‌కి సూపరిండెంటుగా పనిచేశాడు(12).

20వశతాబ్దంలో బ్రాహ్మణ-సవర్ణ నిధులు:

1945-46వ సంవత్సరపు ఆగ్రా యూనివర్సిటీ కేలండర్ హాస్టల్స్ గురించి ఆసక్తికర విభాగాన్ని కలిగివుంది (13). గుర్తింపు పొందిన 5 హాస్టళ్ళ లో 4 హాస్టళ్ళు ఎగువ కులాల చేత నిండి, నిర్వహణలో వున్నాయి. సహజంగా అవి వ్యక్తిగత కులాల పేర్లను కలిగి వుండేవి క్షత్రియ, చౌబే, భార్గవ మరియు వైశ్య అంటూ. చౌబే హాస్టలు చతుర్వేది బ్రాహ్మణులతో, భార్గవ హాస్టలు భార్గవులచేత నిండి వుండగా, క్షత్రియ హాస్టలు సిద్ధాంతపరంగా అందరికీ అవకాశం వుండేది. అన్ని హాస్టళ్ల నిర్వహణ వాటిని స్థాపించిన కులాలకే కట్టుదిట్టంగా వుండేది. 20లో నిర్మించిన కాయస్థ హాస్టలు దాని నిర్మాణంలో పెద్ద మొత్తంలో సబ్సిడీని ఉత్తరప్రదేశ్ ప్రభుత్వం నుండి పొందింది. 1945లో హాస్టలు వార్డన్ ఆగ్రా కాయస్థ సంఘానికి సెక్రటరీగా వున్నాడు.

ఇలా కుల ప్రాతిపదిక హాస్టళ్లు కేవలం దన్నుగా నిలబడడమే గాక, యూనివర్సిటీలు మరియు ప్రభుత్వాల చేత ఆర్థికంగా సబ్సిడీలు పొందేవి. ఈ వివరాలు ప్రాముఖ్యమైనవి మరియు ఆసక్తికరమైనవి, ఎందుకంటే ఈ కేలండరు ముద్రించిన సంవత్సరం లోపునే, ఎగువ కులాల మెజారిటీ కంపుతో నిండిపోయిన రాజ్యాంగ అసెంబ్లీలో తమ కుల ప్రాతినిధ్యాన్ని వదిలేసి కులం పట్టింపు లేనివాళ్లుగా, ప్రతిభగల పెద్దమనుషులుగా ప్రకటించుకునేవాళ్లు. యూనివర్సిటీ కేలండర్లు కనీసం పాక్షికంగానైనా కులపట్టింపులేని మరియు 'ప్రతిభ'ను వారి కుల నేపథ్యంలోంచి గుర్తించడానికి ఉపకరిస్తాయి.

లక్నో యూనివర్సిటీ సాంవత్సరిక కేలండర్లు కుల ప్రాతిపదిక దానకతృత్వాల గురించిన నెలవారీ వివరణాత్మక లెక్కలను అందిస్తాయి. ఉదాహరణకు పండిట్ సురాజ్ నారాయణ్ స్కాలర్‌షిప్పులు కాశ్మీరీ బ్రాహ్మణులకు మాత్రమే ప్రాధాన్యం. భింగరాజ్ క్షత్రియ స్కాలర్‌షిప్పులు అనే దానకతృత్వం కేవలం శుద్ధ క్షత్రియ జాతి విద్యార్థులకు మాత్రమే.ఈ విభాగం కింద స్కాలర్‌షిప్ కోసం దరఖాస్తు చేసుకునే వారికి "స్పష్టమైన నిబంధన"

విధించడం జరిగింది, దాని ప్రకారం సొంతంగా క్షత్రియులని ప్రకటించుకునే జాట్లు, కాయస్తులు మరియు ఖత్రి కులాలను క్షత్రియులుగా పరిగణించరు.

లక్నో యూనివర్సిటీలో రాజా బహదూర్ దయాళ్ పేరుతో ఇచ్చే స్కాలర్‌షిప్పు విషయంలో అర్హత ప్రకారం ప్రాధాన్యతా క్రమం, ఖత్రి కాని హిందువులు, ఆ తర్వాత ఇతరులు అని వుండేది. ప్రత్యేకించి, సంస్కృత డిపార్టుమెంటులోని విద్యార్థుల విషయంలో ఇటువంటి అనేక దానకతృత్వాలుండడం చూడవచ్చు. ఈ దానకతృత్వాలను దేవాలయ ట్రస్టులు (శ్రీ నాగేశ్వరనాథ దేవాలయం స్కాలర్‌షిప్, శ్రీ మహవీర్‌జీ దేవాలయ ట్రస్టు స్కాలర్‌షిప్ మొదలైనవి) మరియు ప్రాముఖ్య ఎగువ కులాలకు చెందిన సివిల్ సర్వెంట్లు ఇంకా జమీందార్లు ఇచ్చేవారు.

1930లలోని చివరి కాలంలోని బనారస్ హిందూ యూనివర్సిటీ కేలండర్లు అందించే కుల ప్రాతిపదిక స్కాలర్‌షిప్పులు, పతకాలు మరియు బహుమతుల వివరాల జాబితా మరోమారు చూస్తే, అందులో కుల దాతృత్వం మరియు అందుకోసం పెట్టే పెట్టుబడికి అతి ముఖ్యమైన విషయం ఏమిటంటే 'పేదవాడైన అర్హతగల బ్రాహ్మణ విద్యార్థి'. ఈ క్రమంలో గమనించాల్సిందేమంటే బ్రాహ్మణేతర ద్విజులు కూడా బ్రాహ్మణ స్కాలర్‌షిప్పులను ప్రోత్సహించేవారు. దాతలు తరచుగా ఫలానా ఉపకులాలనుండి విద్యార్థులను తమ దానకతృత్వాలకు ఎంచుకునేవారు. పండిట్ అమర్‌నాథ్ ట్రస్ట్ స్కాలర్‌షిప్, రాయ్ పండిట్ కిషన్ నారాయణ గురుతు స్కాలర్‌షిప్, కశ్మీరీ పండితులకు ప్రాధాన్యతనిచ్చే పండిట్ హరికృష్ణ స్కాలర్‌షిప్, రాయ్ ప్రసాద్ చండీ ప్రసాద్ స్కాలర్‌షిప్, లాలా రతన్ చంద్ స్కాలర్‌షిప్, లాలా మురళీధర్ కపూర్ టెక్నికల్ స్కాలర్‌షిప్, రాయ్ బహదూర్ బాబు గోకుల్ చంద్ స్కాలర్‌షిప్ (కేవలం పేదలకోసం, ఖత్రి కుల విద్యార్థుల కోసం).

తమ సబ్జెక్టులలో సంస్కృతం ఒక తప్పనిసరి సబ్జెక్టుగా తీసుకున్న జైన్ స్టూడెంట్ల కోసం పార్వతీబాయి జైన్ మరియు కుమార్ సింగ్ స్కాలర్‌షిప్ వుండేది. జైన శ్వేతాంబర మూర్తి పూజక్, దిగంబర జైన వారసత్వాన్ని కొనసాగించే వాళ్లకోసం వాళ్ల తర్వాత సంస్కృతం సబ్జెక్టుగా చదివే విద్యార్థులకోసం రతన్‌చంద్ దళపత్రమ్ షా స్కాలర్‌షిప్ దక్కేది. కన్యాకుబ్జ, గౌర్, నగర్, కరాద్ మొదలయిన బ్రాహ్మణకులానికి చెందిన పలు రకాల విద్యార్థుల కోసం పండిట్ లలిత్ ప్రసాద్ చతుర్వేది స్కాలర్‌షిప్, పండిట్ తులసీరామ్ పాఠక్ స్కాలర్‌షిప్, పండిట్ బన్వారీలాల్ శర్మ స్కాలర్‌షిప్, హరిప్రసాద్ దుబే స్కాలర్‌షిప్, రాయ్ బహదూర్ పండిట్ కన్హయలాల్ స్కాలర్‌షిప్ వుండేవి.

కొన్ని స్కాలర్‌షిప్పులు అత్యంత జాగ్రత్తగా ఫలానా వారికోసమని కేటాయించేవారు. ఉదాహరణకు చతుర్వేది హరిభజన్ స్కాలర్‌షిప్ కల్పి ప్రాంతానికి చెందిన కన్యాకుబ్జ బ్రాహ్మణులకోసం ప్రాథమికంగా కేటాయించి, తర్వాత జలౌన్ ప్రాంతానికి చెందిన అదే

వర్గానికి చెందిన బ్రాహ్మణులకు, ఆ తర్వాత ఉత్తర ప్రదేశ్‌కి చెందిన ఆగ్రా మరియు అవధ్ ప్రాంతానికి చెందిన అదే వర్గ బ్రాహ్మణ కులస్తులకు కేటాయించేవారు. ఈ స్కాలర్‌షిప్ అర్హతగా బనారస్ సంస్కృత కళాశాలకు చెందిన ప్రథమ లేదా ప్రవేశిక పరీక్ష తప్పనిసరిగా వ్రాసై వుండాలి. ఇంతకు ముందు చెప్పిన ప్రదేశాల నుండి కన్యాకుబ్జ వర్గ బ్రాహ్మణులు లేకపోతే, ఇతర ప్రాంతాలలో ఎక్కడ జన్మించినా వారిని అనుమతించేవారు.

ఇటువంటి ఎంపికలన్నీ లేకపోతేనే బ్రాహ్మణేతరులకు కేటాయించేవారు. ఇటువంటి విద్యార్థుల ఎంపికనే మహవీర్ ప్రసాద్ ద్వివేది స్కాలర్‌షిప్ కన్యాకుబ్జ బ్రాహ్మణులకోసం వుండేది. ఇలాంటిదే జాలా రాజపుత్‌ల కోసం మహరాజ సర్ ఘన్‌శ్యామ్ సింగ్‌జీ స్కాలర్‌షిప్ వుండేది. మార్వాడీ అగర్వాల్‌ల కోసం తన్‌మల్ సిగ్తియా స్కాలర్‌షిప్ వుండేది, ఇందులో వున్న అదనపు డిమాండ్ ఏమంటే, విద్యార్థులు బ్రహ్మచర్యులై వుండాలి, మరియు దానకతృత్వం పొందేటప్పుడు అందుకునేటప్పుడు భగవద్గీత వినిపించాలి. బనారస్ హిందూ యూనివర్సిటీ బ్రాహ్మణ, అగర్వాల్, మహేశ్వరీ మరియు ఖత్రి మహిళలకోసం కేవలం ప్రత్యేకించి స్కాలర్‌షిప్పులు కలిగివుండేది.

మరోరకంగా చెప్పాలంటే ఎగువకులాల మహిళలు ఒక ప్రత్యేక వర్గంగా కుల పెట్టుబడులకోసం ఏర్పాటు చేయడమైంది. స్కాలర్‌షిప్పులు పేదలైన విద్యార్థుల కోసం వుండేవి, అంటే వారిలో బెంగాలీ బ్రాహ్మణ పిల్లలకోసం (రామచంద్ర ముఖర్జీ స్కాలర్‌షిప్) ఒరియా బ్రాహ్మణ కుర్రాడి కోసం, కాయస్త గ్రాడ్యుయేట్ కోసం (శంకర్ లక్ష్మి స్కాలర్‌షిప్), బిసా అగర్వాల్ విద్యార్థి కోసం (బసుదియో సహాయ్ మెడల్) మొదలయినవి.

పేద, అవసరమయిన బ్రాహ్మణులకు దానకతృత్వం ఇవ్వడం కోసం గోత్రాలు మరియు ప్రాంతీయాలు అనేవి సంస్కృత సబ్జెక్టు అధ్యయనం ప్రాచ్య విజ్ఞానం, మత తత్వశాస్త్రం, అద్వైత తాత్వికత మొదలయిన విషయాల మాటున స్కాలర్‌షిప్ అందేలా చూసేవారు. బాగా గమనించి చూస్తే, మొత్తం పట్టికలో, ప్రస్తుతం ఓబీసీలో వున్న ఒకే ఒక కులానికి, అనగా కల్వార్ అనే కులానికి దేవీ బస్మతో కోయర్ స్కాలర్‌షిప్ కనిపిస్తుంది. దీనికి అదనంగా గిరిధర్ లాల్ బాత్రా దానదాతృత్వం వెనుకబడిన 'దాల్' అనే కులం విద్యార్థుల శిక్షణ కోసం కనిపిస్తుంది.

ఇలాంటి కుల ప్రాతిపదిక దానదాతృత్వాలు బొంబాయి యూనివర్సిటీ, నాగపూర్ యూనివర్సిటీ, మద్రాస్ యూనివర్సిటీ వంటి వాటిల్లో కనిపిస్తాయి. అను రామదాస్ చెప్పినట్లు, వారసత్వంగా వచ్చిన భౌతిక సంపద లేదా 'కనిపించే లాభం' అనేవి ఆధిపత్య భ్రమని ఆర్థికంగా కొనసాగించడానికి, తిరిగి దాన్ని కొనసాగించడంలో ప్రాముఖ్యమైనవి. అను రామదాస్ ప్రకారం, అవి కుల వ్యవస్థలో వారినుండి విడదీయలేని చట్టబద్ధమైన

హక్కులు. ద్విజులైన జమీందారులు లేదా సివిల్ సర్వెంట్లు సంస్కృతం లేదా బ్రాహ్మణుల మీద పెట్టే ఈ పెట్టుబడి ఒక ఆధ్యాత్మిక ప్రాయశ్చిత్త కార్యంగా, బ్రాహ్మణత్వంలో ముక్తిదాయకంగా దాన్ని చూడాలి. కులం రూపొందించిన దాన్లో ఇదొక భాగం, అదొక ప్రత్యేక సదుపాయం కాదు లాగిపడెయ్యడానికి!

బ్రాహ్మణులు ,వారి పక్షంవాళ్లు మరియు వారికి సంబంధించిన వాళ్లు కూడబెట్టే ధనం గురించి మరింత లోతుగా విచారిస్తే, ఈ ధనం ఆధునిక బ్రిటిష్ వలసవాదుల అవసరాలను తీర్చే ఉన్నత విద్యలో కుల పెట్టుబడిగా పెట్టారు. ఈ పెట్టుబడి జాతీయ తరగతిగా ఎదిగిన బ్రాహ్మణులు మరియు వారి మిత్రులు, బ్రిటిష్ వారు దేశం వదలివెళ్లాక ఆధిపత్యం నిర్వహించడానికి హామీనిచ్చింది. సృష్టికి విరుద్ధంగా ఒక చిన్న మైనారిటీ గ్రూపు తమ సంతతిని శారీరక శ్రమ నుండి ఎప్పటికీ దూరం పెట్టుకోవడం కోసం ఉన్నత విద్యని కొనసాగించే సామర్థ్యం సంపాదించింది.

స్వాతంత్ర్యం పొందిన తొలి దశకాల్లో, ప్రభుత్వ ఉద్యోగాలను సంపాదించడంలో గుత్తాధిపత్యాన్ని సాధించిన కుల వ్యవస్థలోని పైభాగం, అంటే బ్రాహ్మణ కులం, తమ పిల్లలను కొత్తరకపు ఆస్తులను సంపాదించే అవసరం నుండి విముక్తం చేసింది. భూమి మీద అధికారం మార్చే చేతుల్ని పట్టణ ఆస్తిగా మార్చింది, కాలేజీ డిగ్రీలు, డాక్టరేట్ పట్టా వంటివి ఈ పెట్టుబడికి మనకు కనిపించే సాక్ష్యాలు. రాజ్యానికి చెందిన దాదాపు అందరు అకడమీషియన్లు ఈ మధ్యతరగతివారేనంటే ఆశ్చర్యపోవాల్సిన పనిలేదు, వీరినే అమాయకంగా మనం భారతీయ మధ్యతరగతి అని ప్రస్తావిస్తూంటాం. 1931నుండి వచ్చిన జనాభా లెక్కల రిపోర్టులలోని కుల వివరాలను పరిశీలిస్తే మనకు దృశ్యం తేటతెల్లమవుతుంది.

ఇక్కడ బైద్యాలు, కాయస్తలు, నాయర్లు, ఖత్రీ లు మరియు బ్రాహ్మణులు పట్టికలో అటు అక్ష్యరాస్యత మరియు ఇంగ్లిష్ అక్ష్యరాస్యతలో 1931 లెక్కల ప్రకారం ముందు వరుసలో వుండడం చూడవచ్చు. వలసవాదుల అనంతర కాలపు రాజకీయ చట్టాలు రాసే ఇదే కులస్తుల పుణ్యమా అని ఇటువంటి పట్టికలు ఇప్పుడు మనకు కనిపించవు! కారణాలు ఏమైనాకానీ, కుల దొంతరలో వారి స్థానంతో పట్టింపు లేకుండా కుల మరియు సమూహాల పోలికతో కూడిన వివరాల్ని ధైర్యంగా ప్రకటించిన బ్రిటిష్ వారిని మెచ్చి తీరాలి. ఈరోజు ఈ పట్టికలను రూపొందించి వుంటే, ఓబీసీలకు, ఎస్సీలకు, ఎస్టీలకు మరియు ఇతరులకు ప్రత్యేక లిస్టులు వుండేవి. విశ్వబ్రాహ్మణ లేదా విశ్వకర్మ కులస్తులు ఓబీసీలో ఇంగ్లీష్ మాట్లాడే 'ఆధిపత్య' కులస్తులుగా (0.86%తో) వుండేవారు: మహర్లు (0.15%తో) ఎస్సీలలో: ఒరోయన్లు (0.46%తో) ఎస్టీలలో మరియు ఇతర వున్నతుల పేర్లే లేకుండా వుండేవనేది సుస్పష్టం.

EWS రిజర్వేషన్లని అంతం చేసే కుట్ర

LITERATE IN ENGLISH PER 10,000 OF POPULATION			LITERATE PER MILE		
CASTE	MALES	FEMALES	CASTE	MALES	FEMALES
BAIDHYA	5279	1373	BAIDHYA	782	486
KAYASTHA	2418	293	NAYAR	603	276
KHATRI	1320	109	KAYASTHA	607	191
BRAHMAN	1073	86	KHATRI	451	126
NAYAR	693	137	BAHMAN	437	96
LUSHEI	160	9	LUSHEI	260	31
RAJPUT	135	5	VISHWA BRAHMAN	197	21
VISWA BRAHMAN	86	4	RAJPT	153	13
JAT	70	3	KURMI	126	12
KUMBI	69	2	TELI	114	6
MALI	53	2	MALI	80	4
ORAON	46	9	MOMIN	59	8
TELI	48	0.5	PARAYAN	56	6
MOMIN	43	6	JAT	53	6
PARAYAN	25	3	MAHAR	44	4
YADAVA	23	1	ORAON	35	11
MAHAR	15	0.8	YADAVA	39	2
KUMHAR	16	0	KUMHAR	35	4
BALOCH	17	5	BHANGI	19	2
DOM	9	0.4	BALOCH	19	1
BHANGI	6	0.9	DOM	16	2
GOND	4	2	GOND	16	1
CHAMAR	3	0.4	BHIL	11	1
BHIL	1	0.3	CHAMAR	10	1

ఆధునిక వున్నత విద్య ఎప్పుడూ 'పేద, అవసరార్థి' అయిన బ్రాహ్మణుడు మరియు అతని మొత్తం గుర్తింపుని కేంద్రంగా వుంచుకొన్నదని తప్పక గుర్తుంచుకోవాలి. పైన తెలిపిన లెక్కలు ఈ విషయాన్ని స్పష్టం చేస్తున్నాయి, మరింత స్పష్టతకోసం మనం క్రైస్తవ మిషనరీల పురావస్తు విషయాల ద్వారా తెలుసుకోవచ్చు. వలసవాద పాలన తర్వాతి క్రైస్తవ మిషనరీ లెక్కలను 'క్రిష్టియన్ ఇండియా' అనే పుస్తకంలోనుండి చూస్తే–

''మనమిప్పుడు శివుని పవిత్ర నగరాన్ని తిరిగి చూద్దాం. ఒక పద్ధతిలోలేని సముద్రంలాంటి జనావాసాలను తలదన్నేలా ప్రసిద్ధ కొండమీద గొప్ప దేవాలయాన్ని ఇక్కడ చూడవచ్చు. ఆ కొండ పాదాల వద్ద మరియు బ్రాహ్మణుల నివాసాల సమీపంలోనే సెయింట్ జోసఫ్ కళాశాల వుంది. దీని చుట్టూ పెద్ద కాంపౌండ్ గోడ వుంది, అందులో స్కూలు బిల్డింగులు, లేబరేటరీలు, విద్యార్థుల క్వార్టర్లు, చర్చి మరియు మతబోధకుల నివాసం ఇంకా ఆట మైదానం వున్నాయి. 1844లో నాగపట్టణంలో స్థాపించిన యూనివర్సిటీ 1883లో ఇప్పుడు ఇలా మారిపోయింది. ఫాదర్ డి నొబిలిస్ కల నెరవేరింది: హిందూ బ్రాహ్మణుల ప్రాబల్యమున్న కేంద్రస్థానంలో క్రైస్తవ పాఠశాల వుందిప్పుడు. కేథలిక్ పూజారులు మరియు 'దేవుని కుమారుల(బ్రాహ్మణుల) మధ్య అనేక పరిచయాలు మరియు మంచి స్నేహం బలపడింది. ఇప్పుడు 1500 మంది సెయింట్ జోసఫ్ విద్యార్థులు మరియు 1900 మంది యూనివర్సిటీ విద్యార్థులు వున్నారు. మొత్తానికి సుమారు 1300 క్రైస్తవులు మరియు ఇతర హిందువులు, ఇందులో ఎక్కువ మంది బ్రాహ్మణ కులస్తులు (...)''

'బ్రాహ్మణుల సమీప ప్రాంతాలలోనే' ఆధునిక భారతీయ విద్య వుండేది. క్రైస్తవ మిషనరీ కథను మరో రకంగా చెప్పాలంటే మారుతున్న ప్రపంచంలో ఒక పెట్టుబడి కలిగిన అంకితభావం గల బ్రాహ్మణులు మరియు వారి సంబంధిత వర్గాల కథగా చెప్పవచ్చు. 'ఇండియా క్రైస్తవీకరణ' అనే వ్యాసంలో ఇదే విషయాన్ని సమగ్ర ఆధారాలతో బాబాసాహెబ్ రాశారు. బ్రాహ్మణులకు దగ్గరగా రావడం మరియు వారితో సత్సంబంధాలు నెలకొల్పుకొని వారి వీధిలో యూనివర్సిటీ క్యాంపస్‌గా తీర్చిదిద్దడం మనం ఎగువ పేరాగ్రాఫులో చూశాం. బ్రాహ్మణులు మరియు వారి సంబంధిత వర్గాలను భారతీయ మేధో తరగతిగా క్రైస్తవ మిషనరీలు స్థిరీకరించాయి. ఈ నిర్మాణాన్ని ప్రాథమికంగా చాలెంజ్ చేసే ప్రయత్నమేదీ జరగలేదు. భారత రాజ్యాంగం కూడా ఈ కొనసాగింపుని స్పష్టంగా చాలెంజ్ చేయలేదు.

ముగింపుకు బదులుగా:

భారతదేశంలో ఏ ఇతర సామాజిక గుంపు వలె గాక, బ్రాహ్మణులు మరియు వారి మిత్రులు ఇరుసులో బాగా కందెన పూసినటువంటి నెట్‌వర్కులతో ఇంకా చెప్పాలంటే, ఒక కామన్ భాషతో ఒక జాతీయ తరగతిగా అభివృద్ధి చెందారు. పశ్చిమ భారతదేశంలోని దక్షిణ ఫెలోషిప్పుల పరిశీలన, ఈ జాతీయ తరగతిగా రూపొందే విషయాన్ని గమనించే అవకాశమిచ్చింది. 19 మరియు 20 శతాబ్దంలోని యూనివర్సిటీలలో బ్రాహ్మణులు (ఇతర ద్విజులకు) అందుబాటులో వున్న పలు ప్రత్యేక స్కాలర్‌షిప్పుల మీద అవగాహన మనకీ చిన్న వ్యాసం అందించింది. ఈ లెక్కలో బెనారస్ హిందూ యూనివర్సిటీ ఒక ప్రత్యేకమైనది. ఉన్నతవిద్య లేదా వున్నత స్థాయిలో వుంచే ప్రభుత్వ ఉద్యోగస్వామ్యం మరియు న్యాయవ్యవస్థలో స్థానం బ్రాహ్మణులను జాతీయీకరణ చేయడంలో ప్రముఖ పాత్రని పోషించాయి. 'పేద సవర్ణ' అనే కొత్త కోటాని చరిత్రలోని ఇంతవరకు చూపిన ఈ కులపెట్టుబడి కొనసాగింపుగా చూడాలి. పేద బ్రాహ్మణుడు అనే పదం కులవ్యవస్థలోని ప్రతి ఒక్కరి పొట్టకొట్టింది, ముఖ్యంగా బహుజనులను.

--★★--

Notes

1. Blunt, E.A.H. "The System of Caste Government", in The Caste System of Northern India, Isha Books, Delhi, 2009, p. 104-131. First published in 1931.

2. V. Nagam Aiya. The Travancore State Manual, 1906. The Travancore Government Press, 1908, p. 436. Available at: https:/ / archive.org/ details/ travancorestate00aiyagoog/

3. B. Ramdas, Anu. "Mythicizing Materiality: Self-racialization of the Brahmin", Prabuddha: Journal of Social Equality, 2(1), p. 75-86, November 2018. Available at:

http://prabuddha.us/index.php/ pjse/article/view/29/21. Date accessed: January 24, 2019.

4. Wood, Ernest. An Englishman Defends Mother India, A Complete Constructive Reply to Mother India. Ganesh & Co., Madras, 1929, p. 247.
Available at: https://archive.org/details/englishdefendsmo00erne

5. Sharma, Narender Kumar. "Institution of Dakshina and its Impact on Sanskrit Education", in 'Linguistic and Educational Aspirations under a Colonial System: A Study of Sanskrit Education during British Rule in India.' Concept Publishing House, Delhi, 1976, p.38-62.

6. Bombay University Calendar, 1865-66, Bombay: Thacker, Vining & Co. pp. 130-132.

7. Ibid

8. See for details of Dakshina Fellowship in Pune University.

9. Sundar, Nandini. "In the Cause of Anthropology: Life and Work of Irawati Karve", Anthropology in the East, p. 367-368. 10. Turn Bull, Lucia. "Sri Ramakrishna Bhandarkar" in Some Great Lives of Modern India. Longmans Green and Co. Ltd, Calcutta, 1936, p. 89-90.

10. Turn Bull, Lucia, "Sri Ramakrishna Bhandarkar" in some Great Lives of Modern India. Longmans Green and co. Ltd., Calcutta 1936.

11. Mody, H.P. & Mehta, Sir Pherozeshah: A Political Biography-Vol 1, The Times Press, Bombay, 1921, p. 7; The Eagle: A Magazine, Vol XXIII, Metcalfe and Co. Ltd., Rose Crescent, 1902,

p. 132. 12. Khan, Mohammad Shabir. Tilak and Gokhale: A Comparative Study, Ashish Publishing House, New Delhi, 1992, p.10.

12. Turn Bull, Lucia, "Sri Ramakrishna Bhandarkar" in some Great Lives of Modern India. Longmans Green and co. Ltd., Calcutta 1936.

13. Agra University Calendar 1945-46, Newul Kishor Press, Lucknow, p. 473-476.

14. University of Lucknow Calendar 1933-34, Newul Kishor Press, Lucknow, p. 260-262.

15. Benaras Hindu University Calendar 1938-39, p. 407-461. 16. F.A. Plattner & B. Moosbrugger, Christian India, Thames and Hudson, London, 1957, p. 99-100.

EWS ఇప్పుడెందుకు ?

10 శాతం ఎగువ కులాల రిజర్వేషన్లో సమస్యలు "అస్తిత్వ రాజకీయాలా" లేక "ఎన్నికల వ్యూహమా"?

-రజనీకాంత్ గౌచ్చాయత్

బీజేపీ పార్టీ నాయకత్వంలోని ఎన్డీయే కూటమి తెచ్చిన ఇటీవలి కోటా అనేది ఎగువకులాల సమూహపు ప్రాతినిధ్యమా? లేక 2019 సాధారణ ఎన్నికల ముందు ఎన్నికల వ్యూహమా? ఇది 'అస్తిత్వ రాజకీయం' మరియు 'ఎన్నికల వ్యూహం' అనే రెండు అంశాలూ కలిసిన విషయం.

ఇంకా చెప్పాలంటే, రిజర్వేషన్ చర్చలోకి రావాలని కొన్ని విషయాలు చొప్పించడానికి. 'అస్తిత్వ రాజకీయాలు' అంటే ప్రస్తుతం ప్రాతినిధ్యం వహించేవారు, వారి కుల ప్రయోజనాల గుర్తింపు గురించి మాట్లాడడం. భారతీయ రాజకీయాలు ప్రభావితం చేసేది మరియు ఆధిపత్యం వహించేది ఎగువ కులాల నాయకత్వమేనని అందరికీ తెలిసిన సత్యమే.

అయితే కొన్ని సమూహాలకు పరిమితమయిన ఈ నాయకత్వం అన్ని సమూహాల అవసరాల్ని కాపాడుతుందా? లేదా? అనే పెద్ద చర్చ వుండగా, మరోవైపు అసలు ఈ ఎగువ కులాల నాయకులు వాళ్ల కులాలకు ఎలా ప్రాతినిధ్యం వహిస్తున్నారు? అనే చర్చ మాత్రం ఎక్కడా లేదు!

'భావజాల రాజకీయాల'లో ఎవరు ప్రతినిధులు అనేది విషయం కాదు. మరి విషయం ఏమిటంటే, దేనికి ప్రాతినిధ్యం వహిస్తున్నారు, ఏ విషయాల్ని చర్చిస్తున్నారనేది. ఏదేమైనప్పటికీ, ఇది ప్రత్యేక కులం ప్రయోజనాలను పరిగణనలోకి తీసుకుంటోందనేది సత్యం. కాబట్టి రాజకీయ రంగంలో మైనారిటీల ప్రత్యేక గుంపుకి అనుకూలంగా ప్రాతినిధ్యం వుండాలనీ, అలా వుంటే విధాన రూప కల్పనా విషయంలో సానుకూల ప్రభావాన్ని చూపించి, వారి గుంపు ప్రయోజనాలు సమర్థవంతంగా కాపాడుకోగలరని రాజకీయ శాస్త్రవేత్తలు సమర్థిస్తారు.

ఒక బహుళ సంస్కృతులున్న సమాజంలో, ప్రతి కులం ఒక విభిన్న సామాజిక, సాంస్కృతిక ప్రయోజనాలు కలిగివుంటుంది. వాటికి లేదా వారికి ఆయా రంగాలలో ప్రతినిధులు వుండాలి. ఆ ప్రతినిధులు విభిన్న సాంస్కృతిక విషయమే గాక, ఆ కులంతో సామాజిక-సాంస్కృతిక జీవితాన్ని పంచుకుంటారు, కాబట్టి విధానాల రూపకల్పనల్లో ఆ ప్రతినిధుల గుంపు, ఆ కులానికి చెందిన ప్రయోజనాల విషయంలో తన గొంతుని సమర్థవంతంగా వినిపిస్తుంది.

EWS ఇప్పుడెందుకు ?

ప్రస్తుత(2014-18) ఎన్డీయే ప్రభుత్వం మరియు పలు రాజకీయ పరిస్థితులలోని ఇంతకు పూర్వపు కేబినెట్‌లు, ఎగువకులాల నాయకత్వం అధిక ప్రాతినిధ్యం నిండిపోయి వుండడాన్ని గుర్తించవచ్చు. కేబినెట్‌లోని ఈ ప్రాతినిధ్య గ్రూపు తన ప్రయత్నాల్ని మరోస్థాయికి తీసుకువెళ్లడానికి చేసిన ప్రయత్నమే ఎగువకులాల్లోని పేదలకోసమంటూ 10% రిజర్వేషన్. ఈ ప్రయత్నం ఎలాంటిదంటే, ఇదే ప్రాతినిధ్య గుంపు ఇంతకు మునుపు యూనివర్సిటీలలో సిబ్బంది నియామకం కోసం కొత్త రోస్టర్ విధానాన్ని ప్రవేశపెట్టింది, అంటే కొత్త రోస్టర్ పద్ధతిద్వారా ఎస్సీ, ఎస్టీ లేదా ఓబీసీ అభ్యర్థుల రిజర్వేషన్‌కు చేతనైనంత మేర గండికొట్టేందుకు గాను, సిబ్బంది నియామకంలో ప్రతి డిపార్టుమెంటుని ఒక యూనిట్‌గా చేసింది.

మరో కోణంలో చూస్తే, బీజేపీ ఎన్నికల వ్యూహంగా విశ్లేషించవచ్చు. ఎగువకులాల వాళ్లు బీజేపీలో ఎప్పుడూ 'కీలకమైన ఓట్ బ్యాంకు'. పలురకాల ఎత్తుగడలతో, తాను ఎగువ కులాలకు నిజమైన ప్రతినిధినని ప్రకటించుకుంటూ, ప్రత్యర్థి కాంగ్రెస్ పార్టీని హిందూ వ్యతిరేకమనీ, అగ్రకులాలకు వ్యతిరేకమనీ నిరూపించడానికి ప్రయత్నిస్తూంటుంది. అయితే కాంగ్రెస్ ఎప్పటికీ హిందూ వ్యతిరేకం, అగ్రకులాల వ్యతిరేకం కాదు, నిజానికి వాళ్లే 1991 ఎన్నికల ముందు 10%కోటాని ప్రతిపాదించారు. 1955కి పూర్వమే అంటే బీజేపీ ఒక పార్టీగా ఏర్పాటు కాక పూర్వమే ఆ పార్టీ 24 రాష్ట్రాలలో గోవధ నిషేధం విధించింది. తర్వాత ఇటీవల కాంగ్రెస్ మరింతగా తన ప్రచార వ్యూహాన్ని ఎగువ కులాలకు అనుకూలంగా మార్చింది, రాహుల్ గాంధీ దేవాలయాల్ని సందర్శించడం, జంధ్యం ధరించడం, గోత్రంతో కలిసిపోవడం వంటివి ఇందులో భాగం.

ఎస్సీ, ఎస్టీ అత్యాచార నిరోధక చట్టాన్ని పలుచన చేయడానికిగాను సుప్రీంకోర్టులో చట్టంలోని ముఖ్యమైన అంశాలను భాజపా సమర్థించుకోలేదు. ఈ చర్య అత్యాచార నిరోధక చట్టాన్ని కోర్టు పలుచన చేసే నిర్ణయానికి దోహదపడింది. అయితే వెనువెంటనే స్పందించిన ఎస్సీ, ఎస్టీ కులాల తిరుగుబాటుతో, ప్రభుత్వం వెంటనే, అంతకుముందు తొలగించిన చట్టంలోని అంశాలు తిరిగి చేర్చింది. ఈ చర్య పార్టీ పట్ల తప్పుడు ఇమేజ్‌ని అగ్రకులాల్లో ఏర్పరచింది. ఇటీవల ఆవు రాష్ట్రాలుగా (కౌ బెల్టు) పేరొందిన ఉత్తరాది రాష్ట్రాలలోని అసెంబ్లీ ఎన్నికల్లో పార్టీ ఓటమి చెందాక ఎగువ కులాలని దువ్వడానికి బీజేపీ పార్టీ వేసిన ఎత్తుగడ 10శాతం రిజర్వేషన్. ఇంతకన్నా దిగ్భ్రాంతికర విషయం ఏమిటంటే నాలుగేళ్లుగా రాజ్యసభలో మెజారిటీలేని బీజేపీ ఈ బిల్లుని ఏకగ్రీవంగా కాంగ్రెస్, వామపక్ష పార్టీలతో సహా ప్రతిపక్షాలనుండి మద్దతుతో పాస్ కావడం. ఈ బిల్లు విషయంలో వామపక్షాలు చారిత్రాత్మక మద్దతుని అందించడమేగాక కేరళలో ఈ రిజర్వేషన్ విధానాన్ని అమలు చేశారు.

EWS రిజర్వేషన్లని అంతం చేసే కుట్ర

కొత్త కోటా ప్రస్థానంలో పుట్టుకొచ్చిన సమస్యలు:

కొత్త రిజర్వేషన్ చుట్టూ సామాజిక, ఆర్థిక, రాజకీయ, చట్టబద్ధమైన రూపంలో కొన్ని చర్చలు పుట్టుకొస్తున్నాయి. 124వ సవరణ బిల్లులో రాజ్యాంగలోని ఆర్టికల్ 15 మరియు 16లకు రెండు సవరణలు జరిగాయి. బిల్లు ఆర్థికంగా వెనుకబడిన వర్గాలకు రిజర్వేషన్ కల్పిస్తుంది. ఈ విషయంలో పరిగణనలోకి తీసుకున్న కొలబద్దలు వైరుధ్యంగా కనిపిస్తున్నాయి. 5ఎకరాల భూమి లేదా అంతకన్నా తక్కువ, లేదా 1000 చదరపు అడుగుల నివాసస్థలం లేదా 8లక్షల సాంవత్సరిక ఆదాయం వున్న గృహస్తులు రిజర్వేషన్‌కి అర్హులు. మరోవైపు ఎస్సీ/ ఎస్టీ/ ఓబీసీలకు ఎటువంటి భూమీ లేకపోవడాన్ని ఈ సందర్భంలో మేధావి వర్గం లేవనెత్తుతోంది.

ఒక కమ్యూనిటీ సరిపోయినంతగా ప్రభుత్వ సర్వీసులలో ప్రాతినిధ్యం పొందకపోతే, రిజర్వేషన్ కల్పించాలని ఆర్టికల్ 16(4) చెబుతుంది. దీన్ని ఎగువకులాలకు మద్దతుకోసం వాడుకోవచ్చా? ప్రభుత్వ సర్వీసులలో ఎగువ కులాల ప్రాతినిధ్యం చూస్తే, అది చాలా ఎక్కువ ప్రాతినిధ్యం వుంది. ఇటీవలి సమాచారం ప్రకారం అత్యున్నత స్థాయి ప్రభుత్వ సర్వీసులైన గ్రూప్-ఎ, గ్రూప్-బి మరియు సెంట్రల్ యూనివర్సిటీలతో పాటు అనేక సంస్థలలో షెడ్యూల్డు కులాలు, షెడ్యూల్డు తెగలు మరియు ఇతర వెనుకబడిన కులాల ప్రాతినిధ్యం తక్కువగా వుంది.

40సెంట్రల్ యూనివర్సిటీలలో పలు సామాజిక కులాల సిబ్బంది స్థానాలు చూస్తే మనకు ఆశ్చర్యం కలుగుతుంది. అసిస్టెంట్ ప్రొఫెసర్ స్థాయి వరకే ఓబీసీల రిజర్వేషన్ వర్తిస్తుంది. ఆ స్థాయిలో కూడా వారి వాటా 14.38శాతం మాత్రమే. ఈ సెంట్రల్ యూనివర్సిటీల్లో ప్రొఫెసర్ మరియు అసోసియేట్ ప్రొఫెసర్ స్థాయి స్థానాలు ఓబీసీలకు శూన్యం. సమాచారం ప్రకారం 95శాతం ప్రొఫెసర్లు, 92.9శాతం అసోసియేటెడ్ ప్రొఫెసర్లు మరియు 66.27శాతం అసిస్టెంట్ ప్రొఫెసర్లు జనరల్ కేటగిరీకి చెందినవారు. ఇదే జనరల్ కేటగిరీ వాళ్లు రైల్వేలో 68.82%, 71డిపార్టుమెంటుల్లో 62.95%, మానవ అభివృద్ధి శాఖలో 66.17శాతం, కేబినెట్ సెక్రటేరియట్‌లో 80.25%, నీతి అయోగ్‌లో 73.84%, దేశ ప్రెసిడెంట్ సెక్రటేరియట్‌లో 74.62%, ఉప రాష్ట్రపతి సెక్రటేరియట్‌లో 76.92%, యూనియన్ పబ్లిక్ సర్వీస్ కమీషన్‌లో 64.76%, కంట్రోలర్ అండ్ ఆడిటర్ విభాగంలో 66.92% వున్నారు. రైల్వే రంగం మొదలు కొని కంట్రోలర్ ఆడిటర్ విభాగం వరకు గ్రూప్-ఎ, గ్రూప్-బి స్థానాల్లో ఓబీసీలు అత్యంత తక్కువ ప్రాతినిధ్యం కలిగివున్నారు. కాబట్టి ఇప్పటికే ఉండాల్సిన ప్రాతినిధ్యం కన్నా ఎక్కువగావున్న సమూహానికి రిజర్వేషన్ కల్పించాల్సిన అవసరం ఏముందో తప్పనిసరిగా ఆలోచించాలి.

రిజర్వేషన్ పేదరిక నిర్మూలనా పథకం కాదు. అయితే మరి ప్రత్యేక గ్రూపు పథకాలు ఎవరికి అవసరం అనే ప్రశ్న ఉదయిస్తుంది. ఒక సమూహంగా ఒక కులం వివక్షకు గురయితే, అప్పుడు ఆ గ్రూపుకు ప్రత్యేక పథకం కావాలి. పేదరిక అనుకూల పథకంలో దళితుల వంటి వివక్షకు

గురయ్యే గ్రూపులకు సమాన అవకాశం లేదు, ప్రజా పంపిణీ పథకం వంటి పథకాల్లో ఇప్పటికీ పలురకాల వివక్షను ఎదుర్కొంటున్నారు.

ఈ రిజర్వేషన్‌లో ఎదురయ్యే మరో విషయం ఏమిటంటే, 5ఎకరాల పొలం కలిగి లేదా సాంవత్సరిక ఆదాయం 8లక్షలున్న ఎగువకులాల పేదలు, ప్రభుత్వ ప్రమేయం లేకుండా పేదరికం నుండి బయటపడలేరా? దీనికి సమాధానం నిశ్చయాత్మకమైనది. ఎందుకంటే వారు షెడ్యూల్డు కులాల్లోని పేదలకు వున్నట్లు సామాజిక బహిష్కరణ, అంటు, మురికి మరియు వివక్ష వంటి వాటికి గురయ్యేవారు కారు, పైగా కుల వ్యవస్థ ఏర్పరచిన నిచ్చెనమెట్ల పద్దతిలో సామాజిక, ఆర్థిక కార్యకలాపాలలో సానుకూల వాతావరణాన్ని వారు అనుభవిస్తున్నారు.

ఒక సమూహంగా లాండ్ మార్కెట్‌లో గానీ, లేబర్ మార్కెట్‌లో గానీ, కేపిటల్ మార్కెట్‌లో గానీ లేదా కొనుగోళ్లు మరియు అమ్మకాల మార్కెట్‌లో గానీ ఎగువకులాలుగా వుండడం వల్ల వివక్షకు లోనయిన దాఖలాలు ఏమీ లేవు. మరోవైపు దళితులు అనేక రకాల ఆర్థిక కార్యకలాపాలు కొనసాగించడంలో వివక్షను ఎదుర్కొంటూ వున్నారు. ప్రయివేటు ఉద్యోగాల మార్కెట్‌లో ఎగువ కులాలకు వ్యతిరేకంగా వివక్ష ఏమైనా వుందా? దీనికి భిన్నంగా ఉద్యోగ నియామకాలలో అణచివేయబడిన కులాలకు గాకుండా వారికే ప్రాధాన్యత వుంది. కేవలం వారి గుర్తింపు కారణంగానే షెడ్యూల్డు కులాలు, షెడ్యూల్డు తెగలు మరియు మైనారిటీ మతాలు ప్రయివేటు రంగంలోని ఉద్యోగాలలో వివక్ష ఎదుర్కొంటున్నారు.

కాబట్టి ఎగువకులాలకు రిజర్వేషన్ కల్పించడం పేదరిక నిర్మూలన కాదు గదా, పైపెచ్చు పలు రంగాలలో వారి ప్రాతినిధ్యాన్ని మరింత పెంచడమే. ఎగువకులాలలో నిరుద్యోగం వుందంటే అది స్వచ్ఛందంగా వారంతట వారు నిరుద్యోగులుగా వుండదలిచారు. ఎందుకంటే, శ్రమ విభజన చేసిన కుల వ్యవస్థలో వారికి కేటాయించని వృత్తులను చేపట్టడానికి వారు మొహమాటపడుతున్నారు.పేదరికాన్ని నిర్మూలించదల్చుకుంటే వారు కులాన్ని నిర్మూలించాలి. చివరిగా చెప్పాలంటే రిజర్వేషన్లు పేదరికాన్ని నిర్మూలించవు, అవి సామూహిక గుర్తింపు పట్ల వున్న వివక్షను ఎదుర్కోవడానికి రక్షణ కల్పిస్తాయి, చివరిదాకా నెట్టివేయబడిన సమూహాలకు ప్రాతినిధ్యం కల్పిస్తాయి.

--★★--

References:

1. Philips, Anne, Politics of Presence, Oxford University Press, 1998.

2. Sukhadeo, Thorat, et.al. "Urban Labour Market Discrimination", working paper, Volume111, Number01, Indian Institute of Dalit Studies, 2009.

3. Thorat, Sukhdeo & Joel, Lee. "Dalit and Right to food – Discrimination and Exclusion in food-related government programmes", Working Paper, Volume1, Number 03, Indian Institute of Dalit Studies, 2006.

4. Thorat, Sukhdeo and Sabharwal, N. S. "Caste and Social Exclusion: Issues Related to Concept, Indicators and Measurement", Working Paper, Volume 2, Number 01, Indian Institute of Dalit Studies-UNICEF, 2010.

5. Mohanty, Debabrata. "Orissa govt brings down SEBC quota limit to 11.25%, The Indian Express, June 25, 2014.

6. Chishti, Seema. "Hindu, not Hindutva", The Indian Express, December 21, 2018.

7. Yadav, Shyamalal. "Reservation candidates are under-represented in Govt's upper rungs", The Indian Express, January 16, 2019.

8. Tiwari Raish & Nair, Sahalini. "Eyes on polls, cabinets approves 10% quota for economically weaker general Category", The Indian Express, January 13, 2019.

9. "Kerala chief minister Pinarayi Vijayan welcomes moves for economic reservation", The Times of India, January 8, 2019.

10. "Congress was the first in banning cow slaughter, will consider backing central laws on ban: Digvijay Singh", The Economic Times, October 6, 2015.

124వ రాజ్యాంగ సవరణ మరియు జారిపోయే ఓట్లను తిరిగి సంపాదించే రాజకీయాలు

–ఓం ప్రకాశ్ మెహతో.

లోక్‌సభ ఎన్నికలు మరింత సమీపిస్తున్న కొద్దీ రకరకాల రాజకీయ పార్టీలు అనేక రాజకీయ గిమ్మిక్కులూ, ఎన్నికల జూదాలలో మునిగితేలడం గమనించవచ్చు. ఈ ఎన్నికల గిమ్మిక్కులు మరియు ఓటు బ్యాంకు రాజకీయాలు ఒక ప్రత్యేక పార్టీకి పరిమితం కావు. ఇది జనరంజక రాజకీయాల యుగంలో ఎన్నికలకు ముందు సహజంగా ఏర్పడే రొడ్డకొట్టుడు రాజకీయ వ్యవహారం. ఇటీవల మధ్యప్రదేశ్‌లో ప్రభుత్వం ఏర్పాటు చేశాక, రైతుల ఋణాలను రద్దుచేస్తామని కాంగ్రెస్‌పార్టీ ప్రకటించింది. గత దశాబ్దాలుగా ఓటర్లు గమనిస్తోన్న ఇటువంటి జనరంజక కార్యక్రమంలో ఇదొక భాగం.

2014వ లోక్‌సభ ఎన్నికలలో బీజేపీ తాను ఇచ్చిన మేనిఫెస్టోలో చేసిన హామీలను గత నాలుగున్నర సంవత్సరాల పాలనలో అమలు పరచడంలోని వైఫల్యం పార్టీలో అంతర్గతంగా అలజడి కలిగించింది. రైతుల సమస్య, నగదురద్దు, జీఎస్టీ, జన్‌ధన్‌యోజన, ఉజ్వల్ యోజన, యువతకు ఉద్యోగాల కల్పనలోని అశక్తత, పేద జనానికి "అచ్చేదిన్" తేవడం వంటి విషయాలను ప్రభుత్వం పరిష్కరించడంలో వైఫల్యంతో అధికార రాజకీయ పార్టీ, రెండు నాటకీయ రాజ్యాంగ సవరణలు తెచ్చింది. దీనికి కారణం, అవి బీజీపీకి రాజకీయ మైలేజీ తెస్తాయని, అంతకు మునుపున్న పార్టీ విధేయుల ఓట్లను ఆకర్షిస్తాయని.

ఈ వ్యాసం బీజేపీ తెచ్చిన ఇటీవలి రెండు బిల్లుల గురించి నొక్కిచెప్పదలచింది. ఈ రెండింటిలో ఒకటి ఉభయసభలూ ఆమోదించగా, రెండోది దిగువ సభ ఆమోదించింది. మొదటిది కేవలం ఆర్థిక ప్రాతిపదికన ఎగువ కులాలకు 10శాతం రిజర్వేషన్ కల్పిస్తూ బిల్లు ప్రవేశపెట్టడం, తద్వారా ఎగువ కులాల ఓటును తిరిగిపొందడం. రెండోది అంతకు ముందు "పౌరసత్వ సవరణ బిల్లు,2016" పరిశీలన కోసం ఏర్పరచిన సంయుక్త పార్లమెంటరీ కమిటీ ఇచ్చిన నివేదికను ఆమోదిస్తూ లోక్‌సభలో బిల్లు ఆమోదించడం. ఈ పౌరసత్వ బిల్లు అమలు పరచడం వల్ల ఇటీవలి కాలంలో ఎటువంటి లీగల్ పత్రాలు లేకుండా ఇరుగుపొరుగు దేశాలైన బంగ్లాదేశ్, పాకిస్తాన్ మరియు ఆఫ్ఘనిస్తాన్ నుండి వచ్చిన హిందు, సిక్కు, జైన్, పార్శీ, క్రైస్తవ మరియు బౌద్ధ మైనారిటీలకు ఇండియాలో చట్టబద్ధమైన పౌరసత్వం లభిస్తుంది.

ఎస్సీ, ఎస్టీ మరియు ఓబీసీలకు రిజర్వేషన్ కల్పించిన సందర్భం:

ఆర్థికంగా వెనకబడిన ఎగువ కులాలకు 10% రిజర్వేషను ఇచ్చేందుకు కేబినెట్ ఆమోదించిన ఆర్డినెన్సును బలపరచిన సీపీఐ(ఎం), బీఎస్పీ, ఆప్, ఆరెల్డీ, కాంగ్రెస్, సీపీఐ, ఆర్ఎల్ఎస్పీ మరియు ఇతరులు ఇండియాలో రిజర్వేషన్లు ప్రవేశపెట్టిన సందర్భాన్ని హ్రస్వ దృష్టితో చూసినట్లుంది. భారత రాజ్యాంగంలోని 15 మరియు 16వ అధికరణలు సామాజికంగా మరియు విద్యావిషయకంగా వెనుకబడిన వర్గాలందరూ రిజర్వేషన్ ఫలాలను వాడుకోవాలని చెబుతుంది. సామాజిక న్యాయం కోసం పోరాడుతున్నామని నటిస్తున్న పార్టీలు కూడా సవర్ణ యజమానుల చేతుల్లో బలిపశువుగా మారి, కనీస సామాజిక న్యాయానికి వ్యతిరేకంగా నడిచాయి.

గురుప్రీత్ మహజన్ వాదన ప్రకారం రాజ్యాంగంలో రెండు సందర్భాలలో రిజర్వేషన్ ఎస్సీ, ఎస్టీ మరియు ఓబీసీ వర్గాలకు కల్పించడమైనది. చారిత్రకంగా రోజువారీ జీవితంలోని సామాజిక, రాజకీయ మరియు విద్యా విషయాల్లో బహిష్కారం పొందాయి, అందువల్ల ఎస్సీ మరియు ఎస్టీ వర్గాలు రిజర్వేషన్ ఎందుకు పొందాయి. ఈ వర్గాలు సామాజికంగా బహిష్కరింపబడ్డాయి, సాంస్కృతికంగా వెలివేయబడ్డాయి, రాజకీయంగా ప్రాతినిధ్యం లేదు మరియు విద్యాపరంగా వెనుకబడ్డాయి. స్వాతంత్ర్యం వచ్చిన 7 దశాబ్దాల తర్వాత కూడా ఇప్పటికీ మహా–దళితులు బీహారులోని గ్రామీణ ప్రాంతాలలో అత్యంత సామాజిక వెలివేతకు గురవుతూ వుండడం ఒక వైచిత్రి. రోజువారీ జీవితంలో బ్రతకడానికి 'మహసర్లు' ఇప్పటికీ ఎలుకల్ని వేటాడే వృత్తిలో వున్నారు. ఎప్పుడైతే ఈ వర్గాలు చారిత్రకంగా వివక్షకు గురై, అంటరానితనం అనే పద్ధతి కారణంగా వివిధ వర్గాలతో కలిసిమెలసి పోవడానికి వాస్తవంగా అసాధ్యమైందో, అప్పుడు అంబేద్కర్, గాంధీ మధ్య సంప్రదింపుల ఫలితంగా రిజర్వేషన్ వచ్చింది. రిజర్వేషన్ కోసమే 1932లో జరిగిన రౌండ్ టేబుల్ సమావేశం ద్వారా దళితులకు బ్రిటిష్ ప్రభుత్వం ఇచ్చిన ప్రత్యేక సెటిల్‌మెంటు మరియు ప్రత్యేక ఎన్నికలను బలవంతంగా అంబేద్కర్ రాజీ పడినందుకు దక్కిన ఫలితం.

అయితే, ఎస్సీ మరియు ఎస్టీ విషయంలో లాగా ఓబీసీల విషయంలో రిజర్వేషన్ అనేది వివక్ష సందర్భంలో కల్పించలేదు. కాకపోతే ఇతర వెనుకబడిన కులాలుగా వుండడం వల్ల కొనసాగుతున్న ప్రతికూలత కారణంగా కల్పించారు. ఓబీసీలు కూడా ఎగువ కులాల నుండి సామాజిక వివక్షను ఎదుర్కొన్నారు, అయితే, అంటరానివారి లాగా బహిష్కారానికి గురవ్వలేదు.

అలాగని ఓబీసీలు వివక్షను ఎదుర్కోలేదని కాదు, అయితే వివక్షను ఎదుర్కునే క్రమంలో బలవంతపు బహిష్కరణకు గురవ్వలేదు. ప్రాచీన కాలం నుండి శూద్రులుగా వున్న ఓబీసీలు హిందూ సామాజిక చట్రంలో మిగతా మూడు ఎగువ వర్ణాలకు బలవంతంగా సేవకులుగా

ఉన్నారు, వారికి చదువుకునే హక్కు తిరస్కరించడమైంది, ఆయుధాలు కలిగివుండడం లేదా ఆస్తులు కూడబెట్టుకోవడం మరియు రాజకీయ హక్కుల నుండి.... విద్యాపరంగా వెనుబడి ఉండడం, రాజకీయంగా ప్రాతినిధ్యం లేకపోవడం అనే ప్రతికూలతలు ఓబీసీలకు వున్నాయి. ఈ విధంగా ఎస్సీ, ఎస్టీ మరియు ఓబీసీలు సామాజికంగా మరియు విద్యావిషయకంగా వెనక్కు నెట్టబడిన నేపథ్యంలో, రాజ్యాంగం రిజర్వేషన్ కల్పించింది. ఈ సందర్భంలో ఎగువకులాలకు ఆర్థిక బలహీనత వర్గం కింద 10% రిజన్వేషన్ కల్పించడం వల్ల రిజర్వేషన్ యొక్క మౌలికత్వమే పలుచనైపోతుంది. రాజ్యాంగంలోని 15(4) ఆర్టికల్ కింద ఆర్థిక ప్రాతిపదికన రిజర్వేషన్ కల్పించే నిబంధన లేదు.

ఇక రిజర్వేషన్ ఎదిగిన పరిణామాన్ని మనం విశ్లేషిస్తే, చరిత్రలోని పలు సందర్భాలలో సామాజిక, సాంస్కృతిక, రాజకీయ మరియు విద్యారంగాలలో వెలివేతకు గురయిన ప్రత్యేక సమూహాల లక్ష్యంగా రిజర్వేషన్ వుందని ఎవరైనా సరే గుర్తించవచ్చు. ఎగువ కులాలలోని ఆర్థిక బలహీనులకు కొన్ని అధికరణలుండాలనే బీజేపీ తెచ్చిన వాదన పరిశీలిస్తే, రెండు గ్రూపులకు విభిన్నమైన చికిత్స వుండాలి. రెండు వర్గాలు భిన్నమయిన సమస్యలను ఎదుర్కొంటున్నప్పుడు, భిన్నమయిన చికిత్స వుండాలి. తలనొప్పితో ఒకరు, విరిగిన కాళ్లతో మరొకరు బాధపడుతున్నప్పుడు, ఈ భిన్నమయిన రోగులకు 'పారాసిటమాల్' అనే ఒకే మందు చికిత్స కాజాలదు.

సామాజిక మరియు విద్యాపరమయిన వెనుకబాటుతనంతో పాటు రిజర్వేషన్ పొందడానికి చాలాకాలపు పోరాటాలు, త్యాగాలు స్థిరంగా వెనుకబడిన వర్గాలు చేశాయి. దీనికి భిన్నంగా చరిత్రలో ఎగువ కులాలు పాలకవర్గంగా మరియు వెనుకబడిన వర్గాలను అణచివేతదారులుగా వుండి ఇప్పుడు అవే సదుపాయాలు 10% ఎటువంటి హేతుబద్ధత లేకుండా పొందబోతున్నారు. ఎగువ కులాలు, ప్రాధమికంగా ఎగువ కులాల ప్రాధాన్యం కలిగిన వామపక్ష, పిడివాద మరియు మధ్యేతర పార్టీలు (కమ్యూనిస్టు, బీజేపీ మరియు కాంగ్రెస్ పార్టీలు) ఎస్సీ, ఎస్టీ మరియు ఓబీసీ రిజర్వేషన్లను రాజకీయంగా మకిలిచేశాయి, విమర్శించాయి మరియు వ్యతిరేకించాయి. రిజర్వేషన్ల విషయంలో మండల్ కాలంలో ఏం జరిగిందనేది ప్రస్తావించాల్సిన పన్లేదు. చిత్రమేమంటే, రిజర్వేషన్లు సవర్ణులు పొందాలనుకున్నప్పుడు, సామాజిక న్యాయానికి వీరులమని చెప్పుకునే పార్టీలు మౌనంగా వుండడమే కాదు పార్లమెంటు లోపల, అలాగే బయట కూడా సంపూర్ణ మద్దతుగా వున్నాయి.

రిజర్వేషన్ పేదరికాన్ని తగ్గించే పథకం కాదు:

రిజర్వేషన్ పేదరికాన్ని రూపుమాపే సంక్షేమ పథకం కాదనే ముఖ్యమైన విషయాన్ని కూడా గుర్తుపెట్టుకోవాలి. ఆర్థికంగా పేదరికంలో వున్న అన్ని కులాలను లక్ష్యించిన పేదరిక

నిర్మూలనా పథకాలు, మహాత్మాగాంధీ జాతీయ గ్రామీణ ఉపాధి హామీ పథకం, ఇందిరా ఆవాస్ యోజన వంటి ప్రత్యేక పథకాలున్నాయి. ఎగువ, దిగువ అనే కులాలతో సంబంధం లేకుండా పేదరికపు రేఖకు దిగువన వున్న వారందరికీ ప్రభుత్వం ఈ పథకాలు ప్రవేశపెట్టింది. పేదరికపు రేఖకు దిగువన వున్న కులాలు ప్రభుత్వ కల్పించే పథకాలు మరియు సహాయం పొందవచ్చు.

కాబట్టి ఆర్థికంగా వెనుకబడిన ఎగువ కులాలకు 10% రిజర్వేషన్ కల్పిస్తూ పాలక ప్రభుత్వం తెచ్చిన ఆర్డినెన్సు కేవలం కాంగ్రెస్ మరియు ఇతర రాజకీయపార్టీల జేబుల్లోకి వెళుతోన్న హిందూ ఎగువకులస్తుల ఓట్లను తనవైపు నిలబెట్టుకునేందుకు ఎన్నికల లెక్కల దృష్ట్యా వేసిన ఎత్తుగడగా చూడవచ్చు. అంతేగాక, దేశం అత్యంత పేదరికంలో కునారిల్లుతుండగా, ఆర్థికంగా వెనుకబడిన వారికి 66666.66 రూ. నెలసరి లేదా 8 లక్షల రూపాయలు సాలుసరి సరిహద్దుగా పెట్టడం అంటే దీన్ని ఆర్థికవేత్తలు కూడా అర్థం చేసుకోలేకపోతున్నారు.

పౌరసత్వ సవరణ బిల్లు,2016 విషయం:

హిందూ కమ్యూనిటీ ఆశలు తిరిగి జీవం పోయడానికి మరియు నమ్మకం కలిగించే క్రమంలో 'సంయుక్త పార్లమెంటరీ కమిటీ' చేత అనుమతి పొంది అమలు చేస్తోన్న 'పౌరసత్వ సవరణ బిల్లు,2016 వచ్చింది. 2019 లోక్‌సభ ఎన్నికల్లో సిల్చార్‌లో మాట్లాడుతూ, పౌరసత్వ బిల్లు 'గతంలోని అన్యాయానికి విముక్తి'గా మోడీ పేర్కొంటూ, అది భరతమాత హిందూ కొడుకులూ, కూతుళ్ల 'రక్తసంబంధాల'ను సంరక్షిస్తుందన్నారు. పొరుగున వున్న బంగ్లాదేశ్, ఆఫ్ఘనిస్తాన్ మరియు పాకిస్తాన్‌లో నుండి 2014, డిసెంబరు 31కి పూర్వ ఇండియాలో ప్రవేశించిన హిందూ, సిక్కు, జైన్, క్రిష్టియన్, పార్శీ మరియు బౌద్ధ మైనారిటీలకు చెందిన వారికి పౌరసత్వం ఇచ్చేందుకు ఈ బిల్లు లోక్‌సభలో ప్రవేశపెట్టడమైంది.

ఇక్కడ మొదటి విషయంలో, పాలక పార్టీ రొడ్డకొట్టుడు పద్ధతిలో ఎగువకులాల ఓట్లను నిలబెట్టుకుంటూ, రెండో విషయం ద్వారా, అంటే 'పౌరసత్వ సవరణ బిల్లు' ద్వారా ఇరుగుపొరుగు దేశాలలోని హిందూ వలసదారులకు పౌరసత్వం కల్పించడం ద్వారా ఓటు బ్యాంకును విస్తృత పరచుకొంటోంది. అయితే మధ్యప్రదేశ్, ఉత్తరప్రదేశ్‌లోని రైతుల నిరసన ప్రదర్శనలమీద చేసిన దాడుల అకృత్యాలు మరియు దళితుల పట్ల నిరంతర హింసతో భారతదేశంలో నివసించే 'హిందూ'జనం మీద ఉదాసీనవైఖరి చూపడం జరుగుతోంది.

పౌరసత్వబిల్లు అస్సాంలో దారుణ ప్రభావం చూపిస్తోంది. ఇదివరకే అన్ని మత సమూహాలకు చెందిన లక్షలాది అక్రమ వలసదారులున్న అస్సాంలో నిరసనలు పలు రాజకీయ గ్రూపుల నుండి వినిపిస్తున్నాయి. భారతీయ ప్రజాస్వామ్యంలోని క్రూర పరిహాసం ఏమిటంటే, భారత దేశాన్ని పాలించే ప్రభుత్వం ఒకవైపు అస్సాంలోని కొన్ని స్థానిక వర్గాలను రక్షించడానికి వారికి

షెడ్యూల్డు తెగల హోదా ఇవ్వాలంటూనే, అదే సమయంలో మరోవైపు పౌరసత్వ సవరణ బిల్లు, 2016 ద్వారా ఏది ఏమైనా సరే అస్సాంని నాశనం చేయాలనుకుంటోంది. ఈరెండు బిల్లుల్లోని ముఖ్యాంశం ఏమంటే ఈరెండు బిల్లులూ దిగువ సభ అయిన లోక్‌సభలో రెండు రోజుల్లో ఆమోదం పొందాయి. ఈ విషయంలోని పనితీరుపై పార్లమెంటు చూపిన శక్తి మరియు సామర్థ్యం చరిత్ర సృష్టించడం కన్నా తక్కువేమీ కాదు.

ఈ రెండు బిల్లుల సందర్భంగా, విషయం మీద విస్తృత చర్చ గానీ, విషయ పరిశీలనకు ఏదైనా కమీషన్ గానీ ఏర్పాటు చేయలేదు. ఇటువంటి విషయంలో, ఇంతకు మునుపు మండల్ కమీషన్ మరియు కాకా కాలేకర్ కమీషన్ నియమితం కావడం, ఆ క్రమంలో తుది రూపు రావడానికి 3దశాబ్దాలు పట్టడం గమనార్హం.

ఈ బిల్లు విషయంలో సామాజిక న్యాయం కోసం వున్నామనే పార్టీల వైఖరి కూడా హృదయశల్యమైనది. రాజకీయాల్లో పార్టీలు, బిల్లు విషయంలో నిర్ణయాలు తీసుకోవడం లేదు. సింపుల్‌గా ఈ పార్టీలు తమ తరపున నిర్ణయాలను ఇతరులకు వదిలేస్తున్నాయి. 124వ రాజ్యాంగ సవరణతో తెచ్చిన రిజర్వేషన్ బిల్లు ఏ పరిశీలనకు గురవ్వలేదు, ఇది ప్రభుత్వం యొక్క ఉద్దేశ్యాల మీద ఎక్కువ అనుమానం కలుగజేస్తోంది.

అంతేగాక కులాధారిత జనాభాలెక్కలు 1931 నుండి సేకరించలేదు, మరియు కొత్త సామాజిక మరియు ఆర్థిక కుల గణన,2011 డేటా పూర్తిగా రాలేదు. కాబట్టి ఏ గృహస్తుని సామాజిక-ఆర్థిక స్థాయినైనా గుర్తించడం మరియు నిర్ధారించడం చాలా కష్టమవుతుంది. ప్రభుత్వం యొక్క విధానాలు, అవి ఎగువ కులాల ఆర్థిక పరిస్థితులు మెరుగుపరచడానికి అయినప్పటికీ, అవి సామాజిక న్యాయాన్ని పణంగా పెట్టజాలవు. ఆధునిక స్వాతంత్ర భారతదేశం, దేశంలోని ప్రతి పౌరుడు ప్రజాస్వామ్యంలో సమానమేనని వాగ్దానం చేసింది మరియు అందరు పౌరులకు సమాన హక్కులు ఇచ్చింది. కాబట్టి అది కుల జానాభా లెక్కలు తప్పనిసరిగా సేకరించి, నిష్పత్తి ప్రకారం ప్రాతినిధ్యమనే విషయాన్ని జనాలందరిలో చర్చకు పెట్టాలి.

--★★--

ఎగువ కులాలకు రిజర్వేషన్ కల్పించడమంటే, ఇదివరకే ఉన్న రిజర్వేషన్ తొలగించడానికి మరియు రాజ్యాంగం మార్చడానికి తొలి అడుగు

-జితేంద్ర సున

ప్రజలకు మరియు రిజర్వేషన్ పద్ధతిలో భాగస్వాములైన వారికి తెలియకుండా, భారత ప్రభుత్వం ఇప్పుడు 10% ఎగువకులాలకు రిజర్వేషన్ కల్పించే బిల్లుని తెచ్చింది. ఎస్సీ/ఎస్టీ అత్యాచార చట్టాన్ని రద్దు చేసే ప్రయత్నం విఫలమయ్యాక, బీజేపీ ప్రభుత్వం రిజర్వేషన్ పద్ధతి ద్వారా రాజ్యాంగాన్ని మార్చడానికి మరో విషపూరిత చర్య మొదలుపెట్టింది. ఈమారు సామాజికంగా, విద్యాపరంగా వెనుకబడిన కులాల కోసం వున్న రిజర్వేషన్ విధానాన్ని పలుచన చేసి, రద్దు చేయడానికి కన్నేశారు. ఇప్పుడు ఈ ప్రభుత్వం, రాజ్యాంగానికి సవరణ తెచ్చి, ఎగువ కులాలను రిజర్వేషన్ పద్ధతిలోకి చేర్చి, వారికి రిజర్వేషన్ కల్పించాలనుకుంటోంది.

ఎగువకులాల వారికి 10శాతం రిజర్వేషన్ ప్రతిపాదిస్తున్నారు. మరోమాటలో చెప్పాలంటే, చారిత్రాత్మకంగా అన్యాయానికి గురిచేసిన మరియు వెలివేసిన పునాదుల మీద కల్పించిన రిజర్వేషన్‌ని ధ్వంసం చేయడానికిగాను, రాజ్యాంగాన్ని తారుమారు చేసి మార్చేసే క్రమంలో తీసుకున్న పలు చర్యలలో ఇదొకటి. ప్రభుత్వం ప్రతిపాదించిన రాజ్యాంగ సవరణ ఎట్టి పరిస్థితుల్లో కూడా నిలిపేయాలి, లేకపోతే, రిజర్వేషన్ ఎత్తేయాలని ఎప్పటినుండో కన్నేసిన సవర్ణ వర్గాలకు సువర్ణావకాశం ఇచ్చినట్లవుతుంది.

విద్యా, ఆర్థిక, రాజకీయ మరియు అన్ని రకాల ప్రభుత్వ మరియు ప్రభుత్వేతర సంస్థలలో ఎగువకులాలు ఏకఛత్రాధిపత్యంలో వున్నాయని అనేక పరిశోధనాధ్యాయాలు తెలియజేస్తున్నాయని మనం తెలుసుకున్నాం. దళితులు, ఆదివాసీలు మరియు ఓబీసీలు రిజర్వేషన్ పద్ధతిద్వారా ఏదైతే ప్రాతినిథ్యం సంపాదించారో అవన్నీ ఎగువ కులాలు ఇప్పుడు లాగేసుకోవాలను కుంటున్నట్లున్నాయి. ఎగువ కులాలకు రిజర్వేషన్ మరియు రాజ్యాంగ సవరణ, సామాజిక న్యాయానికి మరియు రిజర్వేషన్ విధానానికి చావుదెబ్బ కాబోతోంది.

వలసవాదకాలంలోని భారతదేశంలో, పాలక తరగతులూ/కులాలూ రిజర్వేషన్ పొందేవి. తర్వాతి దశలో నాయకులైన సాహూజీ మహరాజ్ వంటివారు ఒకప్పటి అంటరానివారికి రిజర్వేషన్ ఇవ్వడం ఆరంభించారు. తర్వాత చాలాకాలం పోరాటంతో కుల వ్యతిరేక పోరాట

నాయకులు దళితులకు మరియు ఆదివాసీలకు రిజర్వేషన్ విధానాన్ని సాధించారు. రాజ్యాంగంలో ప్రవేశపెట్టిన రిజర్వేషన్ విధానం పేదరిక నిర్మూలనా పథకం కాదు. కాబట్టి ఆర్థిక ప్రాతిపదిక అనేదానికి అందులో స్థానం లేదు.

దళితులు మరియు అదివాసీలను వేలాది ఏళ్లుగా హిందువులు బహిష్కరించారు. అన్ని సంస్థల నుండి వారిని వెలివేశారు. వారిని అన్ని మానవహక్కుల నుండి ఉపసంహరించారు. వారిని మనుషులుగా గుర్తించలేదు, అందువల్ల వారి మానవహక్కులు మర్చిపోయారు. ఎస్సీ/ఎస్టీలకు మూడు ప్రత్యేక కారణాల వల్ల రిజర్వేషన్ కల్పించారు. మెదటిది, హిందువులు వారి పట్ల చారిత్రాత్మకంగా అన్యాయానికి గురిచేసినందున. రెండోది, అన్ని సంస్థలనుండి మరియు అన్ని జీవన మార్గాలనుండి ఈ కులాలను పూర్తిగా వెలివేసినందున. మూడోది, వ్యవస్థలో వారికి ప్రాతినిథ్యం లేకపోయినందున.

పాలనలోని ఇప్పటి తెలివితక్కువ, మతోన్మాద, మతమూర్ఖులు రాజ్యాంగాన్ని సవరించి ఎగువకులాలనబడేవారిలోని ఆర్థిక బలహీనులకు రిజర్వేషన్ కల్పించాలనుకుంటున్నారు. ఎగువకులాలకు రిజర్వేషన్ కల్పించడం సామాజిక ఉద్యమాలకు అవమానం, రాజ్యాంగ నిర్మాతలక్కూడా అవమానం. ఎగువకులాలవారు దళిత, ఆదివాసీ మరియు ఇతర వెనుకబడిన కులాలపట్ల మరియు వారి రిజర్వేషన్ విధానం పట్ల తీవ్ర విద్వేషం పెంచుకున్నారు. దీనివల్ల, రిజర్వేషన్ రద్దు చేయాలని దేశవ్యాప్తంగా, ఎగువకులాలవాళ్లు నిరసన తెచ్చారు మరియు కావాలని చర్చ తెచ్చారు. అది వారు చేయలేకపోయేసరికి, ఆర్థిక ప్రాతిపదిక మీద రిజర్వేషన్ గురించి మాట్లాడడం మొదలుపెట్టారు.

ఇక్కడ ముఖ్యంగా అర్థం చేసుకోవాల్సిందేమంటే, తమ మూలస్థాన ఓటుబ్యాంకు అనగా ఎగువకులాలను మోసంచేయడం/ బుజ్జగించడం తప్ప మరోదారిలేదు బీజేపీ ప్రభుత్వానికి. రామమందిరం విషయాన్ని చర్చకు పెట్టింది బీజేపీ, కానీ అది వాళ్లాశించినట్లు పనిచేయడం లేదు. వాళ్లు యువతకు లక్షలాది ఉద్యోగాలిస్తామని వాగ్దానం చేశారు. నల్లధనం, అవినీతి తొలగిస్తామని అభివృద్ధి తెస్తామని చేసిన వాగ్దానంలో దారుణంగా విఫలమయ్యారు. అబద్దాలకోర్లు, మతోన్మాదులు మరియు పిచ్చివాళ్లు పాలనలో ఉద్యోగాలు కల్పించాలనీ, స్థిరమైన ఆర్థికవ్యవస్థ మరియు అవకాశాలు అందరి పౌరులకు అందించాలని ఆశించడం ఈ దేశ పౌరుల తప్పు.

ఈ సందర్భంలో ఎగువకులాలకు రిజర్వేషన్లు అనేది బీజేపీ ప్రారంభించిన దగాకోరు కుయుక్తి ఆటలకు సరిపోయే ఎత్తుగడ. ఇక్కడ దగాకోరు మరియు కుయుక్తి అన్నదెందుకంటే, ఈ దేశంలోని బలహీన కులాల జనాభా యొక్క కోపాన్ని బీజేపీ ఎదుర్కోవాలనుకొంటోంది. ఇక సరిపోయే ఎత్తుగడ అన్నదెందుకంటే, మెజారిటీ తెలివితక్కువ మరియు కులోన్మాదం నిండిన జనాభాకి (మెజారిటీ ఎగువకులాల యువతకు) మద్దతునిస్తుంది. అంటే ఒక వర్గం వారి

కోపం సహజంగా వారి వ్యతిరేకవర్గంవారి ప్రేమనుపొందడానికి కారణం అవుతుంది. బలహీన కులాల కోపం, ఎగువకులాల ప్రేమకు కారణమవుతుంది.

రిజర్వేషన్ విధానం గురించి మొదటి నుండి వామపక్షం విభిన్నమైన వాటాను అడుగుతున్న విషయం మనకు తెలిసిందే, అదెన్నడూ రిజర్వేషన్ విధానానికి మద్దతు చూపలేదు. అయితే కాలానుగుణంగా వారికి మరో ఎంపిక లేక సమర్థించాల్సి వచ్చింది. కాంగ్రెస్ తన కుల స్వభావపు అసలు రంగు చూపించింది మరియు ప్రభుత్వ చర్యకు మద్దతు ప్రకటించింది. పురోగామి అనబడే అన్ని పార్టీలు మరియు తిరోగమన పార్టీలతో కలిసి బహిరంగంగా ఎగువకులాలకు రిజర్వేషన్‌కు మద్దతునిచ్చాయి. సీపీఐ(ఎం), కాంగ్రెస్, తృణమూల్ కాంగ్రెస్, ఆప్, ఆరెలెస్పీ, ఆరెల్డీ మరియు ఇతరులు మద్దతిచ్చారు. అన్ని గ్రూపులు, అన్ని ఎగువకుల వర్గాల పార్టీలు మరియు ఉద్యమాలు సంతోషంగా ఉత్సవాలు చేసుకుంటున్నాయి. ఇందులో చెమ్చాలు/తాబేదార్లు వాళ్ల యజమానులకన్నా ఎక్కువ సంతోషంగా వున్నారు. నిజానికి, ఎగువకులాలకు రిజర్వేషన్ గురించి వాదించడం ఆరంభించింది ఈ చెమ్చాలే. ఈ చెమ్చాలైన ఉదిత్ రాజ్, అథవాలే మరియు ఇతరులకు సరైన గుణపాఠం నేర్పాలి.

ఇక దురదృష్టం మరియు గుండెపగిలే విషయం ఏమంటే దీనికి బీఎస్పీ అధినేత మాయావతి మద్దతు పలకడం. అయినప్పటికీ ఇదేమీ ఆశ్చర్యపడాల్సిన విషయం కాదు, 2011లో మాయావతి ఎగువకులాలకు రిజర్వేషన్ ఇవ్వాలన్నారు. రిజర్వేషన్ విధానం యొక్క మూలాన్ని తారుమారు చేసే పరిస్థితి తాలూకు తీవ్రతను అర్థంచేసుకోవడంలో మాయావతి మరియు బీఎస్పీ విఫలమయితే, అది పార్టీ తాలూకు తీవ్రమైన తప్పిదం, ఈ తప్పిదానికి బీఎస్పీ భవిష్యత్తులో తీవ్రమైన మూల్యం చెల్లించాల్సి వస్తుంది.

ఇంతకుముందు ఎస్సీ/ఎస్టీ అత్యాచార నిరోధక చట్టం తారుమారు చేయడానికి బీజేపీ ప్రయత్నించి దానికి మూల్యం చెల్లించింది, దేశవ్యాప్తంగా చెలరేగిన నిరసనను పార్టీ చూసింది. దళితులు, ఆదివాసీలు మరియు ఓబీసీలు సంఘటితం కావాల్సిన సమయం. ప్రస్తుత వాస్తవం ఏమిటంటే ఇప్పుడెంత ఘోరమయిన పరిస్థితి ఏర్పడబోతోందో, బీజేపీ అంటే ఏమిటో ఏ రాజకీయపార్టీలకీ అర్థంకావడం లేదు. ఈ పరిస్థితిలో బ్రాహ్మణ కుల సమాజం చేత అణచివేయబడిన కులాలు మౌనంగా కూర్చోరాదు.

--★★--

చిట్టచివరి గోల్ కీపరు: అత్యున్నత న్యాయవ్యవస్థ

కూలిపోతోన్న సామాజిక న్యాయం, అత్యున్నత న్యాయవ్యవస్థలో ప్రాతినిథ్యపు ఆవశ్యకత

-డా. అయాజ్ అహ్మద్ మరియు డా. యోగేశ్ ప్రతాప్ సింగ్

ఎగువకులాలవారికి రిజర్వేషన్ కల్పించడం కోసం 103వ రాజ్యాంగ సవరణ చేయడం ద్వారా రిజర్వేషన్ల మీద రాజ్యాంగ సంవాదం చివరి దశకు వచ్చింది. ఇలా రావడంలో అత్యున్నత న్యాయవ్యవస్థ చర్చనీయపాత్రను వివరించడానికి ఈ వ్యాసం ప్రయత్నిస్తుంది. రాజ్యాంగ లక్ష్యాలలో ఒకటైన సామాజిక న్యాయం మీద ఎగువకులాలకు రిజర్వేషన్ కల్పించడమనే ఆధిపత్య దాడిని సుప్రీంకోర్టు మరియు హైకోర్టు ద్వారా చేయడం జరిగింది. దాన్తో అత్యున్నత న్యాయ వ్యవస్థలో బహుజనుల (ఎస్సీ/ఎస్టీ/ఓబీసీ) ప్రాతినిథ్యం యొక్క ఆవశ్యకత మరోమారు తెరమీదకు వచ్చింది.

అయితే న్యాయ శక్తి యొక్క అత్యున్నత బాధ్యతాయుత స్థాయిలోనుండి బహుజనులను దూరంపెట్టే బ్రాహ్మణుల వ్యూహాలు పలు స్థాయిల్లో, కులపు అంతరాల్లో అమలుచేయడం వల్ల, న్యాయవ్యవస్థలో బహుజనుల ప్రాతినిథ్యం సాధించడం మరింత కష్టతరం. ఎగువకులాలకు కోటా చర్య ద్వారా, అధికారాల విభజన, సంస్థాగత స్వతంత్రత మరియు సరిచూడడం-సమతూకం చేయడం (checks and balances) అనే పదజాలం ద్వారా అంతర్గత సంస్థల కులవ్యవస్థలోని పిరమిడ్ పద్ధతిలో దొంతరలను చక్కగా కుదిర్చిన విషయం మునుపెన్నడూ లేనంత స్పష్టంగా కనిపిస్తోంది. ఎగువకులాల కోటా విషయంలో న్యాయ తీర్పుల ద్వారా పరిశీలిస్తే, బ్రాహ్మణ-బనియాల ఆధిపత్యంలోని ఈ అంతర్గత సంస్థల కులనిర్మాణ పిరమిడ్ పనితీరు బయటపడుతుంది.

1950 నుండి రిజర్వేషన్ల మీద న్యాయవ్యవస్థ సంవాదాలు ఆర్టికల్ 14, 15, 16, 38, 46, 332, 335, 338 మరియు 340 (వీటివివరాలు అనుబంధంలో చూడగలరు) లో అంతర్గతంగా కలిపివుంచిన గణనీయ సమానత్వ సూత్రానికి నిక్కచ్చిగా కట్టుబడుతూనే, ఆర్టికల్ 15(1) మరియు 29(2) కింద ప్రతిష్టించిన సాధారణ సమానత్వాన్ని విస్తృతపరచడానికి జరిగాయి. ఇది పురాణాల పునాదులమీద విద్యాసంస్థలలో నైపుణ్యతిక ప్రాతినిథ్యం కోసం ముందస్తుగా క్లెయిం చేయడానికి ఆరంభంలో అభివృద్ధి చేసిన వ్యూహం యిది.

రిజర్వేషన్ కోసం మొట్టమొదటి ప్రయత్నంలో చంపకం దొరైరాజన్ కేసు(1951)లో బ్రాహ్మణ-సయ్యద్‌ల జడ్జిలతో కూడిన రాజ్యాంగ బెంచ్ అనుకూలంగా లేదు, అది సవర్ణుల కొంతవరకు పరిమితం చేస్తూ అంటే వారి ప్రాతినిధ్య శాతాన్ని నిర్దేశిస్తూనే, ఈ క్రమంలో బహుజన విద్యార్థులకు కొంత అవకాశం సృష్టించింది. అయితే పెరియార్, బాబాసాహెబ్ అంబేద్కర్‌ల నిర్ణయాత్మకమైన పోరాటంతో బహుజనులకు విద్యాసంస్థలలో అవకాశాన్ని పార్లమెంటుని ఒప్పించడం ద్వారా మొదటి రాజ్యాంగ సవరణ చేయించి, ప్రభుత్వం ద్వారా విద్యాసంస్థలలో బహుజన తరగతులకు ప్రాతినిధ్యాన్ని కల్పించే ప్రత్యేక నిబంధనలు రూపొందించారు.

పరిస్థితి ఇలా వున్నప్పటికీ, రాజ్యాంగ న్యాయస్థానాలు 'సామాజిక న్యాయాన్ని వాయిదా వేసే న్యాయ పద్ధతి' ద్వారా విద్యాసంస్థలలో మరియు ప్రభుత్వ సర్వీసులలో బహుజనుల ప్రాతినిధ్యాన్ని తిరస్కరించారు. అయితే, మొదటి రాజ్యాంగ సవరణ మరియు సామాజిక న్యాయాన్ని అమలుపరచడం కోసం దక్షిణాది రాష్ట్రాలు పెరియార్ కనుసన్నలలో తీసుకున్న నిర్ణయాలు హైకోర్టు మరియు సుప్రీంకోర్టును చాలా కలవరపరిచాయి.

1962లో బాలాజీ కేసులో సుప్రీంకోర్టు తీసుకున్న మూడు వ్యూహాత్మకమైన చర్యలతో రిజర్వేషన్లకు మొదటి పెను సవాలు ఎదురైంది. మొదటిది, సామాజికంగా మరియు విద్యాపరంగా వెనుకబడిన తరగతులుగా గుర్తించడానికి నిర్ణయించిన ప్రమాణం గురించి వస్తే, సుప్రీంకోర్టు కులం యొక్క పాత్రను తగ్గించి ఆర్థిక కొలమానాల మీద దాన్ని నిర్ణయించడం. బ్రాహ్మణ-బనియాలతో కిక్కిరిసిపోయిన రాజ్యాంగ బెంచ్‌లోని వర్గాలు జాగ్రత్తగా సామాజిక మరియు విద్యాకొలమానాల స్థానంలో, ఆర్థిక కొలమానపు బలమైన పునాదులు రూపొందించాయి.

ఇలాగ ఎగువకులాల కోటాను ఆర్థిక పునాదుల మీద నిర్మించడానికి ఈ జడ్జిమెంటుతో దారులు పడ్డాయి. ఇక్కడ ఆసక్తికరం ఏమంటే, వెనుకబాటుతనానికి కులం ఒక కారకంగా ముస్లిములకు మరియు క్రైస్తవులకు వర్తింవజేసే కొలమానంగా కుదరదని తప్పుడు ఊహని ప్రవేశపెట్టి, దాని ఆవశ్యకతని తగ్గించేశారు.

రెండో విషయానికొస్తే, అది ఇతర వెనుకబడిన కులాలను, మరియు బాగా వెనుకబడిన కులాలుగా వర్గీకరణ చేయడాన్ని అరికట్టింది, ఎందుకంటే అటువంటి వర్గీకరణ ఆర్టికల్ 15(4)కి వెలుపలి పరిధిలో వుంటుంది.

ఇక మూడో విషయం, ఆర్టికల్ 335ని కులతత్వపు దృష్టితో ఆర్టికల్ 15(4)యొక్క సందర్భాన్ని చూడడం. ఇది తర్వాతకాలంలో 50% రిజర్వేషన్ సీలింగుకి దారితీసింది. 1961లోని రంగాచారి కేసు విషయంలోనూ ఇటువంటి తర్కం వాడి, ప్రమోషన్లలో సమానత్వం బదులుగా, నైపుణ్యం అనే నిబంధన ఉపయోగించి రిజర్వేషన్ నుండి

మినహాయింపునిచ్చారు. బాలాజీ కేసులో రిజర్వేషన్‌లో పరిమాణాత్మక పరిమితులను విధించడాన్ని సమర్థించుకోవడానికి ఈ రంగాచారి కేసులోని మినహాయింపుని వాడుకోవడం జరిగింది.

బాలాజీ రూలుకు చట్టబద్దత: బాలాజీ కేసులో వ్యూహాత్మక అన్వయం ఏమంటే, దశాబ్దాల కాలంలో కోర్టులు, న్యాయకోవిదులు, జర్నలిస్టులు మరియు పాఠ్యపుస్తకాల రచయితలు దాన్ని చట్టబద్దం చేయడం.

ఉదాహరణకు, 1963లోని దేవదాసన్ కేసులో మరియు 1964లోని చిత్రలేఖ కేసులో సుప్రీంకోర్టు బాలాజీ కేసులోని ఆర్థిక వాదనను పెద్దఎత్తున నొక్కిచెబుతూ పునరుద్ఘాటించింది. ఇటువంటి తప్పుడు తర్కాన్ని రాజ్యాంగకోర్టులు సామాజిక న్యాయాన్ని ఆలస్యం చేసేందుకు వినియోగించాయి, దీనివల్ల పాలక కులాలు ఆ సామాజిక న్యాయాన్ని ఎటూ తేల్చకుండా తటస్థం చేసే వ్యూహాలు అభివృద్ధి చేయగలుగుతాయి. అయినప్పటికీ, సుప్రీంకోర్టును 1975 ఎన్.ఎమ్.థామస్ కేసులో, ఈక్రింది విధమైన మాటల్లో కొంత వెసులుబాటును కలిగించడంలో నిరంతరాయ సామాజిక ఉద్యమాలు ఒత్తిడి చేసి ఒప్పించగలిగాయి.

"విశాల మానవత్వం పట్ల అవగాహనతో, తరాలుగా తిరస్కరించిన న్యాయం, అదలా ఎక్కువకాలం పడివుండదు, అది దళిత చిరుతపులుల్లా ఎగిసి దూకవచ్చు, మరో దేశంలోని నల్ల చిరుతల్లా... న్యాయకోవిదులు వాస్తవ జీవితాన్ని వినాలి మరియు సిద్ధాంతాన్ని పక్కనపెట్టి, గోడమీద రాస్తోన్న రాతల్ని చదివి వీలైనంత జాగ్రత్తపడాలి! సామూహిక న్యాయపు తలుపుల్ని చట్టపాలన మూసేస్తే, నలిగిపోయిన వర్గం, వీధుల్లో నమ్మకాన్ని పొందుతుంది!"

అణచివేయబడిన బహుజన తరగతి రాతలు సుప్రీంకోర్టుని రిజర్వేషన్ పట్ల మొండిపట్టుదలని మరోసారి పరిశీలించమని ఒత్తిడి చేశాయి. అయితే తన సహజ సిద్ధమైన కులతత్వంతో, గోడమీద రాతల్ని అణచివేయడానికి, ఇదే కేసులో 'క్రీమీలేయర్'కి పునాది వేసింది. ఎన్.ఎమ్.థామస్ కేసు మొదలయినప్పటి నుండి సామాజిక న్యాయ విధానాలు ప్రభుత్వ సర్వీసుల్లో మరియు విద్యాసంస్థలలో తమ అసమానతల భాగస్వామ్యం మీద ఎక్కడ ప్రభావం చూపిస్తుందోనని సవర్ణ న్యాయవాదులు మరియు న్యాయమూర్తులు ఆందోళన చెందడం ఆరంభించారు.

కాబట్టి, 1992లోని ఇందిరాసహానీ కేసులో సుప్రీంకోర్టు నిర్ణయం తీసుకునేసరికి, ఆర్థికప్రాతిపదిక మీద 10% రిజర్వేషన్ కోటా గురించి నోటిఫికేషన్ వచ్చేసింది. ఇందిరా సహానీ కేసులో సుప్రీంకోర్టుకు వెంటనే ఎగువకులాలకు 10%కోటాని ఎలా నిలబెట్టాలో

అర్థంకాలేదు, ఎందుకంటే అదే కేసులో పలు సామాజిక న్యాయ వ్యతిరేక నిర్ణయాలు అనగా క్రీమీలేయర్, 50% రిజర్వేషన్‌ల సీలింగు, ప్రమోషన్లలో రిజర్వేషన్ అడ్డుకోవడం మొదలైనటు వంటి అప్పటికే బాగా అభివృద్ధి చెందిన వాటిపట్ల నిర్ణయం వెలువరించింది. అయినప్పటికీ, ఆదే జడ్జిమెంటులో సుప్రీంకోర్టు ప్రత్యేకంగా పాలక కులాలకు/తరగతికి సలహా చెప్పింది, ఎగువకులాలకు ఆర్థిక వెనుకబాటుతనం ప్రాతిపదికమీద రాజ్యాంగబద్ధంగా రిజర్వేషన్ కల్పించమని నిబంధనను ఇలా భద్రపరచి ఇచ్చింది:

''ప్రభుత్వానికి ఆర్థిక వెనుకబాటుతనం రిజర్వేషన్ కల్పించే అధికారపరిధికి అవకాశమివ్వవచ్చు. అది అటువంటి తరగతికి సరిపోయినంత యంత్రాంగాన్ని నిర్ధారించేలా చూడాలి. అయితే అటువంటి గుంపు లేదా సమూహం ఆర్టికల్ 16(1)కిందకు రారాదు''.

పాక్షికంగా అమలుపరిచిన మండల్ కమీషన్ రిపోర్టుతో అప్రమత్తమైన ఎగువకులాల రాజకీయ పక్షాలకు, ఎగువకులాల కోటా అమలుకు రాజ్యాంగబద్ధ వ్యూహంతో ముందుకురావడానికి ఇప్పుడు అవకాశం ఇవ్వడమైనది. 2003లో బీజేపీ ప్రభుత్వం ఎగువకులాల్లోని పేదవారికి రిజర్వేషన్లు అమలు పరిచే ఉపాయంతో రమ్మని మంత్రుల గ్రూపుని ఏర్పాటు చేసింది. 2004లో సవర్ణులలో ఆర్థికంగా వెనుకబడినవారికి రిజర్వేషన్ కల్పించడానికి ప్రమాణాలు రూపొందిచడానికి ఒక టాస్క్‌ఫోర్సుని ఏర్పాటు చేయడమైనది. 2006లో ఆరెస్సెస్ పర్యవేక్షణలోని కాంగ్రెస్ నాయకత్వంలోని యూపీయే-1 ప్రభుత్వం ఎగువకులాల్లోని ఆర్థికంగా వెనుకబడిన వారికి ప్రత్యేక రిజర్వేషన్ కల్పించడానికి ఒక కమీషన్ ఏర్పాటు చేసింది. ఆ కమీషన్ 2010లో రిపోర్టు సమర్పించింది, దాని అమలుకు 2013లో ప్రతిపాదనలు ఏర్పాటై, అవి రాజ్యాంగ సవరణకు దారితీశాయి.

దాన్తో, 12,జనవరి,2019న కోర్టులు గర్భందాల్చగా, ఆరెస్సెస్ పర్యవేక్షణలోని కాంగ్రెస్ మరియు బీజేపీ, రాజ్యాంగ సవరణ ద్వారా ఆర్థికంగా బలహీన వర్గాల రూపంలో ఎగువకులాలకు 10% రిజర్వేషన్ నోటిపై చేయడం అనే బిడ్డకు జన్మనిచ్చాయి. ఇప్పుడు మెరుపువేగంతో పలురకాల కేంద్ర, రాష్ట్ర ప్రభుత్వ డిపార్టుమెంటుల్లో వాటిని అమలుపరుస్తున్నాయి.

ఎగువకులాల కోటాకున్న రాజ్యాంగ బద్ధత – రాజ్యాంగ మౌళిక నిర్మాణ సిద్ధాంతం మధ్య పోలిక:

ఎగువకులాలకు 10శాతం కోటా యొక్క రాజ్యాంగబద్ధతను రాజ్యాంగ మౌళిక నిర్మాణానికి భంగకరంగా వుందన్న పునాదిమీద మాత్రమే సవాలు చేయాలి. అయితే, ఈ యంత్రాంగాన్ని అభినందించే క్రమంలో అర్థం చేసుకోవాల్సిందేమంటే, 'మౌళిక నిర్మాణం' అనే సిద్ధాంతం

క్రమానుగతంగా సుప్రీంకోర్టు చేత రూపొంది మరియు వాడబడుతోందని.

భారత రాజ్యాంగం ప్రాదేశిక శాసన సభ్యులచేత ఎన్నుకోబడిన రాజ్యాంగ అసెంబ్లీ రచించింది, ఈ ప్రాదేశిక శాసనసభ్యులు, అష్రాఫ్–సవర్ణ కులాలకు చెందిన ధనవంతులు మరియు విద్యార్హతలున్న పెత్తందార్లకు పరిమితమయిన ఎన్నికల ద్వారా ఎన్నుకోబడినవారు. కాబట్టి రాజ్యాంగ అసెంబ్లీ, సార్వత్రిక ఎన్నికల ద్వారా ఎన్నిక కాబడలేదు మరియు దానికి అప్పటి పూర్తి సామాజిక మరియు విద్యావిషయకంగా వెనుకబడిన కులాల అంగీకారం దానికి లేదు.

అయినప్పటికీ, రాజ్యాంగ తయారీలో అమలులోనున్న సంప్రదాయాల ప్రకారం, రాజ్యాంగ అసెంబ్లీ రాజ్యాంగాన్ని ఏర్పాటు చేయడానికి పూర్తి అధికారం మరియు ఆధిపత్యం పొందాయి. అయితే ఇప్పుడున్న ఒక తరం, మరో తర్వాతి తరం మీద ఆధిపత్యం వహించలేదు, కాబట్టి ఒక తరం నుండి మరోతరానికి బదలాయింపబడే ప్రతి రాజ్యాంగం, తర్వాతి తరం తనని సవరించుకుని అమలుపరుచుకునే అధికారం తనలోనే కలిగి వుంటుంది. రాజ్యాంగంలో పొందుపరచిన పద్ధతి ప్రకారం రాజ్యాంగ సవరణాధికారం ప్రతి తరానికి దాన్ని మార్చుకుని విధేయత ప్రకటించడానికి అవకాశం కల్పిస్తుంది.

కాబట్టి, రాజ్యాంగాన్ని తయారుచేసే అధికారం లాగానే రాజ్యాంగ సవరణ అధికారం కూడా కోర్టుల పరిశీలనకు బయట వుంటుంది, ఎందుకంటే కోర్టులు కూడా వాటి చట్టబద్ధతను రాజ్యాంగం లోని అటువంటి అధికారం నుండే పొందుతాయి. భారత రాజ్యాంగం కూడా 368 ఆర్టికల్ కింద ప్రత్యేకంగా రూపొందించిన పద్ధతి ప్రకారం పార్లమెంటు ద్వారా రాబోయే తరాలకు రాజ్యాంగ సవరణాధికరం ఒక హక్కుగా భద్రపరచింది.

ఏమైనప్పటికీ,1973 కేశవానంద భారతి కేసులో 7:6 చిన్న మెజారిటీతో, రాజ్యాంగపు మౌళిక నిర్మాణాన్ని ఉల్లంఘిస్తే, అది ఆ రాజ్యాంగ సవరణ కూడా న్యాయ సమీక్ష కిందకు వస్తుందని సుప్రీంకోర్టు చెప్పింది. రాజ్యాంగాన్ని సవరించే పార్లమెంటు అధికారాన్ని గుర్తిస్తూనే, పార్లమెంటు ఆ సవరణాధికారాన్ని ఉపయోగించి మౌళిక నిర్మాణాన్ని మార్చే లేదా నాశనం చేసే అధికారాన్ని పూర్తిగా నియంత్రించింది. వ్యూహాత్మకంగా రాజ్యాంగపు మౌళిక నిర్మాణం అనే విషయాన్ని ఖచ్చితంగా నిర్వచించకుండా అట్లాగే వదిలేసింది.

కాలానుక్రమంలో రాజ్యాంగపు మౌళిక నిర్మాణంలో ప్రాథమిక హక్కులు, సమాఖ్యవిధానం, లౌకికత్వం, న్యాయ సమీక్షాధికారం, చట్టబద్ధపాలన, పార్లమెంటరీ పద్ధతి ప్రభుత్వం, న్యాయవ్యవస్థ స్వతంత్రత, ఉచిత మరియు స్వేచ్ఛాయుత ఎన్నికలు, ఆర్టికల్ 32 కింద సుప్రీంకోర్టు మరియు ఆర్టికల్ 226కింద హైకోర్టుల అధికారాలు మరియు మరికొన్ని అస్పష్టమైన నియమాలు సుప్రీంకోర్టు ప్రస్తావించింది. అంతేగాక, ఏదైనా కేసుకు ముందుగా

ఈ లిస్టులో చేర్పుకూర్పులు చేసే అధికారంతో దీన్ని దుర్వినియోగపరచింది. దీనివల్ల, సుప్రీంకోర్టు ఒక విధమైన అత్యున్నత రాజ్యాంగ అసెంబ్లీగా తానంతట తాను మారిపోయింది, ప్రజల అనుమతి లేకుండానే!

ఆశ్చర్యకరంగా, ఈ మౌళిక నిర్మాణ సిద్ధాంతం 1975లో ప్రభుత్వం విధించిన ఎమర్జెన్సీ నుండి రక్షణ కల్పించడంలో విఫలమైంది అన్నివిధాలా, అంతేగాక మునుముందు భవిష్యత్తులో చూడబోయే ఇటువంటి దూకుడు వ్యవహారాలకు చట్టబద్ధత కల్పించింది. బహుజనుల ప్రయోజనాలను కాపాడడానికి ఈ 'మౌళిక నిర్మాణం' ఒక్కసారి కూడా వాడిన సందర్భంలేదు.

దీనికి విరుద్ధంగా ఈ సిద్ధాంతాన్ని వాడడం ద్వారా సామాజిక న్యాయాన్ని తప్పుదోవ పట్టించే పద్ధతిలో, రాజ్యాంగ సవరణలు చేసే దారుణమైన ప్రయత్నాలు(ఎమ్.నాగరాజు కేసు 2006లో) జరిగాయి. అన్ని కోణాల్లో చూస్తే, బహుశా మునుముందు బహుజనుల నియంత్రణలోని పార్లమెంటు రాజ్యాంగ సవరణలు చేయకుండా ఈ సిద్ధాంతాన్ని భవిష్యత్తులో రక్షణకవచంగా వాడే అవకాశం వుంది.

మౌళిక నిర్మాణ సిద్ధాంతం ఏ అంతర్గత లాజిక్ పునాది మీద నిలబడిందో , దాని ప్రకారం చూస్తే, ప్రస్తుత పరిస్థితుల్లోని 103సవరణ చట్టం, రాజ్యాంగ మౌలిక నిర్మాణాన్ని ఉల్లంఘిస్తోందనే కారణంగా, చెల్లకుండా పోతుంది, "ప్రాథమిక హక్కులు రాజ్యాంగ మౌలిక నిర్మాణంలో ఒక భాగం. ప్రాథమికహక్కుల్లో సమానత్వపు హక్కు వుంది. సమానత్వపు హక్కులో సాధారణ సమానత్వం, వాస్తవికమైన సమానత్వం అనే రెండూ వున్నాయి. సామాజిక మరియు విద్యాపరమైన వెనుకబాటు పునాది మీద వున్న రిజర్వేషన్ వాస్తవిక సమానత్వంలో భాగం. ఆర్థిక ప్రాతిపదికమీద రిజర్వేషన్, వాస్తవిక హక్కు సూత్రాన్ని ఉల్లంఘిస్తోంది. కాబట్టి 103 సవరణ చట్టం, రాజ్యాంగ మౌలిక నిర్మాణంలో భాగమయిన ప్రాథమిక హక్కుల్ని ఉల్లంఘిస్తోంది".

హేతుబద్ధతలోని ప్రతిభాగం సుప్రీంకోర్టు ఆయా సూత్రాలను అన్వయించి చెప్పడం మీదనే వుంటుందని పలు కేసులు రుజువుగా వున్నాయి, అయితే, ప్రస్తుతం సుప్రీంకోర్టు పూర్తిగా బ్రాహ్మణ-బనియాల పూర్తి నియంత్రణలో వుండి, వారి ప్రయోజనాల్ని కాపాడడానికి కట్టుబడివున్నందున, కేవలం ఇటువంటి హేతుబద్ధత మీదనే నిలబడిన తీర్పు వస్తుందనలేం. లాజిక్ మరియు హేతుబద్ధత నాశనమైనా ఫర్వాలేదు, ఎంతమూల్యం చెల్లించైనా ఎగువకులాల ప్రయోజనాలు కాపాడడం అనేది ఉన్నతస్థాయి న్యాయవ్యవస్థలోని గుడ్డిగా పాటించే నియమంగా కనిపిస్తోంది.

EWS రిజర్వేషన్లని అంతం చేసే కుట్ర

బహుజన రిజర్వేషన్ – అగ్రహాఫ్–సవర్ణ రిజర్వేషన్ మధ్య పోటీ: రాజ్యాంగ కోర్టులు కావాలని తెచ్చిపెట్టుకున్న మతిమరుపుతో బాధపడుతున్నాయి:

ప్రభుత్వ విధానాలకు మార్గదర్శకమైన ఆదేశసూత్రాలు మరియు ప్రాథమిక విధుల మధ్య తేడాని తప్పనిసరిగా చూపే రాజ్యాంగంలోని 3వభాగంతో పాటు అన్ని ఆర్టికల్సూ మరియు క్లాజులు సామాజిక న్యాయాన్ని చూస్తాయి. సామాజిక న్యాయ విధానాల విషయానికొచ్చినప్పుడు మాత్రమే వాటిచుట్టూ పొగ కమ్ముకుంటుంది.అది ప్రభుత్వ మరియు ఉన్నతస్థాయి న్యాయవ్యవస్థ బహుజనుల రిజర్వేషన్ కాళ్లను పట్టి లాగేయడానికి అవకాశం కల్పిస్తుంది.

దీనివల్ల, ఆర్టికల్ 16(4) చెబుతున్నప్పటికీ. 1990 ఆరంభం వరకు కేంద్రస్థాయిలో ఓబీసీ రిజర్వేషన్ అమలు చేయలేదు. చట్టం నిర్దేశించిన పరిమితిలో బహుజన రిజర్వేషన్ ఇంకా పలు రాష్ట్రాలలో అమలు పరచాల్సివుంది. బహుజన రిజర్వేషన్ను అన్యమనస్కంగా, ఆలస్యంగా తెచ్చినప్పటికీ, వాటి అమలులో కూడా ఏదో ఒక సాకు చెప్పి అత్యున్నత న్యాయస్థానం ఎటూ తేల్చకుండా యధాతథస్థితిలో వుంచుతోంది. చివరికి తప్పనిసరిగా అటువంటి కేసుల్లో చివరికి జడ్జిమెంటు వచ్చినా అది వాస్తవంలో బాగా పలచనబారి, లెక్కలేనన్ని పరిమితులతో అమలులోకి వస్తుంది, అదీ లెక్కలేనంత ఆలస్యంగా.

ఈ పరిస్తితికి పూర్తి విరుద్దంగా 10% రిజర్వేషన్ విషయంలో జరుగుతోంది, అంటే ఎటువంటి పరిమితులు లేకుండా, వాయు వేగంతో అన్నమాట. ఆర్టికల్ 15(6) మరియు ఆర్టికల్ 16(6) రెండూ 103 సవరణ చట్టం ద్వారా విధిగా చేర్చబడిన క్లాజులు అయినప్పటికీ, వాటిని పూర్తి వేరే పద్దతిలో అమలుపరుస్తున్నట్లు తోస్తోంది. కేంద్ర మరియు రాష్ట్ర ప్రభుత్వాలలోని పలు డిపార్టుమెంటుల మధ్య, నువ్వు ముందా? నేను ముందా? అని వాటిని అమలు పరచడానికి పోటీ కనిపిస్తోంది. చట్టంచేసిన వెంటనే, రోజులలోపలే, సవర్ణ–అగ్రహాఫ్ కోటా అమలుకోసం కేబినెట్ ప్రకటనలు బలంగా, వేగంగా రావడం మెదలయ్యాయి, చిత్రంగా, ఇప్పటిదాకా ఈ ప్రయత్నాలను నిలుపుదలచేస్తూ యధాతథస్థితిని ఉన్నత న్యాయస్థానం చెప్పలేదు, పైగా అది ఎగువకుల రిజర్వేషన్కి గట్టి దోహదకారి.

ఈ క్రమంలో ఒకప్పుడు బహుజన తరగతికి సామాజిక న్యాయం కోసం ప్రయత్నించినప్పుడెల్లా, ఉన్నత న్యాయస్థానం 'లెక్కించదగిన సమాచారం' కావాలని డిమాండ్ చేసేది, ఎందుకంటే అది ప్రభుత్వం సేకరించదు. 1931నుండి ఇప్పటిదాకా ఈ లెక్కలు సేకరించలేదు. ఇప్పుడు మాత్రం దాని ఊసే లేదు. ఈ 'లెక్కించదగిన సమాచారం' విషయంలో ఇప్పటికైనా–

చిట్టచివరి గోల్ కీపరు:అత్యున్నత న్యాయవ్యవస్థ

1. రిజర్వేషన్ ఏ నిబంధన కింద ఇవ్వబడిందో, ఆ తరగతి వెనుకబడినతనం గురించిన లెక్కించదగిన సమాచారం ప్రభుత్వం సేకరించాలి.

2.ప్రభుత్వ ఉద్యోగంలో ఆ తరగతి ప్రాతినిథ్యం ఏ మేరకు తక్కువయ్యిందో లెక్కించదగిన సమాచారం ప్రభుత్వం అందించి తీరాలి.

3.ఈ లెక్కించదగిన సమాచారం ఆధారంగా ఆర్టికల్ 335కింద తప్పనిసరి అయిన సాధారణ సామర్థ్యం (ఉద్యోగాలలో, విద్యలో సాధారణంగా కేవలం సామర్థ్యం ఆధారంగా ఎంపిక వుండాలనే వాదం వున్నట్లు) ప్రభావితం కాకుండా ప్రభుత్వం చూడాలి.

ఇలాంటి కావలసినవన్నీ కలిగిన 'లెక్కించదగిన సమాచారం' అందేవరకు, సవర్ణ-అష్రాఫ్ రిజర్వేషన్‌లో ఎగువకులాలకు రిజర్వేషన్ నిలిపేసి, యధాస్థితి కాపాడాలని దాఖలు చేసిన దరఖాస్తుల పట్ల నిర్ణయం తీసుకునేటప్పుడు, ఉన్నత న్యాయస్థానం అద్భుతంగా మర్చిపోయినట్లుంది. కర్ణాటక రిజర్వేషన్ చట్టం 2002, సెక్షన్ 3 మరియు 4ని B.K.పవిత్ర కేసులో(2017లో) సుప్రీంకోర్టు కొట్టివేసేటప్పుడు ఎమ్.నాగరాజు (2006లో)కేసుని వాడింది. ఎమ్. నాగరాజు కేసు ఏమిటంటే, తీర్పు అధికారాన్ని వాడడానికి తప్పనిసరి పరిస్థితులు ఏమున్నాయో చూపే సమాచారపు రికార్డుని దాఖలు చేయాల్సిన తప్పనిసరి ఆవశ్యకతని ఈ కేసులో ఉన్నత న్యాయస్థానం తీసిపారేసింది. అంటే 103 సవరణ చట్టంలో కూడా అటువంటి అధికారం వాడడమైనదా? అంతేగాక, బహుజనుల రిజర్వేషన్ 50% సీలింగ్ దాటే విషయంలో ఉన్నత న్యాయస్థానం తరచూ వాటి అమలుమీద యధాతథస్థితిని విధించేది, ప్రస్తుతం వివాదాస్పదమైన సవరణకు చాలినన్ని కారణాలున్నాయి యధాతథస్థితి తీర్పుని ఇవ్వడానికి. అయితే బహుజనుల ప్రయోజనాలను మరియు సవర్ణుల ప్రయోజనాలను కొలవడానికి ఉన్నత న్యాయస్థానానికి వేర్వేరు కొలబద్దలున్నట్లు కనిపిస్తోంది. న్యాయ విచక్షణ లేని సందర్భపు కేసు ఇదొక్కటే కాదు. ఉన్నత న్యాయవ్యవస్థలో ప్రాతినిథ్యం లేకపోవడం అనేది ఈ సామాజిక న్యాయంలో ఒక భాగమైపోయింది, దీనివల్ల ఉన్నత న్యాయవ్యవస్థ కావాలని మతిమరుపు నటిస్తున్నట్టుంది. ఆర్టికల్16(6)ని రాజ్యాంగంలో ఇరికించిన 103 సవరణ చట్టానికి సెక్షన్ 3ని కావాలని, ఉద్దేశ్యపూర్వకంగా తీసేశారు, ఎందుకంటే, దాని ప్రకారం తప్పనిసరిగా ప్రభుత్వ ఉద్యోగంలో 'సదరు' వర్గానికి చాలినంత ప్రాతినిథ్యం లేదని లెక్కించదగిన సమాచారం వుండితీరాలి కాబట్టి.

ఈ దేశానికి రాజ్యాంగం అమలులోకి వచ్చినప్పటి నుండి బహుజనుల రిజర్వేషన్ నిబంధలను పునఃపరిశీలన చేసినట్టు ఎగువ కులాల కోటాను ఉన్నత న్యాయస్థానం మరోమారుపరిశీలన చేయడానికి ఇది సాకుగా ఉపయోగపడవచ్చు. అయితే, ఇది ఒకవేళ

తీసేయకపోయినా ఉన్నత న్యాయస్థానం అన్ని అవకాశాలను వెదికి ఏదో విధంగా ఇటువంటి ఫలితాల్నే సాధించి వుండేదనేది మనకు తెలిసిన విషయమే.

ఉన్నత న్యాయవ్యవస్థలో ప్రాతినిధ్యం లేకపోవడం మరియు దాని ప్రమాదకర ఫలితాలు:

బ్రిటిష్ వారినుండి కాంగ్రెస్ పార్టీకి అధికార బదలాయింపు జరిగినప్పటినుండి అన్ని ప్రభుత్వ సంస్థల్లో కొన్ని ఆధిపత్య కులాల గుంపులు తిష్టవేసుకుంటూనే వున్నాయి. భారత రాజ్యాంగం ఉనికిలోకి తెచ్చిన ప్రభుత్వ సంస్థల మీద ప్రజాస్వామ్య లక్షణంపై ఇది తీవ్ర దుష్ప్రభావాన్ని చూపింది. బ్రాహ్మణస్వామ్యం తెచ్చిన అతిపెద్ద ఉపద్రవం ఏమిటంటే 'అధికారాల విభజన సిద్ధాంతం' కాస్తా ఇక్కడ 'సరిచూడడం మరియు సమతూకం చేయడం' (checks and balances)లా మార్చేయడం. ప్రభుత్వ సంస్థలలో మొత్తంగా అల్లుకున్న బొద్దుతాడు, కుల ఐక్యత, అధికార విభజన సిద్ధాంతాన్ని సునాయాసంగా కరిగించి పారేసింది.

ఉదాహరణకు, ఎమర్జెన్సీ కాలంలో హెబియస్ కార్పస్ కేసులో (1976) ఈ సరిచూడడం మరియు సమతూకం చేయడం అనే భావన ప్రజల స్వేచ్ఛల మీద దాడి జరుగుతున్నప్పుడు అపహాస్యం పాలయ్యింది. తన సొంత కులం/వర్గం నుండి వచ్చిన ప్రధానమంత్రి, అధికార నియంతృత్వం వహిస్తున్నప్పుడు, దిగువకులాల ప్రాతినిధ్యం లేని ఉన్నత న్యాయస్థానం చేష్టలుడిగి నిలబడింది. ఇలాగే మండల్ నిరసన కాలంలో సహ కుల సోదరులు ,రాజకీయ కోరికలతో రాజ్యాంగ ప్రజాస్వామ్యాన్ని ప్రమాదంలో పడేసినప్పుడు, శాసన మరియు కార్యనిర్వాహకశాఖలు దానిని అడ్డుకోవడంలో విఫలమైనప్పుడు, ఉన్నత న్యాయస్థానం వాటిని నిలబెట్టడంలో విఫలమైంది.

ఇటువంటి ప్రమాదాలు సంభవించినప్పుడు వాటిని నిలిపి సమతూకం పాటించేలా రూపొందించిన పలు సంస్థల ప్రమాణాల మీద ఆధారపడడం కన్నా, నిరంకుశ పోకడలకు వ్యతిరేకంగా పోరాడుతోన్న వివిధ సామాజిక సమూహాల మధ్య అధికారాన్ని పంచడం ఉత్తమ గ్యారెంటీగా వుంటుంది. నియంతృత్వస్వామ్యం మరియు ప్రజాస్వామ్య వ్యతిరేక పాలన కింద బాగా నష్టపోయిన ఉన్నత న్యాయస్థానం, విస్తృత అధికారాలున్న కార్యనిర్వాహకశాఖని సమర్థవంతంగా నిలువరించాలంటే వివిధ సామాజిక సమూహాల ప్రాతినిధ్యం కలిగివుండాలి.

ఇటువంటి ప్రాతినిధ్య స్వభావం లేనందువల్లనే కార్య నిర్వాహకశాఖ తన నియంతృత్వ దుందుడుకు చర్యలకు దిగినప్పుడెల్లా భారతీయ ఉన్నత న్యాయవ్యవస్థ తన పనితీరులో మతిమరుపు చూపిస్తోంది. ఇలాగే ఈ ఉన్నత న్యాయవ్యవస్థలో ప్రాతినిధ్యం లేనితనం వల్ల రాజ్యాంగబద్దంగా ఆశించిన సామాజిక విప్లవానికి స్థిరంగా గండి పడుతోంది. ప్రాతినిధ్యం మిగతా కులాలకు లేనందువల్ల సమాజంలో రావాల్సిన మార్పు అనేది రాకుండా పోయి అది

కేవలం 'బ్రాహ్మణత్వ సోషలిస్టు రాజ్యం' నుండి 'బ్రాహ్మణత్వ పెట్టుబడి రాజ్యం'నకు మారడానికి మధ్యవర్తిత్వంగా మాత్రమే న్యాయవ్యవస్థ దోహదపడుతోంది. బహుజనుల ప్రాతినిధ్యాన్ని అడ్డుకునే విధానాన్ని అమలుపరచడం కోసం అన్ని స్థాయిల్లో 'ఉన్నత' అనే పదాన్ని ముందు పెడుతూ ఉన్నత న్యాయవ్యవస్థ తెలివి తక్కువ ఎత్తుగడలు వుపయోగిస్తోంది!

ఉదాహరణకు, ఆధునిక ఉదారవాద కాలాల్లో, 'ఉన్నతవిద్య'తో బహుజనుల ప్రాతినిధ్యం, దాన్లో ఉన్నత న్యాయవ్యవస్థ పాత్రను తీసుకుందాం. ఇప్పుడు ఉన్నత విద్యలో ఎక్కువవాటా ప్రైవేటు చేతుల్లో వున్నప్పుడు, సుప్రీంకోర్టు P.A.ఇనాందార్ (2005) కేసులో ప్రభుత్వం ప్రైవేటు సంస్థలలో రిజర్వేషన్ విధానాన్ని విధించజాలదని ప్రకటించింది. ఈ దూరదృష్టి లేని తీర్పుని దాటడానికి ఆర్టికల్ 15(5)ని రాజ్యాంగంలో ప్రవేశపెట్టాల్సి వచ్చింది. ఈ ఆర్టికల్ 15(5) రాజ్యాంగ బద్ధతను 2008లో A.K..ఠాకూర్ కేసులో నిలబెట్టగా, ఈ సామాజిక న్యాయం అమలుని వాయిదా వేసే న్యాయ విధానం ప్రైవేటు ఉన్నతవిద్యలో ఉధృతంగా నడుస్తోంది.

మొదటగా సుప్రీంకోర్టు ఇనామ్దార్ కేసు ద్వారా, బహుజనులు ఇంకా నిర్మాణాత్మకదశలోని ప్రైవేటు ఉన్నత విద్యా సంస్థలలో ప్రాతినిధ్యం పొందలేరని ప్రకటించింది. రెండోసారి, ఆర్టికల్ 15(5) కేవలం శాసన నిబంధన, అంటే బహుజన విద్యార్థులు మరియు ఉద్యోగుల (అకడమిక్ మరియు అడ్మినిస్ట్రేషన్‌లో) ప్రయివేటు ఉన్నత విద్యలోని ప్రాతినిధ్య విషయంలో, ప్రతి రాష్ట్రం యొక్క శాసన శాఖ మరియు కార్యనిర్వాహకశాఖ ఇష్టం మీద ఆధారపడమన్నది.

నికరంగా చెప్పాలంటే పలు రాష్ట్రాల రాజకీయ పరిస్థితులు ఊహించని పరిస్థితులమీద ఆధారపడమని సుప్రీంకోర్టు ప్రకటించడం ద్వారా, ఇనామ్దార్ కేసులో, బహుజనులకు ప్రైవేటు ఉన్నత విద్యలో ప్రాతినిధ్యాన్ని ఒక దశాబ్దం లేదా రెండు దశాబ్దాలకు వాయిదా వేస్తూ తీర్పు ఇచ్చినట్లయింది. ఆర్టికల్ 15(5)విషయంలోని తీర్పుని అమలుచేసే రాజకీయ మద్దతుని సాధించినప్పటికీ న్యాయపరమైన అడ్డంకులు సమృద్ధిగా కొనసాగుతాయి.

ఉదాహరణకు ఉత్తరప్రదేశ్ రాష్ట్ర శాసనసభ విద్యాసంస్థలలో ప్రవేశ చట్టం,2006 (ఎస్సీ,ఎస్టీ మరియు ఓబీసీల రిజర్వేషన్ కొరకు) చేయడం ద్వారా ఇనామ్దార్ కేసులోని తీర్పుని అధిగమిస్తూ ఎస్సీ, ఎస్టీ మరియు ఓబీసీ కులాలకు సీట్లను విద్యా సంస్థలలో, ప్రైవేటు విద్యాసంస్థలతో పాటు రిజర్వేషన్ కల్పిస్తూ నిబంధనలు జారీచేసింది. అయితే ఈ చట్టాన్ని ఏదో ఒక సాకుతో అడ్డుకుంటూ, చివరిగా ఈ చట్టంలోని కీలకమయిన నిబంధనలు రాజ్యాంగ విరుద్ధమయినవని దారుణంగా దెబ్బకొట్టింది అలహాబాద్ హైకోర్టు, 2011లో సుధాతివారి కేసులో. నికరంగా తేలిన ఫలితం ఏమిటంటే ఆర్టికల్ 15(5)చట్టంగా

చేసినప్పటికీ, ఇప్పటివరకు ఉత్తరప్రదేశ్‌లో ప్రైవేటు విద్యాసంస్థలలో, బహుజనులకు ప్రాతినిథ్యం కల్పించే నిబంధన లేదు.

ఉన్నత న్యాయవ్యవస్థలో బహుజన ప్రాతినిథ్యం:

ఉన్నత న్యాయవ్యవస్థలో ఎస్సీ,ఎస్టీ మరియు ఓబీసీలకు రిజర్వేష L ఆర్టికల్ 16(4) కింద శాసన లేదా కార్యనిర్వాహక సాధనాల ద్వారా వాస్తవరూపం దాల్చాలి. అయితే సుప్రీంకోర్టు దశాబ్దాలుగా ఆర్టికల్ 335 కింద రిజర్వేషన్ల కారణంగా, సూపర్ స్పెషాలిటీ కోర్సుల్లో/ఉన్నత అధికార బాధ్యతల రీత్యా పరిపాలనా సామర్థ్యం భవిష్యత్తులో దెబ్బతింటుందని, జ్ఞానశాస్త్ర పునాదులు నిర్మిస్తూ, అటువంటి ప్రయత్నాలను అడ్డుకుంటోంది. దీనికి విరుద్ధంగా ఆర్టికల్ 336కి దన్ను నిచ్చి, నిశ్చయాత్మక చర్య (Confirmative Action)ను చూపడం ద్వారా రిజర్వేషన్లు లేదా ఇతర మార్గాల ద్వారా విభిన్న తరగతులకు ప్రాతినిథ్యం కల్పించి పరిపాలనా సామర్థ్యం పెంచవచ్చు.

కాబట్టి స్పష్టంగా కనిపించే ఉన్నత న్యాయవ్యవస్థతో పాటు కేంద్ర లేదా రాష్ట్ర కార్యకలాపాలకు సంబంధించిన సర్వీసులు మరియు ఉద్యోగాల కల్పనలో ఎస్సీ,ఎస్టీ మరియు ఓబీసీల హక్కులు అవకాశాలను తప్పనిసరిగా పరిగణనలోకి తీసుకోవాలి. ఇలా ఆర్టికల్ 16(4) మరియు ఆర్టికల్ 335 కలిపి చదువుకోవడం వల్ల ఉన్నత న్యాయవ్యవస్థలో బహుజనుల ప్రాతినిథ్యానికి పూర్తి పరిధి దొరుకుతుంది, అయితే దీన్ని సాధించాలంటే సుప్రీంకోర్టు నిర్ణయం తీసుకోవడంలో లోతుగా పాతుకుపోయిన బ్రాహ్మణీయ ధోరణులను మనం ఓడించాల్సివుంది.

ఉన్నత స్థాయి ఉద్యోగస్వామ్యంలో బహుజన ప్రాతినిథ్యం:

ఉన్నతస్థాయి ఉద్యోగస్వామ్యంలో బహుజనుల ప్రాతినిథ్యపు గాథ కూడా సమానంగా ఉద్యమిస్తోంది. 1950 చివరికల్లా, ఎగువకులాల కడుపులోని ద్వేషం చూస్తే, ప్రమోషన్లలోని రిజర్వేషన్ నిబంధనలకు మెలికపెట్టకపోతే ఉన్నతస్థాయి బ్యూరోక్రసీలో బహుజనులకు ప్రాతినిథ్యం అడ్డుకోలేమని అర్థమైపోయింది. కొన్ని రాష్ట్రాలలో ప్రమోషన్లలో రిజర్వేషన్ కల్పనకు చేసే శాసనశాఖ ప్రయత్నాలు నిరంతరాయంగా ఉన్నత న్యాయవ్యవస్థ అడ్డుకుంది. 1992లోని ఇందిరా సహానీ కేసులో రిజర్వేషన్‌ని ఎలా అంగవైకల్యానికి గురిచేసిందో చూడవచ్చు, 1995లో చేసిన 77వ రాజ్యాంగ సవరణతో ఆర్టికల్ 16(4ఏ) అదనంగా చేర్చడం వల్ల ఎస్సీ, ఎస్టీలకు మాత్రమే ప్రమోషన్లలో రిజర్వేషన్లు కల్పించే శాసన నిబంధన ఏర్పరచినా, ఇక్కడ ఒక మెలిక పెట్టారు. ఆ మెలిక ఏమిటంటే, ఈ ప్రమోషన్ల నుండి ఎస్సీ ఎస్టీలకు మాత్రమే అవకాశం కల్పించి, ఈ పరిధిలోనుండి ఓబీసీలను తొలగించారు,

క్రీమీలేయర్ సూత్రం తర్వాత ఆర్టికల్ 16(4)కింద ప్రమోషన్ పథకం అనేది ఎస్సీ, ఎస్టీలనుండి ఓబీసీలను వేరు చేసి ఒకనొకరికి ఎదురుగా పోటీపెట్టే పథకం. అలా కేవలం చేసేదేమీ లేకపోయినా చెప్పడానికి చేసే సేవలో భాగంగా 2019లో B.K.పవిత్ర కేసులో కుతంత్రమైన నిబంధనలు ఆర్టికల్ 16(4ఏ)కు చేరుస్తూ సుప్రీంకోర్టు ఎస్సీ ఎస్టీ అనే రెండు గ్రూపులకు మాత్రం రిజర్వేషన్లలో భాగమైన ప్రమోషన్లు కల్పిస్తూ, ఆ రెండు వర్గాల మధ్య చీలిక తెచ్చి పోటీ పెట్టి, తద్వారా తనకు వచ్చిన అవకాశాన్ని వదులుకోకుండా వాడుకుంది.

ఈ తీర్పు సూత్రాన్ని రాజ్యాంగ మౌలిక నిర్మాణంలో భాగంగా చేయడానికి ప్రయత్నించింది, తద్వారా ఎస్సీ, ఎస్టీ కులాలకు కూడా క్రీమీలేయర్ సూత్రాన్ని వర్తింపజేయడానికి బలమైన విషయంగా తెచ్చింది. క్రీమీలేయర్ కోటా ఒక ప్రత్యేక కేటగిరీలోని పేదలకు ప్రభుత్వ విద్య మరియు ప్రభుత్వ ఉద్యోగాలలో ప్రవేశానికి ఏదోవిధంగా దోహదపడేటట్లయితే, ఎగువకులాల 10% కోటా కూడా జనరల్ కేటగిరీలోని పేదలకు కూడా అలాగే దోహదపడుతుంది,

అప్పుడు జనరల్ కేటగిరీకి ఈ క్రీమీలేయర్ సూత్రాన్ని విస్తరిస్తే, జనరల్ కేటగిరీలోని పేదలకు సెపరేటు కోటా అనే ఒక నిరూపణ లేని వాదాన్ని పడగొడుతుంది. అసలు పేదలనే కదా జనరల్ కేటగిరీలోని వారికి రిజర్వేషన్ ఇచ్చింది. మళ్లీ అందులో క్రీమీలేయర్ ఎలా సాధ్యం?

ఇదే ఫలితాల్ని జనరల్ కేటగిరీలోని పేదలకు కూడా కల్పించవచ్చు. సింపుల్‌గా జనరల్ కేటగిరీకి ఈ క్రీమీలేయర్ సూత్రాన్ని పొడిగించి వర్తింపజేస్తే 50% ఫలితాలు పేదలకు అందుతాయి. ఈ వాస్తవాన్ని అటు సుప్రీంకోర్టుగానీ, ఇటు పార్లమెంటుగానీ దీనికి కనీసం దగ్గరగా వచ్చి సలహా ఇస్తే, ఇప్పటికే ఓబీసీలకు వర్తింపజేసి, ఎస్సీ మరియు ఎస్టీలకు కూడా వర్తింపజేయాలని తహతహలాడే క్రమంలో, క్రీమీలేయర్ వల్ల మరియు 10% కోటా వల్ల ఆశించిన అసలైన లక్ష్యాన్ని జనరల్ కోటాలోనూ సాధించవచ్చు.

మొదటిగా బహుజన కులాలనుండి బలహీనంగా వున్నవారిని ఎన్నుకుని, వారికి పూర్తిగా విరుద్ధమైన ఎగువకులాలలోని సమర్థులైనవారిని ఎదురెదురుగా నిలబెట్టి వారి మధ్య అంతరాన్ని వేలెత్తి చూపుతూ ఆర్టికల్ 335కింద సామర్థ్యం అనే వక్రబుద్ధితో కూడిన వాదన కొనసాగించడం. రెండోది, రిజర్వుడు కేటగిరీకి లెక్కలేనన్ని సీట్లు/ఉద్యోగాలు ఎంతకాలం వీలైతే అంతకాలం ఖాళీగా వుంచడం. మూడోది, జనరల్ కేటగిరీతో బహుజనులు పోటీపడే అవకాశం తగ్గించడం. ఇటువంటి అప్రజాస్వామిక మరియు రాజ్యాంగ వ్యతిరేక పద్ధతులు, బహుజనులను ఉన్నత విద్య మరియు ఉద్యోగాల నుండి దూరంగా విసిరేస్తున్నాయి.

సుప్రీంకోర్టు ఈ వ్యూహాత్మక జోక్యమే శాసన మరియు కార్యనిర్వహక శాఖలకు ఈ క్రింది అవకాశాలు కల్పిస్తోంది. మొదటిది, బాహ్మణ-బనియాలు పరస్పరం సర్దుబాటుతో

ఒకటైపోయి, పెట్టుబడి బడాబాబులుగా ఎదిగిపోతారు. ఈ ఎదిగిపోయిన కార్పొరేట్ అధిపతులకు ఉన్నతస్థాయి ఉద్యోగస్వామ్యం లొంగివుండేలా చేస్తారు, తద్వారా ఎప్పుడైనా కొద్దిమంది ఎస్సీ/ఎస్టీ అధికారులు ఉన్నత ఉద్యోగస్వామ్యంలో సీనియర్ అధికారస్థాయికి చేరినప్పుడు, వాళ్లు బ్రాహ్మణత్వ వర్గాలనుండి ఆదేశాలు అందుకోవడం తప్ప మరో దారి లేదు. రెండవది, జాయింట్ సెక్రటరీ మరియు అంతకన్నా ఎక్కువస్థాయి ఉన్నత ఉద్యోగస్వామ్యంలో, డైరెక్టు నియామకాలకు రిజర్వేషన్ లేకుండా జాగ్రత్త పడడం, (అంటే ఆ ఉద్యోగాలకు రిక్రూట్ మెంటు లేకుండా కేవలం ప్రమోషన్ల ద్వారా మాత్రమే ఎంపిక చేసుకోవడం), ఈ కార్యాన్ని 1998లో పోస్టు గ్రాడ్యుయేట్ ఇన్‌స్టిట్యూట్ కేసులో సుప్రీంకోర్టు 1998లోని డా.చక్రధర్ కేసు సహాయంతో ఏది ఏమైనా, సింగిల్ కేడర్ పోస్టులో (అంటే చీఫ్ సెక్రటరీ వంటివి..) రిజర్వేషన్ చెల్లదని జడ్జిమెంటు ఇచ్చింది. ఎస్సీ మరియు ఎస్టీలకు కూడా ప్రమోషన్లలో రిజర్వేషన్లు 1950నుండి సుప్రీంకోర్టు పట్టి వుంచిందని, అది 2019లో అప్పటికే చచ్చిపడివున్న వాటిని (B.K..పవిత్రIIకేసులో) మాత్రమే చివరికి అనుమతినిచ్చిందని చెప్పవచ్చు. అభ్యుదయంగా కనిపించే ఈ జడ్జిమెంటులో కూడా ఇంతకు ముందు కుట్రపూరిత అభ్యుదయ జడ్జిమెంటులోని రిజర్వేషన్ వ్యతిరేకత పట్ల కఠినమైన మాటల్ని సూక్ష్మమైన పద్ధతిలో పునరుద్ఘాటించింది. B.K.పవిత్రII కేసులో నుండి నాగరాజు (2006) మరియు జర్నాలి (2018) జడ్జిమెంటులను ఉదహరిస్తూ ఈ క్రింది వాక్యాలను పునరుక్తంచేసింది.

1.పరిమితార్థంలోనే రిజర్వేషన్లని వాడాలి లేకపోతే దేశంలో కులవ్యవస్థ కొనసాగుతూ వుంటుంది.

2.పైనుండి కిందకు కొన్ని ఉద్యోగాలకు రిజర్వేషన్ అనుమతి లేకపోవచ్చు మొత్తానికి.

ఈ రెండవ ఐడియా అధికారికంగా మధ్యకు తెచ్చింది ఇందిరాసహానీ(2018)కేసులో, దీన్ని జర్నాల్ కేసులో పునరుద్ఘాటించింది, మరోమారు B.K.పవిత్రII కేసులో పునరుక్తం చేయడం ద్వారా సామాజిక న్యాయానికి వ్యతిరేకంగా స్పష్టమైన అవగాహనని నిర్మించింది! ఇది సాంప్రదాయభావనైన అధికార విభజన, ఇండియాలోని శాసన, కార్యనిర్వాహక మరియు న్యాయవ్యవస్థల పనితీరు పరిమాణాల్ని కొలవడానికి సరిపోవని ఈ ఉదాహరణ నిరూపిస్తోంది.

భారత ప్రభుత్వపు శాసన, కార్యనిర్వాహక, న్యాయ అనే మూడు అంగాల పనితీరు పరిమాణాల్ని పరిశీలిస్తే అర్థమయ్యే కీలక విషయం ఏమిటంటే. సమిష్టిగా మరియు బలంగా కుల పద్ధతిని నిలబెట్టడం మరియు ఉన్నత న్యాయ వ్యవస్థలో బహుజనుల ప్రాతినిధ్యం లేనితనం భయంకరంగా కనిపించడం. వాస్తవానికి ఉన్నత న్యాయవ్యవస్థ కులం తాలూకు

గ్రిడ్ నిర్మాణపు సంస్థలమధ్య ఇరుసులాగా ఎదిగింది, అది తరచుగా ప్రాథమిక హక్కుల రక్షణకు ఒక అప్రమత్తమైన కాపలాదారుగా మృదువుగా కొనసాగుతుంది. బాధిత కులాలు కాకుండా, పాలక కులాల గుంపులు రాజ్యాంగ విలువలకు కాపలాదారులుగా వున్నాయంటే, అప్పుడు తప్పనిసరిగా రాజ్యాంగం మరియు సామాజిక ప్రజాస్వామ్యానికి మరణమే. ఉన్నత న్యాయవ్యవస్థ 13పాయింట్ రోస్టర్ పద్ధతి ప్రవేశపెట్టడం మరియు ఎస్సీ,ఎస్టీ అత్యాచార చట్టం పలుచన చేయడం అటువంటి అమరికని సూచిస్తుంది. కుల గుర్తింపుచేత ఉన్నత న్యాయవ్యవస్థ మరియు శాసన/ కార్యనిర్వాహక శాఖల మధ్య కలిపి కట్టిన బొడ్డుతాడు తెంపనంతవరకు, అన్ని సంస్థల ప్రాతినిధ్యం, రాజకీయ ప్రజాస్వామ్యం ప్రమాదంలోనే వుంటాయి.

వీడ్కోలు సందేశం:

కాబట్టి, ఉన్నత న్యాయవ్యవస్థలోని కింది కులాల ప్రాతినిధ్యం లేకపోవడం వల్లనే ఆర్థిక ప్రాతిపదిక మీద ఎగువకులాల కోటా పుట్టుకకు పునాది ఏర్పడింది అది ఒక పరిస్థితిని సృష్టిస్తుంది, ఆ పరిస్థితిలో ఆ రిజర్వేషన్‌ని బ్రాహ్మణీకరణ చెందిన రాజకీయ తరగతి ఊహిస్తుంది. అదే న్యాయవ్యవస్థ నుండి ఆ 10% రిజర్వేషన్ కోటాకు అవసరమైన చట్ట వ్యూహాలు రూపొంది, అభివృద్ధి చెంది, క్రమబద్ధమై, సరఫరా చేయబడినాయి. కాబట్టి ఆర్థికంగా వెనుకబడినవారికి రిజర్వేషన్ మరియు అటువంటి నిబంధనల విషయంలో నిజాయితీ నిండిన పోరాటాలకు, ప్రయత్నాలకు గాను ఉన్నత న్యాయవ్యవస్థలో బహుజనుల ప్రాతినిధ్యం పెరగాలి. బహుజన కులాల యాజమాన్యంలో మరియు నియంత్రణలో వున్న విద్యా సంస్థల ద్వారా న్యాయవిద్య అందేలా ప్రయత్నాలు కూడా చేయాలి. పూలే-అంబేద్కర్ ఆలోచనలతో కలిసిన న్యాయ మరియు సామాజిక శాస్త్రాల విద్య ఉన్నత న్యాయవ్యవస్థలో బహుజనుల ప్రాతినిధ్యానికి ముందస్తు సన్నద్ధతగా పనికొస్తాయి. ఉన్నత న్యాయవ్యవస్థలో బహుజన న్యాయకత్వం వుండివుంటే 103వ సవరణచట్టం వాస్తవరూపం దాల్చేది కాదు. దీనికి అదనంగా బాబాసాహెబ్ అంబేద్కర్ ప్రవచించిన సామాజిక ప్రజాస్వామ్యం స్థాపించడానికి భారత రాజ్యంగానికి విప్లవాత్మక శక్తి రావడానికి అవకాశముండేది. ఈ సందర్భంలో ప్రతి రాజ్యాంగం గురించిన ప్రసిద్ధ వాక్యాలు ఇలా వున్నాయి:

“ఒక రాజ్యాంగం ఎంత మంచిదైనా కావచ్చు, దాన్ని అమలుపరిచేవాళ్లు మంచివారు కాకపోతే, అది చెడుగా నిరూపితమౌతుంది. అయితే ఒక రాజ్యాంగం ఎంత చెడుదైనా కావచ్చు, దాన్ని అమలుపరచేవాళ్లు మంచివారైతే, అది మంచిదిగా నిరూపితమౌతుంది.”

బహుజనులు దాన్ని చేపట్టడానికి ఇది కీలకమైన సమయం, వారు రాజ్యాంగాన్ని పార్లమెంటు, శాసనశాఖలో, ప్రభుత్వాలలో మరియు ముఖ్యంగా ఉన్నత న్యాయవ్యవస్థలో అమలుపరచాలి.

భారత రాజ్యాంగపు ఆర్టికల్‌ల పదకోశం:

ఆర్టికల్ 14: చట్టం ముందు సమానత్వాన్ని ఏ వ్యక్తికైనా ప్రభుత్వం తిరస్కరించరాదు లేదా భారత భూభాగం లోపల చట్ట రక్షణ సమానంగా వుంటుంది.

ఆర్టికల్ 15(1): మతం, జాతి, కులం, లింగం, పుట్టిన ప్రాంతం లేదా వీటిలో ఏదైనా కారణం చేత ఏ పౌరుని పట్ల కూడా ప్రభుత్వం వివక్ష చూపరాదు.

ఆర్టికల్ 15(3): స్త్రీలు మరియు పిల్లల విషయంలో ప్రభుత్వం ప్రత్యేక నిబంధనలు రూపొందించడానికి ఈ ఆర్టికల్‌లో వున్నదేదీ అడ్డుకోజాలదు.

ఆర్టికల్ 15(4): షెడ్యూల్డు కులాలు మరియు షెడ్యూల్డు తెగల కోసం మరియు సామాజికంగా మరియు విద్యాపరంగా వెనుకబడిన వర్గాల అభ్యున్నతి కోసం ప్రత్యేక నిబంధనలకై ఈ ఆర్టికల్ ప్రతిపాదిస్తుంది.

ఆర్టికల్ 15(5): ప్రైవేటు విద్యాసంస్థలలో ఎస్సీ/ఎస్టీ/ఓబీసీల ప్రవేశానికై వున్న రిజర్వేషన్ల మీద సుప్రీంకోర్టు నిషేధాన్ని ఈ ఆర్టికల్ తొలగిస్తుంది.

ఆర్టికల్ 15(6) మరియు 16(6) ఈ ఆర్టికల్సు ఎగువకులాలకు ప్రవేశాలు మరియు ఉద్యోగాలలో రిజర్వేషన్‌తో సహా ప్రభుత్వం అనుకూలంగా చేసే ప్రయత్నాలను చట్టబద్ధం చేస్తాయి.

ఆర్టికల్ 16(4): ప్రభుత్వం కింద ఉద్యోగాలలో చాలినంత ప్రాతినిధ్యం లేదని ప్రభుత్వం భావిస్తే, వెనుకబడిన కులానికి చెందిన పౌరులకు అనుకూలంగా నియామకాలు లేదా ఉద్యోగాలకు ప్రభుత్వం రిజర్వేషన్ చేసే నిబంధనలు రూపొందించడానికి ఈ ఆర్టికల్ అవకాశం కల్పిస్తుంది.

ఆర్టికల్ 16(4ఎ): షెడ్యూల్డు కులాలు మరియు షెడ్యూల్డు తెగలకు అనుకూలంగా ప్రమోషన్ల విషయంలో రిజర్వేషన్ చేసే నిబంధనలు రూపొందించడానికి ప్రభుత్వానికి ఈ ఆర్టికల్ అవకాశం కల్పిస్తుంది.

ఆర్టికల్ 29(2): కేవలం మతం, జాతి, కులం, భాష లేదా వీటిలో ఏదైనా కారణం చేత ప్రభుత్వం చేత లేక ప్రభుత్వం అందించే నిధుల చేత నిర్వహించబడే ఏదైనా విద్యాసంస్థలో కూడా ప్రవేశాన్ని ఏ పౌరునికీ తిరస్కరించరాదు.

ఆర్టికల్ 39(1): న్యాయ, సామాజిక, ఆర్థిక మరియు రాజకీయంగా ఒక సామాజక పద్ధతి లాంటిదాన్ని సాధించుకోవడానికి మరియు పరిరక్షించుకోవడానికి జాతీయ జీవనంలో అన్ని సంస్థలకు తెలియజేసి ప్రజా సంక్షేమాన్ని ప్రోత్సహించడానికి ప్రభుత్వానికి అవకాశం కల్పిస్తుంది.

ఆర్టికల్ 38(2): ఈ ఆర్టికల్ ప్రత్యేంగా వ్యక్తుల మధ్యనే గాక, వివిధ ప్రాంతాలలో లేదా వివిధ వృత్తులలో మునిగి వున్న ప్రజా సమూహాల మధ్య కూడా ఆదాయంలో అసమానతలు తగ్గించడానికి మరియు స్థాయి, సౌకర్యాలు మరియు అవకాశాలు కల్పించడంలో ఈ అసమానతలు తగ్గించడానికి ప్రభుత్వాన్ని నిర్దేశిస్తుంది.

ఆర్టికల్ 46: ప్రజలలోని బలహీన వర్గాల విద్యా మరియు ఆర్థిక ప్రయోజనాల్ని ప్రత్యేక శ్రద్ధతో ప్రభుత్వం ప్రోత్సహించడానికి, మరియు ప్రత్యేకంగా, షెడ్యూల్డు కులాలు మరియు షెడ్యూల్డు తెగలను సామాజిక అన్యాయం మరియు అన్ని రకాల దోపిడీల నుండి కాపాడడానికి అవకాశం కల్పిస్తుంది.

ఆర్టికల్ 332: శాసనశాఖలో ఎస్సీ, ఎస్టీల సీట్ల రిజర్వేషన్‌కు ఈ ఆర్టికల్ నిబంధనలు ఏర్పరుస్తుంది.

ఆర్టికల్ 335: పరిపాలనలో సామర్థ్యాన్ని కాపాడడం కోసం సర్వీసులు మరియు ఉద్యోగాలలో నియామకం కోసం షెడ్యూల్డు కులాలు మరియు తెగల సభ్యుల క్లెయిములు పరిగణనలోకి తీసుకునే అవకాశం ఈ ఆర్టికల్ కల్పిస్తుంది.

ఆర్టికల్ 338: షెడ్యూల్డు కులాలకు జాతీయ కమీషన్ ఏర్పాటుకు ఈ ఆర్టికల్ నిబంధనలు ఏర్పరుస్తుంది.

ఆర్టికల్ 338ఎ: షెడ్యూల్డు తెగలకు జాతీయ కమీషన్ ఏర్పాటుకు ఈ ఆర్టికల్ నిబంధనలు ఏర్పరుస్తుంది.

ఆర్టికల్ 340: వెనుకబడిన కులాల పరిస్థితులు పరిశీలించడానికి కమీషన్ ఏర్పాటుకు ఈ ఆర్టికల్ నిబంధనలు ఏర్పరుస్తుంది.

--★★--

Court Case References:

1. Gail Omvedt, Understanding Caste: From Buddha to Ambedkar and Beyond, 66 Orient Blackswan, Delhi,2011.

2. Yogesh Pratap Singh and Ayaz Ahmad, "Privatizaation of Higher Eduation in India: Constitutional Vision, Emerging Issues and Trends" RGNUL Law Review, Vol.7:No.II,2017.

3. 3 A. K. Thakur (2008) Ashoka Kumar Thakur vs. Union Of India and Others. April 10, 2008 SC. Available at: https://indiankanoon.org/doc/1219385/

4. Balaji (1962) M. R. Balaji and Others v. State of Mysore. September 28, 1962 SC.
Available at: https://indiankanoon.org/doc/599701/

5. BK Pavitra I (2017) B. K. Pavitra and Others vs. Union Of India and Others. February 9, 2017 SC. Appeal (civil) 2368 of 2011. Available at: https://indiankanoon.org/doc/75239040/

6. BK Pavitra II (2019) B.K. Pavitra vs. Union Of India. May 10, 2019.
Available at: https://indiankanoon.org/doc/18096795/

7. ChampakamDorairajan (1951) State of Madras vs. ChampakamDorairajan. April 9, 1951 SC.
Available at: https://indiankanoon.org/doc/149321/

8. Chitralekha (1964) R. Chitralekha and Another vs. State of Mysore and Others. January 29, 1964 SC. Available at: https://indiankanoon.org/doc/203735/

9. Dr.Chakradhar (1988) Dr.ChakradharPaswan vs State Of Bihar &Ors. March 8, 1988 SC.
Available at: https://indiankanoon.org/doc/1555308/

10. Devadasan (1963) T. Devadasan vs. The Union Of India and Another. August 29, 1963 SC.
Available at: https://indiankanoon.org/doc/1466728/

11. Habeas Corpus (1976) Additional District Magistrate, Jabalpur S. Shukla. April 28, 1976 SC. Available at: https://indiankanoon.org/doc/1735815/

12. Indira Sawhney (1992) IndraSawhney and Others vs. Union Of India. November 16, 1992 SC.
Available at: https://indiankanoon.org/doc/1363234/

13. Jarnail (2018) Jarnail Singh vs. LachhmiNarain Gupta. September 26, 2018 SC.
Available at: https://indiankanoon.org/doc/190772988/

14. KesavanandaBharati (1973) KesavanandaBharati vs. State Of Kerala. April 24, 1973 SC.
Available at: https://indiankanoon.org/doc/257876/

15. M Nagaraj (2006) M. Nagaraj and Others vs. Union Of India and Others. October 19, 2006 SC.
Available at: https://indiankanoon.org/doc/102852/

16. N. M. Thomas (1975) State Of Kerala vs. N. M. Thomas and Others. September 19, 1975 SC. Available at: https://indiankanoon.org/doc/1130169/

17. P.A. Inamdar (2005) P.A. Inamdar& Others vs. State of Maharashtra & Others. August 12, 2005 SC.

Available at: https://indiankanoon.org/doc/1390531/

18. Post Graduate Institute (1998) Post Graduate Institute of Medical Education and Research vs Faculty Association And Others. April 17, 1998 SC.

Available at: https://indiankanoon.org/doc/200489/

19. Sudha Tiwari (2011) Sudha Tiwari vs. Union Of India and Others. February 11, 2011 HC.

Available at: https://indiankanoon.org/doc/48115777/

సామాజిక న్యాయం: న్యాయవ్యవస్థ ఆదుర్దా మరియు న్యాయవ్యవస్థ ముందుచూపు

-అభిషేక్

పోరాటంలో ముందువరుసలో ఉండాల్సిన భారతీయ న్యాయ వ్యవస్థ ఆదుర్దా మరియు సామాజిక న్యాయాన్ని కాపాడడానికి రూపొందించిన భారత రాజ్యాంగం పాత్ర అనే రెండు విషయాల్ని ఈ వ్యాసంలో పరిశీలించడమైనది.

మనవద్ద ఒక వ్యవస్థ ఉంది, అది కుల వ్యవస్థ. అది కాలానికతీతంగా, నిరంతరాయంగా ఒక సత్యంగా, విజ్ఞానదాయక సంపదగా, దాదాపు ప్రకృతిశక్తిగా తరాలుగా అర్థం చేసుకోబడి మరియు సహజమైన విషయంగా భావించడమైనథి. అది కఠినమయిన, అంతస్తులతో కూడి ఉంది. వేదకాలపు నాలుగంతస్తుల వర్ణాలలోని పై అంతస్తులో బ్రాహ్మణులను ఉంచి అట్టడుగున బలవంతంగా మనల్ని ఇరికించి ఒక పరిధిలో బలవంతంగా ఉంచడం అందులో స్పష్టంగా కనిపించే ఒక అంశం. కాలానుగుణంగా సాధారణమైపోయిన సామాజిక పద్ధతి సహజంగానే ఒక స్థాయి ఉపద్రవాన్ని ఇచ్చింది.

ప్రత్యేక కారణం కోసం నిర్మించిన వ్యవస్థలు లేదా నిర్దిష్ట కార్యం కోసం ఏర్పాటు చేసిన వ్యవస్థలు అంచనా ప్రకారం పనిచేస్తాయి మరియు రూపొందించినవారి నియంత్రణలో ఉంటాయి. అవి చాలావరకు గతం మీద ఆధారపడి ఉంటాయి మరియు గతంచేత నిర్ణయించబడతాయి. కులవ్యవస్థ అందుకు మంచి ఉదాహరణ. ఈ తయారుచేసిన వ్యవస్థ కాలానుగుణంగా తన మనుగడకు మార్పు చేర్పులు చేసుకొంటూ ఉంది. కర్మ సిద్ధాంతం మరియు పునర్జన్మ అనే రెండు లాజిక్‌లను పురాతనకాలం నుండి ఈ కుల పద్ధతి తాను కొనసాగించడానికి వాడుకుంటూ ఉంది.

దీనిప్రకారం ఒక ప్రత్యేక కులంలో పుట్టడం క్రితం జన్మలో చేసిన కర్మ ఫలితాన్ని బట్టి ఉంటుంది. శతాబ్దాలుగా ఎదిగిన కర్మ సిద్ధాంతాన్ని కొంచెం మార్చి, ఇప్పుడు ప్రతిభ అనే లాజిక్‌కి లంకెపెట్టి వాడుతున్నారు. దీనికి మూల కారణం ప్రతిభ అనే విషయం, ఈ ప్రతిభ ఎందుకొచ్చిందంటే కొన్ని కులాలు గొప్పవి, ఎందుకంటే అవి గొప్ప ప్రతిభని కలిగిఉంటాయి. ఈ ప్రతిభ వారి కఠినమైన శ్రమ మరియు పుట్టుకతో వచ్చే నైపుణ్యం వల్ల ఏర్పడతాయి.

మౌళిక నిర్మాణ సిద్ధాంతం–న్యాయ జూదం:

న్యాయ పరిధిలోని అన్ని రకాల గుత్తాధిపత్యాలను తొలగించడానికి, భారత రాజ్యాంగంలోని ఆర్టికల్ 14లోని ప్రాథమిక హక్కయిన సమానత్వపు హక్కు ప్రధానంగా నెలకొల్పడమైనది. ఇది న్యాయవ్యవస్థకు ఒక పునాదిలాంటి బాధ్యతను అప్పగించింది, అదేమిటంటే, ఎటువంటి అవకాశం లేకుండా చిన్న గుత్తాధిపత్యపు ఏ విషయాన్నైనా తొలగించడం. చట్టం ముందు సమానత అనేది ఆర్టికల్ 14లో కీలకం, ఇది దానంతట అదే "చట్టపాలన" సిద్ధాంతాన్ని నిలబెడుతుంది.

A.V. డైసీ ప్రతిపాదిత చట్టపాలనలో మూడు అంశాలున్నాయి. గుత్తాధిపత్య అధికారం ఉండకపోవడం, చట్టం ముందు సమానత మరియు వ్యక్తి హక్కులకు ముఖ్యవిలువ. కారణాలు ఏమైతేనేం, చివరిది భారతదేశ విషయంలో వర్తించదు. ఇండియా విషయంలో చట్టపాలన పరిధినుండి వ్యక్తుల హక్కులకు ముఖ్యవిలువ ఎందుకు తొలగించారో అర్థం చేసుకోవడమనేది ఇక్కడ కీలకమైన అంశం.

బ్రిటన్ మరియు ప్రపంచంలోని ఉదార ప్రజాస్వామ్యాల వలె గాక రాజ్యాంగం రాకమునుపు ఇండియాలో వ్యక్తులకు ఎటువంటి హక్కులు ఉండేవి కావు. సామాజిక ఒడంబడిక లేక, కులాధిపత్య సరిహద్దుల లోపల మగ్గిన ఇండియాలో హక్కులు అనేవి పరాయి విషయం. (అంబేద్కర్ ప్రస్తావించినట్లు శ్రమ విభజన పేరుతో శ్రామికులను విభజించడం). కాబట్టి వ్యక్తులకున్న హక్కులనుండి రాజ్యాంగం ఇండియాలో పుట్టలేదు, అందుకు భిన్నంగా రాజ్యాంగం నుండి హక్కులు పుట్టాయి. ఇటువంటి పరిస్థితులలో భారతదేశ రాజ్యాంగం చాలా పెద్ద విప్లవాత్మక పాత్ర పోషించింది బ్రిటన్ మరియు మిగతా ప్రాంతాలకన్నా.

భారతీయ రాజ్యాంగంలో విస్పష్టంగా చెప్పిన రాజకీయ త్రైక సిద్ధాంతం అనగా శాసన, కార్యనిర్వాహక, న్యాయ అధికార విభజన సద్దతిలో న్యాయవ్యవస్థ అంతిమ తీర్పరి. అది ప్రాథమిక హక్కులకు సంరక్షణదారు మరియు విశ్వాసంతో వాటికి కాపలాకాసే కుక్క.

భారతదేశంలో జనాదరణపొందిన అభిప్రాయం మూడు కాళ్లున్న మహాభవనం మీద నిర్మితమయ్యింది, అవి 1.విద్యావిషయకాలు, 2.మీడియా, ప్రచురణా విభాగాలు మరియు 3.న్యాయవ్యవస్థ. ఈ మూడు విభాగాలలో న్యాయవ్యవస్థ, అత్యుత్తమమైనదిగా చూడబడుతోంది. శాసనవ్యవస్థ జనరంజకమైన, నిపుణతలేని వదరుబోతులతో నిండివుందనుకుంటే, కార్యనిర్వాహక వ్యవస్థ అసమర్థత మరియు అవినీతి పద్ధతులతో దిగజారిపోయి వుంది. మందకొడితనం, పారదర్శకత లేకపోవడం వంటి కొన్ని లోపాలున్నా, కేవలం న్యాయవ్యవస్థ మాత్రమే తన గౌరవాన్ని కాపాడుకుంటూ పౌరుల దృష్టిలో అదే నమ్మకాన్ని నిలబెట్టుకుంటోంది.

సామాజిక న్యాయం మరియు సమానత్వం కోసం చేసే పోరాటం మన ప్రజాస్వామ్యంలో రెండు అంశాల్లో చూడవచ్చు. అవి 1.న్యాయవ్యవస్థలోని న్యాయశాస్త్రీయ పరిధి లోపల జరిపే పోరాటం మరియు 2. ప్రజా బాహుళ్య ప్రాతినిధ్యంలో జరిపే పోరాటం.

సామాజిక న్యాయం: న్యాయవ్యవస్థ మరియు శాసనవ్యవస్థ జోక్యాలు:

భారతదేశ చట్టపరిధిలో సామాజిక న్యాయం ఎదుగుదలను దగ్గరినుండి పరిశీలించాలనుకుంటే, షెడ్యూల్డు కులాలు, షెడ్యూల్డు తెగలు మరియు ఇతర వెనుకబడిన తరగతుల విషయంలో న్యాయవ్యవస్థ మరియు శాసన వ్యవస్థ గత ఏడు దశాబ్దాలుగా తీసుకున్న నిశ్చయాత్మక చర్య (Confirmative action) ను ఆలంబనగా చేసుకుని తీసుకున్న ముఖ్యమైన చొరవలను గమనించాలి.

న్యాయ దృక్కోణంలో భారతదేశం రాజ్యాంగబద్ధ రిపబ్లిక్ గా మారిన వెంటనే రిజర్వేషన్ల విషయం మొట్టమొదటిసారి ఇబ్బందికరంగా కనిపించింది (బ్రాహ్మణులకు తమ నిరసనను ప్రకటించడానికి కేవలం కొద్ది సమయమే దక్కింది). 1951లో మద్రాస్ స్టేట్ మరియు చంపకం దొరైరాజన్ కేసులో సుప్రీంకోర్టు (రవీంద్రనాథ ఠాగోర్ శిష్యుడూ, బ్రహ్మసమాజానికి చెందిన, బైద్య-బ్రాహ్మణ కులానికి చెందిన జస్టిస్ S.R.దాస్ రాసిన తీర్పు) ఆర్టికల్ 16(2) అధికరణకు కులప్రాతిపదిక రిజర్వేషన్లు ఇవ్వడం వ్యతిరేకం అని ప్రకటించింది.

ఈ తీర్పుకు స్పందనగా మరియు పూర్తిగా పెరియార్ మరియు అంబేద్కర్ ప్రయత్నాల వల్ల 1951లో మొట్టమొదటి రాజ్యాంగ సవరణ, సామాజికంగా మరియు విద్యాపరంగా వెనుకబడిన కులాల అభ్యున్నతి కొరకు ప్రత్యేక నిబంధనలు ప్రభుత్వం రూపొందించడానికి ప్రభుత్వానికి అధికారం ఇవ్వడమైంది. దీనికి 9వ షెడ్యూల్డు జతచేయడమైనది, న్యాయసమీక్ష నుండి కూడా వాటిని రక్షించడానికి.

ఒక దశాబ్దం తర్వాత M.R.బాలాజి మరియు మైసూర్ రాష్ట్ర కేసులో, సుప్రీంకోర్టు అదే తీర్పునిస్తూ (ఇందులో ప్రధానంగా వాదనలు వినిపించిన వ్యక్తి జస్టిస్ P.B.గజేంద్రగడ్కర్, ఒక బ్రాహ్మణకులానికి చెందిన జడ్జి, సంస్కృత పండితుల కుటుంబం నుండి వచ్చినవాడు, రిటైర్మెంటు తర్వాత తన కుటుంబ వారసత్వాన్ని వేదాంత, మీమాంస తత్వాన్ని కొనసాగించాడు.) వెనుకబాటు తనాన్ని నిర్ధారించడానికి కులం సంబంధిత అంశమే, అయితే అదే ఏకైక అంశం కాదు, ఇంకా అది ప్రాముఖ్యమైన కొలబద్ధ కూడా కాదు: పేదరికం, వృత్తి మరియు నివాస ప్రాంతం అన్నీ గుర్తింపుకి సంబంధించిన అంశాలు.

ఇంకా ఏమన్నదంటే, సామాజిక వెనుకబాటుతనానికి కులమే ఏకైక ప్రాతిపదికగా పరిగణిస్తే, కుల వ్యవస్థ భారతీయ సమాజంలో కొనసాగుతూనే వుంటుంది.

EWS రిజర్వేషన్లని అంతం చేసే కుట్ర

వెనుకబాటుతనం కుల ప్రస్తావన లేకండా నిర్వచించవచ్చేమో అన్నది. ఇంకా అది రిజర్వేషన్ పెంపుదలని 50శాతం కన్నా తక్కువగా బిగించింది. 50శాతం కన్నా ఎంత తక్కువ అనేది, ప్రతి విషయంలో సంబంధిత విషయంలో నెలకొన్న పరిస్థితుల మీద ఆధారపడి ఉంటుంది.

ఈ సందర్భంలో ముఖ్యంగా గుర్తుంచుకోవాల్సింది ఏమిటంటే, మొదటి వెనుకబడిన కులాల కమీషన్ కాకా కలేల్కర్ ఆధ్వర్యంలో 10ఏళ్లముందే నెలకొల్పినా, దానిని ఉదహరించడం గానీ, కట్టుబడడంగానీ జరగలేదు బాలాజీ జడ్జిమెంటులో. వాస్తవానికి కమీషన్ వెనుకబాటుతనాన్ని 1.కులవ్యవస్థలోని దొంతరలో స్థానం, 2.విద్యాస్థాయి, 3.ప్రభుత్వ సర్వీసులు, వ్యాపారం మరియు పరిశ్రమల్లో ప్రాతినిధ్యం అనే ప్రాతిపదికల మీద నిర్వచించింది. ఆర్థికవెనుకబాటుతనమనే ప్రశ్నను విపులంగా చర్చించింది మరియు దానికి సమాధానం చూపింది, అయితే అది సామాజిక వెనుకబాటు తనం కాదు!

ఉత్తరప్రదేశ్ రాష్ట్రంలో 1974లోని వి.ప్రదీప్ టాండన్ కేసులో అలహాబాద్ హైకోర్టు (జడ్జిమెంటు రాసింది టీ.ఎస్.మిశ్రా, ఒక బ్రాహ్మణ జమీందారు) ఒక కొత్త కొలమానం కనుగొనడమైంది, దానిపేరు "కొండ మరియు ఉత్తరాఖండ్". దీని ప్రకారం కమ్యూనికేషన్ సదుపాయాలు లేకపోవడం, సాంకేతిక ప్రక్రియలు లేకపోవడం మరియు విద్యాసౌకర్యాలు లేకపోవడం వల్ల అక్కడ పేదరికం మరియు నిరక్ష్యరాస్యులైన ప్రజలు సుదూరంగా, విడిగా ఉండడం వల్ల, ఆప్రాంతాల్లో వెనుకబాటుతనం ఉంది.

జయశ్రీ మరియు కేరళ రాష్ట్రం,1976 కేసులో (జడ్జిమెంటు రాసింది ఎ.ఎన్.రే. ఇతడు ప్రసిద్ధి పొందింది ఎమర్జెన్సీ మరియు 43వ రాజ్యాంగ సవరణను సమర్థిస్తూ తీర్పు చెప్పడం వల్ల) ఆదాయ ప్రాతిపదికను అధికారికంగా పుస్తకాలలో ఎక్కించి, ప్రస్తావించిన కులాలకు చెందిన సభ్యులలో, ఎవరి ఆర్థిక ఆదాయాలు నిర్దేశించినవారివి పరిమితికన్నా తక్కువున్నవో వారిని సామాజికంగా మరియు విద్యాపరంగా వెనుకబడినవారిగా గుర్తించాలని, మరియు విద్యాపరమైన వెనుకబాటుతనాన్ని ఆ సమూహం ఆర్థిక పరిస్థితులను బట్టి గుర్తించాలని ప్రకటించారు.

సామాజిక న్యాయం కోసం పోరాటంలో గుణాత్మకమైన మార్పు దాన్ని నియమించిన తర్వాత అమలులోకి వచ్చిన మండల్ కమీషన్ రిపోర్టుతో వచ్చింది. అది ప్రభుత్వ ఉద్యోగాలలో మొత్తం 49.5% రిజర్వేషన్లు (22.5శాతం ఎస్సీ మరియు ఎస్టీలు మరియు 27శాతం సామాజికంగా, విద్యాపరంగా వెనుకబడిన కులాలకు) కల్పించడానికి అవకాశమిచ్చింది. ఇదే రిపోర్టును వున్నత విద్యలో అమలుపరచడానికి, భారత ప్రభుత్వం మరో 15సంవత్సరాలు తీసుకుంది.

అయితే సిఫార్సులు అమలులోకి రాకముందు ఇందిరాసహానీ మరియు యూనియన్ ఆఫ్ ఇండియా కేసులో 1993లో న్యాయ సమీక్ష జరిగింది. ఈ జడ్జిమెంటు ప్రకారం ఓబీసీలకు రిజర్వేషన్ నిర్ణయించేటప్పుడు క్రీమీలేయర్ అనే విషయాన్ని కనిపెట్టడం జరిగింది. అది ఉద్యోగ ప్రమోషన్లలో రిజర్వేషన్లను తిరస్కరించింది: 50% రిజర్వేషన్ల పరిమితిని అసాధారణ పరిస్థితులలో తప్ప దాటకూడదని మరియు పూరింపబడని బ్యాక్‌లాగ్ పోస్టుల విషయంలో క్యారీఫార్వర్డు చేసే రూల్ ఆమోదించింది, అదీ 50% పరిమితి దాటకుండా. కేవలం ప్రతిభ ఆధారంగా జరిగే ఎంపికలలో కొన్ని ఉద్యోగాలనుండి రిజర్వేషన్లు తొలగించడమైనది.

ఈ న్యాయ తీర్పులకు అనుగుణంగా భారత పార్లమెంటు వరుసగా రాజ్యాంగ సవరణ చట్టాలను జారీ చేసింది. 1994లోని 76వ రాజ్యాంగ సవరణ చట్టం (రా.స. చ) కింద తమిళనాడు రిజర్వేషను చట్టం,1994 (దీని ప్రకారం 69శాతం ప్రభుత్వ ఉద్యోగాలు మరియు విద్యాసంస్థలలో సీట్ల రిజర్వేషన్)ని న్యాయసమీక్షకు దూరంగా 9వషెడ్యూల్డులో చేర్చడం జరిగింది.

1995లోని 77వ రాజ్యాంగ సవరణ చట్టం కింద ప్రభుత్వ ఉద్యోగాల ప్రమోషన్లలో ఎస్సీ మరియు ఎస్టీలకు రిజర్వేషన్ కల్పించడమైనది. ఈ సవరణ ఇందిరాసహానీ కేసులో ప్రమోషన్లలో రిజర్వేషన్లు కుదరవని ఇచ్చిన తీర్పు చెల్లుబాటు కాకుండా చేసింది. 2000లో చేసిన 81వ సవరణ ప్రకారం బ్యాక్‌లాగ్ ఖాళీ ఉద్యోగాలలో విధించిన 50% సీలింగ్‌ని రద్దుచేయడమైంది. ఇంకా 2001లో 85వ రా.స.చట్టం 'పరిణామ కాలపు సీనియారిటీ'ని కల్పిస్తూ, ఎస్సీ మరియు ఎస్టీలకు చెందిన ప్రభుత్వ ఉద్యోగుల పదోన్నతులను వెనకటికాలం నుండి అంటే 1995 జూన్ నుండి కల్పించడమైంది.

ఈ వరుసలో చివరిది మైనారిటీ మరియు మైనారిటీయేతర ఎయిడెడ్ కాని ప్రైవేటు కళాశాలల్లో రిజర్వేషన్ల గురించినది. ఇనామ్‌దార్ మరియు మహారాష్ట్ర మధ్య 2004వ సంవత్సరంలోని తీర్పులో అటువంటి సంస్థలలో రిజర్వేషన్ విధానం ప్రభుత్వం విధించజాలదని చెప్పింది. దీనికి ప్రతిస్పందనగా 2005లో 93వ రాజ్యాంగ సవరణ చట్టం తేవడం వల్ల ప్రభుత్వం సామాజికంగా, విద్యాపరంగా వెనుకబడిన కులాలకు లేదా షెడ్యూల్డు కులాలకు లేదా తెగలకు ప్రైవేటు విద్యాసంస్థలలో, అవి ఎయిడెడ్ లేదా అన్-ఎయిడెడ్ అయినా, సదరు విద్యాసంస్థలలో ప్రత్యేక నిబంధనల ప్రకారం రిజర్వేషన్లు కల్పించడానికి ప్రభుత్వాలకు పాక్షికంగా అధికారాలు దాఖలు పడ్డాయి, అయితే ఇవి మైనారిటీ విద్యాసంస్థలకు మినహాయింపు అంటే అక్కడ రిజర్వేషన్లు చెల్లవు.

న్యాయ హేతుబద్ధత ఎదుగుదలలో పెనుమార్పు 1973లోని కేశవానంద భారతి కేసు. తరచుగా భారతీయ న్యాయవ్యవస్థ చరిత్రలో అత్యంత నవకల్పనగా కీర్తించే ఈ కేసు, శాసన

వ్యవస్థ రూపొందించే జనరంజక చట్టాల సంకెళ్ల నుండి భారతీయ ప్రజాస్వామ్యాన్ని రక్షిస్తూ, తిరుగులేని విధంగా, న్యాయవ్యవస్థను 'శాసనవ్యవస్థ ఇచ్చిన ఖాళీ'లోకి అడుగు పెట్టడానికి అవకాశం దొరికింది. అయితే అస్పష్టంగా వున్న రాజ్యాంగ మౌలిక నిర్మాణ సిద్ధాంతం రేఖామాత్రంగా కేశవానంద భారతి జడ్జిమెంటులో ప్రకటించగా తర్వాత సంవత్సరాలలో అది బలం పుంజుకుని, 2015లో జాతీయ జ్యుడిషియల్ నియామకాల కమిటీని సుప్రీంకోర్టు రద్దు చేయడంతో దాని తిరుగులేనితనం పతాకస్థాయిని చేరింది.

అయితే ఈ రాజ్యాంగ మౌలిక నిర్మాణ సిద్ధాంతం పేరుతో న్యాయవ్యవస్థ 'అందరికీ దూరంగా ఏకాంతంగా వుండడం మరియు స్వతంత్రంగా వుండడం' అనే విషయమూ కలిసివుంది. ఈ విషయంలో దీన్ని న్యాయవ్యవస్థ క్రియాశీలత మరియు న్యాయవ్యవస్థ మించిపోయినతనం మధ్య సంప్రదాయ చర్చ చేయడం జరుగుతోంది. అయితే రచయిత కోణంలో దీన్ని చేసేటప్పుడు న్యాయవ్యవస్థ ఆదుర్దా, న్యాయవ్యవస్థ ముందుచూపు మరియు న్యాయవ్యవస్థ ముందస్తుతనంగా చూడాల్సిన అవసరం వుంది.

కొనసాగుతూ వస్తోన్న పేద బ్రాహ్మణుడి భ్రాంతి మరియు ఆర్థికంగా వెనుకబడిన సవర్ణులకు 10% రిజర్వేషన్:

ఉభయసభల్లో వాయువేగంతో 10శాతం రిజర్వేషన్ బిల్లు ప్రవేశపెట్టి బహుజన పార్టీలచేత మద్దతు సంపాదించడం ఆశ్చర్యకర విషయమే, కానీ అంతకన్నా ముఖ్యమైనది ఆకస్మికంగా బిల్లు ప్రవేశపెట్టాలన్న నిర్ణయం ప్రభుత్వం తీసుకోవడమే. అయితే అదే వేగంతో విమర్శ దీనిమీద రాకపోవడం లేదా వచ్చినవి అంత విమర్శగా లేకపోవడం ఆశ్చర్యకరం.

బ్రాహ్మణీయ మార్గాలు ద్వారా అనగా విద్యావిషయకాలు, మీడియా మరియు ప్రచురణా విభాగాలు, సివిల్ సొసైటీ సమూహాలు, ఎన్జీవోలూ మరియు అత్యంత ప్రాముఖ్యమైన భారతీయ అత్యున్నత న్యాయవ్యవస్థ చేత పేదబ్రాహ్మణ అనే భ్రాంతిని తెలివిగా, పద్ధతి ప్రకారం నిర్మించారు. ఆ ప్రకారం ఇది జాగ్రత్తగా నిర్మించిన అజ్ఞానం. విష్ణుశర్మ రాసిన పంచతంత్రం గుండా వ్యాప్తిచేసిన ఈ కథని జాగ్రత్తగా తయారు చేశారు ఒక భావజాలంగా, దీని ప్రకారం పూజారి వర్గం, అయితే ఒక ప్రత్యేక అభాగ్యుడుగా ఉండాలి, లేకపోతే అలాంటి భాగ్యం లేకుండా వుండాలనేది ఒక కట్టుబాటుగా రూపొందించారు.

ఓబీసీ రిజర్వేషన్ పట్ల ప్రముఖ సోషియాలజిస్టుల నుండి అభిప్రాయాలు తీసుకోవడం మానేసి, బ్రాహ్మణులు కొత్త దళితులుగా చూపిస్తూ మనకు మీడియా నిరంతరం కథలు వినిపిస్తుంది. సామాజిక వాస్తవంలోని మన గతం మరియు వర్తమానం గందరగోళ

పరచబడి అసలు దీన్ని ప్రశ్నించడం కూడా సరైంది కాదేమోననే స్థితికి వచ్చాం. ప్రతిభ అనే కొత్త కాల్పనికతనూ అంతకుముందు పాతకాలపు కర్మ సిద్ధాంతం వలె వండివారుస్తున్నారు. దీనికి అదనంగా "పేలికల నుండి పట్టువస్త్రాల దాకా" అనే ప్రముఖుల పల్లవిని ప్రతిభకు ముడిపెట్టి పాడుతూ వస్తున్నారు. ఈ విషయంలో అదోర్నో చెప్పినట్లు "అద్భుతమయిన అనామకులను కీర్తించడం అనేది, చివరకు వాళ్లను అలా తీర్చిదిద్దినది చూట్టూవున్న అద్భుతమయిన వ్యవస్థనేనని నిర్ణయించి, దాన్ని కీర్తించడంతో ముగుస్తుంది".

ప్రతిభ అనేది దేనినైతే నేడు పరిగణిస్తున్నామో అది తప్పు. ప్రతిభ అంటే, అది పూర్తిగా విజ్ఞానం వ్యాప్తిచేయడం, విజ్ఞానం కలిపేసుకోవడం మరియు విజ్ఞానం అందుకోవడం, అన్నిటికన్నా ముఖ్యమైనదీ, విజ్ఞాన చర్యలో ప్రాథమికమైనదీ ఉంటుంది.. అదే నిర్ణయం తీసుకోవడమనే క్లిష్టమైన ప్రక్రియ. అయితే ఈ అంతర్గత విషయాలను పూర్తిగా నేలలోకి తొక్కేసి, ప్రతిభను పరిగణిస్తున్నాం.

2019, జనవరి 2019లో, 124వ రాజ్యాంగ సవరణ ద్వారా 10% రిజర్వేషన్ తేవడం వెనుక రెండు అంశాలున్నాయి. అవి 1.కనీసం నాలుగు దశాబ్దాల న్యాయవ్యవస్థ కోవర్టు దుష్ప్రచారం మరియు 2. శాసనవ్యవస్థ డొల్లతనం. ఈ దుష్ప్రచారం చాలా చతురతతో, ఈ డొల్లతనం చాలా జాగ్రత్తగా బలపరచుకొంటూ ఒకదానికొకటి పునరుత్పత్తి చేసుకుంటూ వస్తున్నాయి.

ప్రాతినిధ్యం అనేది ప్రాముఖ్య అంశంగా వున్నప్పుడు ప్రాథమిక భారతీయ రాజ్యాంగపు వాదోపవాదాలను పక్కనపెట్టేస్తూ, రాజ్యాంగ నిర్మాణ సభ చర్చలను తుడిచిపెట్టేస్తూ, సమానత్వం మరియు న్యాయానికి నిలబడని, చట్టబద్ధం మరియు నైతికం కాని వాదనల వారసత్వాన్ని, ముఖ్యంగా ఇంతకుముందు తీర్పులు భవిష్యత్తు తీర్పులకు ఒక రెఫరెన్సుగా, సుప్రీంకోర్టు ఒక కోర్టు తీర్పుల రికార్డుదారుగా ఎలా పనిచేస్తున్నదన్న విషయం తెలిసిందే.

డా. అంబేద్కర్ స్పష్టంగా చెప్పారు, 'ప్రాతినిధ్య ప్రభుత్వం కేవలం సమర్థవంతమైన ప్రభుత్వం కన్నా గొప్పది' అని. మరోచోట జస్టిస్ పీ.బీ.సావంత్ (బ్రాహ్మణేతరుడు) "16(4) ఆర్టికల్ పేదరిక నిర్మూలనా పథకం కాదు. దాని ఏకైక లక్ష్యం ప్రభుత్వం విభాగం నుండి బయట ఉంచిన వారికి అధికారం తిరిగి పంపిణీ చేయడం, తద్వారా ఈదేశంలో ఈ జనాభా 771/2% కన్నా తక్కువలేని వీరి విద్యా, సామాజిక మరియు ఆర్థిక వెనుకబాటుతనాన్ని అంతం చేయడం".

న్యాయవ్యవస్థ మరియు పార్లమెంటు పరస్పర చర్చల పద్ధతిని పూర్తిగా అపహాస్యం చేశాయి. దీనితో వైవిధ్యమైన అన్ని ఆలోచనల సారాంశం అమలులోకి రాకుండా ఎటూ తేలకుండా యధాస్థితిలో నిలిచిపోయింది. నిజానికి శాసనశాఖ, సామాజిక పరివర్తన పట్ల చూపే విముఖతనే దాని నిష్క్రియాత్మకతగా కనిపించి, న్యాయవ్యవస్థ లోపలికి చొచ్చుకు రావడానికి

కావాల్సిన అనుకూలతను ఏర్పరచింది. న్యాయవ్యవస్థ జారీ చేసే ప్రతి తీర్పు శాసనవ్యవస్థకు ఒక విప్లవవీరునిగా కనిపించే అవకాశం ఇస్తుంది. అయితే రెండింటి మధ్య సత్సంబంధాలు లేక అది ఎటూ తేలక అమలులోకి రాక , యధాస్థితిలో నిలిచిపోతుంది. లెక్కలను సేకరించి, కనిపించే ఈ సమాచారం ఆధారంగా తన న్యాయశాస్త్రీయ పునాదిని నిలబెట్టుకొని న్యాయవ్యవస్థ తిరుగులేని విధంగా ఎదగవచ్చు, కానీ అది అలా చేయదు.

న్యాయవ్యవస్థ, సామాజిక ఆర్థిక కుల గణన(లెక్కలను) రిపోర్టు, 2011ను ప్రచురించమని ప్రభుత్వం మీద ఒత్తిడి చేయడంలో అనాసక్తి కనిపిస్తోంది. ఈ దేశంలో సాధారణంగా సమాచారానికి కొరతలేని పరిస్థితులతో, సంపూర్ణ అధికారాలతోనున్న ఒక సంస్థ, న్యాయాన్ని అందించాల్సిన సంస్థ, తప్పకుండా వాస్తవ ప్రపంచంలో సామాజిక–ఆర్థిక విషయాలలో గొప్ప మార్పులు తీసుకురాగలదు.

న్యాయ తర్కానికి మరియు ధైర్యానికి కొన్ని కాంతిసంవత్సరాల దూరంలో భారతీయ న్యాయవ్యవస్థ ఉన్నట్లనిపిస్తుంది. ఎర్ల్ వారెన్ ప్రకటించినట్లు "పబ్లిక్ విద్యారంగంలో 'ప్రత్యేకంగా మరియు సమానంగా' అనే సిద్ధాంతానికి చోటులేదు. ప్రత్యేక విద్యావకాశాలు అంతర్గతంగా అసమానతలు కలిగి ఉంటాయి''.

ఉత్తరాఖండ్ మరియు గుర్తింపు: గందరగోళం మరియు వైరుధ్యం:

10శాతం చట్టంలోని ప్రహసనాన్ని మరియు సమీప భవిష్యత్తులో ఈ విషయం ఎన్ని మెలికలు తిరుగుతుందో చూపడానికి ఉత్తరాఖండ్ కేసు ఒక మంచి ఉదాహరణ.

ఒకప్పటి సిర్మూర్ రాష్ట్రంలోని జాన్‌సార్–భవార్ ప్రాంతం (ప్రస్తుతం హిమాచల్ ప్రదేశ్ రాష్ట్రంలోని నహన్) డెహ్రాడూన్ జిల్లాలోని ఉత్తర ప్రాంతంలో వుంది. 1967లో ఈ ప్రాంతమంతా ఆటవిక తెగల ప్రాంతంగా గుర్తించడం వల్ల అక్కడి మొత్తం జనాభా షెడ్యూల్డు తెగల కేటగిరీ కింద సదుపాయాలకు అర్హత దొరికింది. వాస్తవంలో జాన్‌సార్ సమాజం ఇతర భారతదేశంలోని ప్రాంతాలవలెనే కులపద్ధతిగల ప్రాంతం, ఇక్కడ మెజారిటీ ప్రజలు దళితులు, వారు భూమిలేనివారు. ఆశ్చర్యపడాల్సిందేమీ లేకుండా ఎస్టీ కోటాకింద రిజర్వు చేసిన దాదాపు అన్ని సీట్లు బ్రాహ్మణులు మరియు రాజపుట్‌లు స్వాధీనం చేసుకున్నారు.

ఇప్పుడు దళితులు మూడు రకాలుగా బాధితులుగా మిగిలారు: 1. కఠినమైన మరియు అసభ్యకరమైన కులాధిపత్య దొంతర బాగా పనిచేయడం వల్ల ఈరోజుల్లో కూడా కట్టుబానిస కూలీ పద్ధతి నడుస్తోంది. 2. ఎన్నికలు, ఉద్యోగాలు మరియు ప్రవేశాలలో వారు సవర్ణులతో

పోటీ పడలేకపోతున్నారు. 3. అన్నిటికన్నా ముఖ్యంగా చట్టప్రకారం ఆ ప్రాంతమంతా ఒకే తెగల ప్రాంతంగా పరిగణించినందున అక్కడి దళితుల ఎస్సీ కోటాని గుర్తించడం లేదు.

ఈ పరిస్థితికన్నా ఎక్కువగా పట్టించుకోవాల్సిన విషయం ఏమిటంటే ఇంతటి అర్థరహితమైన "అటవిక తెగ" నిర్మాణాన్ని ఎలా చట్ట ప్రకారం నిలబెట్టారనేది. ఇందులో కొంతవరకు మొదటి నింద బ్రిటిష్ ఆంత్రోపాలజిస్టుల మీదకు తోసేసి, వారు ఆ మొత్తం జానాభాని ఒక "ఖాసా" జాతిగా గుర్తించారనేది.

ఇక అసలు విషయానికొస్తే, ఈ కలగాపులగం కథ 1967లో బ్రాహ్మణ మరియు రాజ్‌పుట్ ఎమ్మెల్యేలు కమిటీ ముందు ఆ ప్రాంతాన్ని మూడు విషయాలమీద నిలబెట్టారు: 1. 'తెగల సంప్రదాయం'లో ఒకటయిన బహుభర్తృత్వం (ఎక్కువమంది భర్తలుండడం) ఇక్కడంతా వ్యాపించిఉంది, 2. ప్రస్తుతం అంటరానితనం లేదు, 3. ఒకప్పటి అంటరాని కులమైన కొల్త కులస్తులు రాజపుట్‌ల వద్ద లోన్లు తీసుకున్న విషయం బయటకు రాకూడని సంప్రదాయం. అంతే మొత్తం ప్రాంతం తెగ అయిపోయింది. ఈ తెల్లని అబద్ధాలన్నీ అందంగా ప్యాకేజీగా చుట్టి కమిటీ ముందు పెట్టడం, దాన్ని ఆమోదించడం జరిగిపోయింది.

1969 నుండి హైకోర్టు మరియు సుప్రీంకోర్టులో లెక్కలేనన్ని పిటిషన్లు దాఖలయ్యాయి, రాష్ట్ర మరియు కేంద్ర అసెంబ్లీలు ఈ ప్రహసనం మీద అనేక తీర్మానాలు చేశాయి, కానీ ప్రయోజనం శూన్యం.

ఈ అసంబద్ధత ఇక్కడే ముగిసిపోలేదు. A అనే ఒక బ్రాహ్మణవ్యక్తి మీద అవినీతి ఆరోపణలు చేస్తూ మరో B అనే బ్రాహ్మణవ్యక్తి మీద నైనిటాల్ హైకోర్టులో కేసువేశాడు. దాన్తో A బ్రాహ్మణుడు B బ్రాహ్మణుడి మీద ఎస్సీఎస్టీ అత్యాచార నిరోధక చట్టం,1989కింద కేసుపెట్టాడు, దీనికి ప్రతిస్పందనగా B బ్రాహ్మణుడు ఇది తప్పుడు కేసని, అతడు ఎస్సీ/ఎస్టీ కాదని వాదించాడు. దీనికి స్పందించిన A బ్రాహ్మణుడు తన జాన్‌సరి నివాస ధృవీకరణ పత్రాలు దాఖలు చేశాడు. అంటే అతడు ఎస్టీ కింద నిరూపణ అయిపోయాడు. దీనితో B వ్యక్తికి కోర్టు తప్పుడుకేసు కింద రెండు లక్షల అపరాధరుసుం విధించింది, రగిలిపోయిన B బ్రాహ్మణుడు సుప్రీంకోర్టును ఆశ్రయించాడు.

అదిప్పుడు అక్కడ పెండింగ్‌లో ఉంది. ఈ విషయంలో అత్యంత వ్యంగ్యం ఏమిటంటే A బ్రాహ్మణుడు ఉత్తరాఖండ్ రాష్ట్ర షెడ్యూల్డు కులాలు మరియు షెడ్యూల్డు తెగల కమీషన్‌కు చైర్మెన్.

ఇవన్నీ రెండు విషయాల్లో స్పష్టతనిస్తున్నాయి. ఒకటి, 'చట్టబద్ధమైన' ఎస్టీ కేటగిరీ రిజర్వేషన్ ప్రయోజనం ఇతర ప్రాంతాలకు విస్తరించనుంది, అత్యాచార నిరోధక చట్టం,1989 ఉపయోగించిన చోటల్లా (తక్షణ ప్రమాదం ఏమంటే ఉత్తరాఖండ్‌లోని బ్రాహ్మణులంతా ఓబీసీలకు వ్యతిరేకంగా అత్యాచార నిరోధక చట్టం వాడతారు). రాష్ట్రం మరియు కేంద్ర

అసెంబ్లీలు రెండూ మరియు హైకోర్టు మరియు సుప్రీంకోర్టుకు కూడా ఈ సినిమా గురించి తెలుసు.

2000సంవత్సరాలనుండి, అంటే ఉత్తరాఖండ్ ఒక రాష్ట్రంగా ఉత్తరప్రదేశ్ నుండి విభజించినప్పటి నుండి, తికమక వల్ల మరియు అంచనా వల్ల ఈ సినిమా ఓబీసీ కేటగిరీని ఆక్రమించింది. అసలు ఉత్తరాఖండ్ ఉద్యమం రావడానికి కారణాలని, ములాయంసింగ్ యాదవ్ యొక్క ఉత్తరప్రదేశ్‌లోని గర్వాల్-కుమవున్ కొండప్రాంతాల్లో నుండి వచ్చిన మండల్ వ్యతిరేక నిరసనల నుండి ఆధారాలు సేకరించాలి. సవర్ణుల ప్రకారం 27% రిజర్వేషన్ వారి అంచనా ప్రకారం 3%వున్న ఓబీసీలకు ఇవ్వడం న్యాయంకాదు. 90వ దశకమంతా తలెత్తిన అల్లర్లు ప్రత్యేక రాష్ట్రంగా ఉత్తరాఖండ్ ఏర్పడ్డాక తగ్గిపోయాయి. కొత్త రాష్ట్రంలో హరిద్వార్ కలిపేశాక ఓబీసీ జనాభా 14%కి చేరిందనేది రాష్ట్ర ప్రభుత్వ వాదన.

2000 నుండి ఆసక్తికర పద్ధతులకు దారులు ఏర్పడ్డాయి. పెద్దపెద్ద గడ్డి మైదానాలు కొండప్రాంతాల జిల్లాలైన పితోరాఘర్, ఉత్తరకాశీ మరియు చమోలీ జిల్లాలు ఓబీసీ-కొండలుగా ప్రకటించబడుతూ, ఆ ప్రకారంగా అందులోని మొత్తం జనాభా ఓబీసీ రిజర్వేషన్ కింద పరిగణించబడుతోంది. ఇక జాన్‌సార్ ప్రయోగం అత్యంత నమ్మకంగా అంటుకట్టడం జరుగుతోంది. గత కొద్ది దశాబ్దాలుగా ఒక అసాధారణ డిమాండ్ పుట్టుకొస్తోంది అక్కడ, రాష్ట్ర అసెంబ్లీ మరియు హైకోర్టులో. అదేమిటంటే, మొత్తం ఉత్తరాఖండ్ కొండ ప్రాంతానికంతా ఓబీసీ రిజర్వేషన్ విస్తరించాలని.

ప్రభుత్వ పరంగా ఇలా మొరటుగా ఎస్టీ ఓబీసీ స్థాయిని బ్రాహ్మణులకు మరియు ఇతర సవర్ణులకు పంచుతూ పోవడం వంటి పరిస్థితులు ఏర్పడుతున్నాయడంలో సందేహం లేదు. నిజానికి మహిళా రిజర్వేషన్ మరియు ఆర్థిక ప్రాతిపదికన రిజర్వేషన్ల వెనుక అనవసర ఒత్తిడి ఎందుకోసమంటే, 1950నుండి బహుజనులకు ఒరిగిన చిరులాభాలను కూడా తీసేయడానికే.

ఇటీవలి న్యాయవ్యవస్థ 1989 నాటి ఎస్సీ ఎస్టీ అత్యాచార నిరోధ చట్టానికి రెండు రకాలుగా అంటే కోరలు పీకేయాలని మరియు పలుచన చేయాలని తీవ్రంగా యోచించినప్పుడు మహారాష్ట్రలోని ఆగ్రహావేశాలు పెల్లుభికాయి. వీటన్నిటి నికర ప్రభావం ఏమంటే, మనల్ని రాజ్యాంగం లేని మునుపటి ముందు కాలానికి నడిపిస్తూ, క్రమంగా ఇంకా వెనక్కి నడిపించి, వేదకాల పరిస్థితులకు తీసుకుపోయి, అక్కడ రాజ్యాంగం బదులు అధికారికంగా మనుస్మృతి అమలులోకి వస్తుంది. మనం ఈ ఉత్తరాఖండ్‌లోని పరిణామాలు మరియు 124 రాజ్యాంగ సవరణ బిల్లు మనుస్మృతి లోని 13వ అధ్యాయంగా చూడవచ్చు.

విషయం ముగించే ముందు, అనుకూల ఆదేశ పద్ధతులకు మరియు సంక్లిష్ట అనుకూల పద్ధతులకు మధ్య తేడాలోని తీవ్రతను అర్థం చేసుకోవడానికి ఈ వ్యాసం ఆరంభానికి వెళ్లడం సముచితం.

"సంక్లిష్ట అనుకూల వ్యవస్థలు కారణాన్ని కలిగివుండవు, అవి స్వభావాన్ని బట్టి ఉంటాయి. కాబట్టి ఏదైనా ఒక దశలో అవి ఈ రకంగా స్వభావాన్ని కలిగి ఉన్నాయని అని చెప్పవచ్చు, కానీ అవి అలా వుంటాయని ఊహించలేం" –డేవ్ స్నోడెన్

కుల వ్యవస్థ క్లిష్టమైనది మరియు చురుకైనది. ఎక్కువభాగం బ్రాహ్మణులతో నిండి అధికార మరియు పాలకుల కులం అనేక రంగులను కలిగి ఉంటుంది, కాషాయం నుండి ఎరుపు దాకా. అది సహకారం అందిస్తుంది, దోచుకొంటుంది మరియు శాంతింపజేస్తుంది. బహుజన విప్లవాలని ప్రదర్శనకు రాకుండా పాడుచేస్తూ ఉత్సవాలు చేస్తుంది, కులవ్యవస్థకు వ్యతిరేక మూర్తులైన బుద్ధ, కబీర్ వంటివారి తిరుగుబాటు కోరలను పీకేస్తుంది, వారికి చేవలేనితనాన్ని ఆపాదిస్తుంది, సిద్ధాంత భావజాలానికి సంబంధం లేని నామమాత్ర విషయాలైన జాతీయవాదం, సెక్యులరిజాలను చుట్టూ అల్లుతుంది. అది కులానికి చెందిన మత, సామాజిక మరియు సాంస్కృతిక విషయాలకు నిరంతరాయంగా తప్పుడు ఆపాదనలు మరియు అతి గుర్తింపులు కట్టబెడుతూ, దాని ఆర్థిక లక్షణాన్ని కనిపించనీయకుండా చేస్తూ అది వృద్ధిచెందుతోంది. ఈ పనీపాటలేని వర్గాల ఈ ప్రాముఖ్యతలను కారల్ మార్క్స్ సిద్ధాంతం చేశాడు. నిర్మాణాత్మక విషయాల నుండి దృష్టిని మరల్చి సజాతి వివాహం, దళిత పితృస్వామ్యం వంటి నిరుపయోగ గొడవల్లో నిరంతరం బహుజనులను మునిగితేలేలా చూస్తుంది.

నిశ్చయాత్మక చర్య (confirmative action)ను ఒక సరైన నిష్పత్తిలోని ప్రాతినిధ్యంగా గాక, పేదరిక నిర్మూలనా పథకంగా చూపిస్తూ సామాజిక న్యాయం కోసం రాజ్యాంగంలోని మౌలిక నిర్మాణాన్ని తప్పుదోవ పట్టిస్తోంది. పాలక బ్రాహ్మణ వర్గం, న్యాయవ్యవస్థ మరియు రాజకీయ రంగంలో అన్ని స్థాయిల్లో విస్తరించిన విషయం గుర్తించి అది బహుజనుల శ్రమను దోచుకునే ఆధిపత్య, పరాన్నభుక్కుగా రూపొందిన విషయం తెలుసుకోవాలి. ఈ సంతతి నుండి సమానత్వం మరియు న్యాయం ఆశించడం, పౌలి ముర్రే అనే అమెరికన్ హక్కుల కార్యకర్త మాటల్లో చెప్పాలంటే 'ఊహల్లో తేలడమే''.

--★★--

Reference:

1. ChampakamDorairajan (1951) State of Madras Vs ChampakamDorairajan. April9,1951 SC. Available at https://india kanoon.org/doc/149321.

2. Balaji (1962) M. R. Balaji and Others v. State of Mysore. September 28, 1962 SC. Available at: https://indiankanoon.org/doc/599701/

3. PradipTandon (1974) PradipTandon and Others v. State of UP. November 19, 1974 SC. Available at: https://indiankanoon.org/doc/1734464/

4. Jayasree(1976) Kumari K.S. Jayasree and Others vs. State of Kerala. August 20, 1976 SC. Available at: https://indiankanoon.org/doc/1939903/

5. Indira Sawhney (1992) IndraSawhney and Others vs. Union Of India. November 16, 1992 SC. Available at: https://indiankanoon.org/doc/1363234/

6. KesavanandaBharati (1973) KesavanandaBharati vs. State Of Kerala. April 24, 1973 SC. Available at: https://indiankanoon.Corg/doc/257876/48

7. Ramdas, Anu. "Mythicizing Materiality: Self-racialization of the Brahmin", Prabuddha: Journal of Social Equality, 2(1), p. 75-86, November 2018. by Available at: http://prabuddha.us/index.php/pjse/article/view/29/21.

8. Kumar, Anoop. "Some of us will have to fight all our lives", Round Table India, July 20, 2017, Available at: http://roundtableindia.co.in/index.php?option=com_content&vi

ew=article&id =9133: some-of-us-will-have- to-fight-all-our-lives-anoop-umar&catid=119: feature&Itemid=132

9.TNN. "Haldwani man fined Rs. 2 lakh for Facebook post against Sc/ST panel Secy.", Times of India, Aug 9, 2018.

10.Snowden, Dave. "Making Sense of Human Systems, an interview". Human Current, November 17, 2016.

మనం 'ఇండియాలో న్యాయవ్యవస్థ' కలిగివున్నాం, అంతేకానీ, 'ఇండియాకు న్యాయవ్యవస్థ'ను కాదు

– స్థబీర్ ఖోరా

('ఎగువకులాలని పిలువబడేవారికి EWSకోటా ఇవ్వడంలో రాజ్యాంగబద్ధత మరియు అభ్యుదయం: ఎస్సీ/ఎస్టీ/ఓబీసీ/పాస్మానంద ప్రాతినిథ్యం మరియు ప్రభావాల మీద చర్చ' ఫిబ్రవరి25,2019న ముంబయి మరాఠీ పత్రకార సంఘ, కోటా, ముంబయి లోని ప్రసంగానికి అక్షరరూపం.)

ప్రస్తుత 10% రిజర్వేషన్, ఆర్థికంగా వెనుకబడిన వర్గాల(EWS)కు ఇవ్వడమైనది. విద్యాహక్కు విషయంలో, ఈ ఆర్థికంగా వెనుకబడినవారికి రిజర్వేషన్ కేటగిరీని మొదటిసారి సృష్టించడమైంది. ఇక్కడ ఆసక్తికరమైన విషయం ఏమిటంటే, విద్యాహక్కులోని EWS కేటగిరీలో ఎస్సీ/ఎస్టీలను సూచించింది, అయితే టెక్నికల్‌గా మాత్రం కాదు. ఇదిక్కడ పూర్తి వ్యతిరేకంగా కనిసిస్తుంది. ఇక్కడిది సవర్ణులకోసం అన్నట్లు కనిపిస్తుంది. ఇది తెలివిగా రెండింటినీ కలిపినతనం. ఒకటి నెగెటివ్ మరోటి పాజిటివ్. ఇది ఎస్సీ/ఎస్టీ మరియు ఓబీసీలకు క్రికెట్లో విసిరిన గూగ్లీ బంతిలాంటిది, విసిరిన బంతిని బ్యాట్‌తో ఆడినా సమస్యే, ఆడకుండా వదిలేసినా సమస్యే.

ఎందుకిలా చేశారంటే, రాజకీయాలు చేసేవారు తెలివితక్కువవాళ్లు కాదు. వాళ్లకు తెలుసు, జనం అంత సులువుగా తెలివిలేనివాళ్లని చేయలేం అని, కాబట్టి వాళ్లు పాజిటివ్ మరియు నెగెటివ్ కలిపేసి ప్రజల్ని డైలమాలో పడేస్తారు. ఇందులో పాజిటివ్ ఏమిటి? ఇది 50% సీలింగ్ దాటుతోంది. ఇదిగో ఇదే చోట రాజకీయం ఆడదానికి అవకాశం వుంది. ఇక నెగిటివ్ ఏమిటంటే 'రిజర్వేషన్‌కి పునాదిగా ఆర్థిక కొలమానం మాత్రమే', ఇది ప్రమాదకరం. ఈరెండూ కలిపి ఇవ్వడం జరిగింది.

ఈ విషయం మీద వ్యాసాలు వస్తున్నాయి, కొందరు పాజిటివ్, మరికొందరు నెగటివ్ చూస్తున్నారిందులో. ఇందులో మొదటి పాజిటివ్ విషయం ఏమంటే 50%సీలింగ్ దాటుతోంది. జనం ఏమనుకుంటారంటే ఇది ఎగువకులాలకు ఇచ్చినది కాబట్టి సుప్రీంకోర్టు వ్యతిరేకత చూపకుండా అది పాసవడానికి అనుమతినిస్తుందని. ఒకవేళ దీన్ని అనుమతిస్తే, స్పష్టంగా ఓబీసీలు ఆనందపడతారు, తాము 27%కన్నా ఎక్కువ రిజర్వేషన్ పొందగలమని. సరే, ఇక్కడ ఈ ఊహమీద సవర్ణులను అనుమతిస్తే, రేపు వాళ్లు అక్కడ అనుమతిస్తారు.

బహుజనుల్లో ఎవర్నడిగినా దీనికి మద్దతునిచ్చేది ఇందుకే నంటారు, 50% రిజర్వేషన్ సీలింగుని పగలగొట్టి మరిన్ని ప్రయోజనాలు పొందగలమని.

అయితే ఇందులోని రెండింటిలో ఒకటి ఎంపిక చేసుకుని, తీసుకోవడానికి వీల్లేదు. మొత్తాన్ని తీసుకోవాలి. ఇది పాసయితే రెండూ పాసయినట్లు లెక్క. ఇది 50%సీలింగుని దాటుతుంది, అలాగే రిజర్వేషన్లు పూర్తిగా ఆర్థిక ప్రమాణంగా వుంటాయి. వాటిని వేర్వేరుగా తీసుకోవడానికి వీలులేదు. సుప్రీంకోర్టు ఏం చేస్తుంది? ఏం చేస్తుందో ఊహిద్దాం.

రెండో ప్రయోజనానికి వస్తే, రిజర్వేషన్లకు ఇప్పటిదాకా ఉన్న మచ్చ పోతుంది. నిజానికి కళంకం ఎప్పుడూ లేదు. ఎస్సీ/ఎస్టీలకు కళంకం రిజర్వేషన్ వల్ల కాదు, వాళ్ల కులం వల్ల. ఎందుకిట్లా అనుకోవాలంటే, కళంకం తొలగించడానికే రిజర్వేషన్లు. ఎస్సీ ప్రజలంతా ఒక సింగిల్ యూనిట్‌గా తమలో తాము భావించుకోవాలి. అలాగే ఎస్సీ, ఎస్టీ, ఓబీసీ సమైక్యత ఏర్పడాలి. రిజర్వేషన్లు కళంకాన్ని తొలగించేటట్లయితే, అంతర్గత భేదాలు, అంతర్గత అంతరాలు ఎస్సీలలోనే వుండేవి కావు. ఇలా అనుకుంటే, 10శాతం కోటాకింద వచ్చే బ్రాహ్మణులు కళంకాన్ని ఎదుర్కొంటారా? అలా లేదు. కాబట్టి ఈ ఆలోచనని అంగీకరించలేం.

ఇది సరైనది కాదనుకుని ప్రతిఘటించే జనం వ్యూహం ఏమిటి? దీనిని లాజిక్ వ్యూహం మరియు వాస్తవ వ్యూహం అనవచ్చు. అంటే లాజిక్ మరియు వాస్తవాన్ని వాడాలని. వాస్తవం ఏమిటంటే అందరికీ తెలిసిందే, పబ్లిక్ మరియు ప్రైవేటు రంగంలో ఎన్ని ఎగువకులాలు ప్రాతినిధ్యం వహిస్తున్నాయనేది. సుప్రీంకోర్టుకు ఇది తెలియాలి. ఎందుకంటే నాగరాజు జడ్జిమెంటులో అది పరిమాణాల ప్రకారం (ప్రాతినిధ్యం) నిరూపించాలని పునరుద్ఘాటించింది. ఏ ఏ కేటగిరీలోని వాళ్లు ఏఏ ఉద్యోగాలలో వున్నారో అందరికీ తెలుసు. ఈ వాస్తవాలని ముందుపెట్టి ఎందుకు ప్రమోషన్లలో రిజర్వేషన్లు కాపాడుకోలేకున్నాం? వాస్తవాల వ్యూహం ఒక్కటే సరిపోదు, నిజమే, కానీ, రివిజన్ పిటిషన్‌లో ప్రజలు వాస్తవం మరియు లాజిక్ అందిస్తారు.

వాస్తవం మరియు లాజిక్ వ్యూహం కూడా పనిచేయదు, ఎందుకంటే కోర్టు వాస్తవం మరియు లాజిక్ ప్రకారం తీర్పులివ్వదని మనకు ఉదాహరణలున్నాయి. ఉదాహరణకు ప్రమోషన్లలో క్రీమీలేయర్ జడ్జిమెంటు ఉంది. మరి ఈ క్రీమీలేయర్‌ని ఉద్యోగ ప్రమోషన్లో ఎందుకు, అసలు ఉద్యోగ ప్రవేశంలోనే ఎందుకు అమలు పరచరు? ఒక వ్యక్తి ఉద్యోగ ప్రవేశంలో లెక్కించని అతని తండ్రి ఆదాయం, ప్రమోషన్లో ఎందుకు లెక్కించడం జరిగింది?

ఉదాహరణకు, ఒక ఆడపిల్ల తన వివాహం తర్వాత, తన తండ్రి ఆదాయం కోట్లలో ఉన్నా దాన్ని ఆమె ఆదాయంలో లెక్కించరు. ఆమె ఆదాయం ఆమె భర్త ఆదాయంతో కలుపుతారు. కాబట్టి ఒక వ్యక్తి ఉద్యోగంలో చేరాక, అతని ఆదాయంలో అతని తండ్రి ఆదాయం

తొలగించాలి. అమె లేదా అతడు తన స్వంత హక్కు ప్రకారం వారు స్వతంత్రులు. అలాంటప్పుడు సుప్రీంకోర్టు అతడు లేదా ఆమె ఆదాయంలోకి వాళ్ల తండ్రి ఆదాయం ఎలా తెస్తుంది ప్రమోషన్ సమయంలో! ఇదెలా చేస్తారని సుప్రీంకోర్టుని ఎవ్వరూ అడగరు.

ఉదాహరణకు, మహజన్ కేసు (డా.సుభాస్ కాశీనాథ్ మహజన్ మరియు స్టేట్ ఆఫ్ మహారాష్ట్ర మధ్య జరిగిన వాజ్యం) అంటే ఒక తప్పుడు అత్యాచార కేసుని చూస్తే, పోలీసులు ఇది తప్పుడు కేసుగా నిర్ణయించారు. పోలీసులు ఏమి నిర్ణయించినప్పటికీ, అది కోర్టులో దాదాపు అనుమతించబడదు. ఒకవైపు కోర్టు తీర్పు, మరోవైపు పోలీసుల తీర్పు, అందుబాటులోని గణాంకాలు ఈ రెండిటినీ కలపడం అసంబద్ధం అంటున్నాయి. అయితే దీన్ని మీరు ప్రశ్నించలేరు. కాబట్టి వాస్తవం మరియు తర్కం కూడా పనిచేయవు. ఇలాంటివి మనం చూశాం. సాంకేతిక ఆధారం న్యాయానికి అడ్డంకి కాదని చెబుతారు.

ఉదాహరణకు క్రిమినల్ ప్రొసీజర్ కోడ్ 482 ప్రకారం ప్రాథమిక సమాచార రిపోర్టు (FIR)ని రద్దుచేయడం ప్రాథమికంగా అపరిమిత అధికారం, అది సులువుగా కోర్టు చేస్తుంది. అంటే సాంకేతిక అంశాలు న్యాయం ముందు పెద్ద పట్టించుకోవాల్సిన విషయాలు కాదు. ఇటీవల ఆదివాసీల తొలగింపు విషయంలో న్యాయవాదిని పంపమని కేంద్రప్రభుత్వాన్ని సుప్రీంకోర్టు కోరింది. కేంద్రం పంపలేదు, కోర్టు ఎదురు చూసింది. ఇలా చాలా సార్లు జరిగింది. న్యాయవాది రాకపోయిన సందర్భంలో తీర్పు ఇవ్వడానికి లాయరు హాజరీ తప్పనిసరికాదు సాంకేతికంగా. అయినా సుప్రీంకోర్టు పాటించింది. కాబట్టి వాస్తవం మరియు లాజిక్ అనేది పనిచేసే వ్యూహం కాదు.

మరయితే ఏది నిజమైన సమస్య? తార్కికం, వాస్తవం, పార్లమెంటు అంటే లోక్‌సభ లేదా రాజ్యసభ నిజమైన సమస్యలు కాదు. ఎంతకాలమిలా సుప్రీంకోర్టు ఇలాంటి తీర్పులిస్తూ వుంటుంది? ఎంతకాలం ఇలా రివిజన్ పిటిషన్లు వేయడం, ఆర్డినెన్సులు జారీచేయడం? ఎస్సీ/ఎస్టీ/ఓబీసీల ప్రాథమిక సమస్య ఏమిటంటే, న్యాయవ్యవస్థకు కలుపుకుపోయేతనం లేకపోవడం. మనకు ''ఇండియాలో న్యాయవ్యవస్థ'' ఉంది గానీ, ''ఇండియాకు న్యాయవ్యవస్థ'' లేదు. ఎందుకంటే న్యాయవ్యవస్థ ప్రజలతో ఎటువంటి సంబంధం కలిగి లేదు. సాంకేతికంగా, న్యాయవ్యవస్థ నియామకాలు/ఎంపికలు తనే చేసుకుంటుంది. ఇక్కడే దీన్ని స్వతంత్ర న్యాయవ్యవస్థ అంటున్నారు. ప్రస్తుత న్యాయవ్యవస్థ స్వతంత్రతను సమర్థిస్తూ ఇటీవల 'ది వైర్' పత్రిక ఒక వ్యాసం రాసింది. కొద్దిమంది వ్యతిరేకించినా చాలామంది స్వతంత్ర న్యాయవ్యవస్థను సమర్థిస్తారు. మొత్తానికి న్యాయవ్యవస్థ స్వతంత్రత అంటే ఏమిటి? అనేది దివైర్ పత్రికలోని వ్యాసంలోని ముఖ్యాంశం.

లిఖిత పూర్వకంగా వున్న దాని ప్రకారం, కొలీజియం సిఫార్సు చేసి ప్రభుత్వానికి పంపిస్తుంది, ప్రభుత్వం తిప్పి పంపిస్తే, మరల సిఫార్సు చేసి మరలా పంపిస్తే అది అంగీకారంలోకి వచ్చి

చట్టం అవుతుంది. ఇటువంటి విషయాలు రాష్ట్రపతి, మంత్రిమండలి మరియు ప్రభుత్వం మధ్య ఇచ్చిపుచ్చుకోవడం రాజ్యాంగంలో వుంది. మంత్రిమండలితో కూడిన ప్రధాని ఏవిషయాన్నయినా రెండోసారి పంపిస్తే, దాన్ని రాష్ట్రపతి అంగీకరించాల్సి వుంది. అంటే రాష్ట్రపతి కన్నా మంత్రిమండలి శక్తివంతమైనది. ఎందుకంటే ఇది ప్రజాస్వామ్యం, పార్లమెంటుకు చెందిన మంత్రిమండలిని నేరుగా ప్రజలు ఎన్నుకుంటారు, అందుకే రాష్ట్రపతి కన్నా వారికి ఎక్కువ అధికారాలుంటాయి. ప్రెసిడెంటు సాంకేతికంగా న్యాయమూర్తులను నియమిస్తాడు.

అయితే మంత్రిమండలిలోని మంత్రులు ఈ న్యాయమూర్తులకు లొంగివుండాలి. ఇది కొంత వైరుధ్యానికి దారితీస్తుంది. ఈ కొలీజియం పద్ధతిని ఏ పండితుడయినా సమర్థించాడో లేదో తెలియదు. ఈ రకమయిన పద్ధతి బ్రిటన్ లేదా అమెరికా వంటి ఇతర దేశాల్లో అమల్లో ఉండి, అదే మనల్ని నడిపించిందేమో తెలియదు. ఇది ప్రజాస్వామ్యానికి మంచిదయితే అది ఆయా దేశాల్లో వుండాలికదా? ఎందుకు లేదు?

న్యాయమూర్తులు తామంతట తామే నియామకాలు జరిపే, స్వతంత్ర న్యాయవ్యవస్థను ఇండియాలో నిర్వచించారు. న్యాయశాస్త్రంలో దీనికి అర్థం ఇదికాదు కాబోలు. ఇక రెండవ విషయం ఈ స్వతంత్ర న్యాయవ్యవస్థలో కనిపించేది దానిలో వున్న నైతికత. ఇది తత్వశాస్త్రంలో 'సుగుణం' అంటారు, అస్పష్ట భావన అయిన ఆదర్శపు 'సుగుణం'లోని సుగుణం అంటే ఏమిటి? ప్రతీదీ సుగుణమే. దానిలోనే సుగుణం ఉంటుంది. కొన్ని పరిమితులతో ఆ సుగుణమే - స్వేచ్ఛ. కొన్ని పరిమితులతో ఆ సుగుణమే –సమానత్వం. అలా అనుకుంటే, స్వతంత్రతకీ పరిమితులున్నాయి. ఆ పరిమితి ఏమిటి? వాటిని మనం పరిశీలించాలి.

వాస్తవంలో, న్యాయశాస్త్రంలో స్వతంత్రత అనేది దానంతట అదే సుగుణంగా అంగీరించబడదు. స్వతంతత్రతకి నిష్పాక్షికత వుండాలి. ఒకరు స్వతంత్రంగా లేకపోతే నిష్పాక్షికంగా వుండలేరు. స్వతంత్రత దానంతట అదే సుగుణాన్ని కలిగివుండదు, దానికి నిష్పాక్షికత ఉండాలి. అంటే "న్యాయం జరగడం మాత్రమే కాదు, న్యాయం జరుగుతుందనిపించాలి కూడా". కాబట్టి రహస్య పద్ధతులు లేకుండా బహిరంగ న్యాయస్థానాలుండాలి. కొలీజియం పద్ధతిలో ఉండేది పారదర్శకంగా లేదు. అలాంటప్పుడు దీన్ని పారదర్శకమని ఎలా అంటారు? ప్రజలు దీన్ని నిష్పాక్షికత అని ఎలాగంటారు? కాబట్టే, ఇండియాలో న్యాయవ్యవస్థ ఉందే గానీ, ఇండియాకు న్యాయవ్యవస్థ లేదు అని ప్రతిపాదించడమైంది.

చివరిగా, మనమేం చేద్దాం? ఈరోజు న్యాయవ్యవస్థ ఆదివాసీలను తొలగించాలని ఆదేశాలు జారీ చేస్తున్నప్పుడు, ఆ తీర్పుల మీద రివిజన్ పిటిషన్ (మరోసారి కేసుని పరిశీలించమని)

దాఖలు చేయడం కన్నా ముందుకు వెళ్లి ప్రజలు ఆలోచించడం లేదు. సుప్రీంకోర్టుకు లొంగివుండనని బహిరంగంగా ప్రకటించలేం, ఎందుకంటే అది ధిక్కారం అవుతుంది. ఇటువంటి పరిస్థితిలో ఇప్పుడు మనమున్నాం. రివిజన్ పిటిషన్ దాఖలు చేయడం వాస్తవికత మరియు తార్కికత వ్యూహంలో భాగం. ఎస్సీ/ఎస్టీ/ఓబీసీలు వారి మొత్తం శక్తితో న్యాయవ్యవస్థ యొక్క కలుపుకుపోయేతనం మీద ఒత్తిడి చేయాలి. వాళ్లు అంతర్జాతీయ వేదికను సంప్రదించాలి.

ఉదాహరణకు, 10-20లక్షలమంది ఆదివాసీలు తమ నివాసాలనుండి తొలగింపు తీర్పు జాతిహత్యాకాండ. జాతిహత్యాకాండ విషయాల్లో ఐకరాజ్యసమితి మరియు కొన్నిసార్లు అంతర్జాతీయ సమాఖ్యలు జోక్యం చేసుకుంటాయి. ఇదీ ప్రస్తుత పరిస్థితి. ఇక్కడ కలుపుకుని పోయే న్యాయవ్యవస్థ లేనందువల్ల సమస్యలను అంతర్జాతీయం చేయాలి. ఇక రెండో విషయానికి వస్తే, పలు రకాల ఉద్యమాలు కేంద్రీకృతం కావడం అనేది ఒక వ్యూహం. ప్రజలందరూ ఢిల్లీలో సమావేశం కావడానికి ప్రయత్నించి, ఢిల్లీలో ఏదైనా చేయడానికి ప్రయత్నించాలి. ఇదొక వ్యూహం. అయితే, విషయాన్ని వికేంద్రీకరణ చేయడమనేది ఖర్చుని తగ్గిస్తుంది. సామాజిక ఉద్యమాలకు ఖర్చు కలిసొచ్చే పద్ధతి ఉండాలి.

మనం శాంతియుత, రాజ్యాంగబద్ధ ప్రతిపాదన ఉండాలి, కొన్ని ఉద్యమాలు లేదా రాజ్యాంగం అనుమతించే ఏవైనా సరే హైకోర్టు ముందు లేదా జిల్లా కోర్టుల ముందైనా సరే, కలుపుగోలు న్యాయవ్యవస్థకోసం ప్రయత్నించాలి. దీనికి వికేంద్రీకరణ చేసిన సామాజిక ఉద్యమాలు సమంజసమైనవి.

--★★--

ప్రతీఘాత విప్లవం పట్ల బహుజనులు ఎలా స్పందించాలి?

EWS రిజర్వేషన్లని అంతం చేసే కుట్ర

బహుజనులు ఉమ్మడి శత్రువుని కలిగివున్నారు

– నరేన్ బెదిడే (కుఫిర్)

('ఎగువకులాలలని పిలువబడేవారికి EWS కోటా ఇవ్వడంలో రాజ్యాంగబద్ధత మరియు అభ్యుదయం: ఎస్సీ/ఎస్టీ/ఓబీసీ/ పాస్మానంద ప్రాతినిథ్యం మరియు ప్రభావాల మీద చర్చ' ఫిబ్రవరి 25, 2019న ముంబయి మరాఠీ పత్రకార సంఘ, కోటా, ముంబయి లోని ప్రసంగానికి అక్షర రూపం, చేసినవారు వినయ్ షిండే.)

ప్రొఫెసర్ స్థబీర్ ఖోరా ప్రస్తావించిన విషయంతో మొదలు పెడితే, న్యాయవ్యవస్థకు వాస్తవాలు మరియు తార్కికతలకు ఎటువంటి అర్థం లేదనిపిస్తోంది.

భారత రాజకీయ మరియు సమాజశాస్త్రాలను చూస్తే, ఇక్కడ సామాజికంగా మరియు విద్యాపరంగా కొన్ని వర్గాలు వెనుకబడి వుంటాయి, అయితే వాటికి కళంకం ఆపాదించబడలేదు. అయితే ఒక పేదరికంతో లేదా సామాజికంగా లేదా విద్యాపరంగా వెనుకబడిన మనిషి లేదా తరగతి లేదా గుంపుని ఎవరు ప్రేమిస్తారు? వెనుకబడిన కులాలలోని షెడ్యూల్డు కులాలు మరియు ప్రత్యేక పద్ధతిలో షెడ్యూల్డు తెగలకు ఇక్కడ కళంకం ఆపాదించబడింది, కాబట్టి అన్ని వెనుకబడిన తరగతులను ఒకే గాటిన కట్టలేం.

భారతీయ సామాజికశాస్త్రం ఈ విషయంలో చాలా తక్కువ అర్థం చేసుకున్నదని మనం గుర్తించాలి. భారతీయ రాజకీయశాస్త్రాన్ని నియంత్రించేవారి సామాజికశాస్త్రాన్ని మనం మర్చిపోయాం. అంతేగాక ఈ వర్గం మార్పు చెందకుండా అలాగే వుంటుందనుకుంటున్నాం. బాబాసాహెబ్ అంబేద్కర్ గానీ, కారల్ మార్క్స్ గానీ విషయాలు మారుతూ వుంటాయని చెప్పారు. మార్పు మాత్రమే ప్రపంచంలో శాశ్వతమని వారిరువురూ చెప్పారు. ఇక్కడ రాజకీయ వర్గం ఒక రకమైన ప్రజలకు సంబంధించినది (బ్రాహ్మణ మరియు ఇతర ఎగువ కులాలకు), అయితే మనం వారిని ఒక వర్గానికి చెందిన వారుగా లేదా ప్రత్యేక కులానికి (కులాలకు) చెందినవారిగా గుర్తించం. దీన్ని మనం మార్చుకోవాలి, ఈ రాజకీయ వర్గాన్ని మార్చాలి.

భారతీయ పార్లమెంటులో(లోక్‌సభలో) ఇప్పటికిప్పుడు సుమారు 230 సీట్లు ఎస్సీ, ఎస్టీ, ఓబీసీలు ఆక్రమించి వున్నారు. 131 సీట్లకు ఎస్సీ/ఎస్టీలు, 99సీట్లు ఓబీసీలు కలిగివున్నారు. ఓబీసీలలోని 2500 కులాలలో సుమారు 20కులాలకు చెందినవారు ప్రాతినిథ్యం వహిస్తున్నారు. ఈ 230 సీట్లతో మైనారిటీగా సభలో కనిపించే మనం(ఎస్సీ, ఎస్టీ, ఓబీసీ)లు బయట మాత్రం మెజారిటీ. అయితే సభలో మెజారిటీ అయిన 310-320 సీట్లను కేవలం ఎగువకులాలు కలిగిన పార్లమెంటు, న్యాయవ్యవస్థ కన్నా సున్నితంగా ప్రవర్తించాలని

భావిస్తున్నాం. న్యాయవ్యవస్థ యొక్క స్వతంత్ర ప్రతిపత్తి మరియు పార్లమెంటు యొక్క సున్నితత్వం అనే రెండూ హాస్యాస్పద విషయాలు, అవి వాస్తవరూపం దాల్చనివి, అయినా తరాలుగా నమ్ముతూనే ఉన్నాం. అయితే మానే గారు చెప్పినట్లు, సారాంశంలో చెప్పాలంటే, సాంస్కృతిక అలవాట్లలో, వ్యక్తీకరణలో లేదా రొడ్డకొట్టుడు మాటతీరులో రాజకీయ తరగతి మార్పు చెందదు. అయితే దాని చుట్టూ ఉన్న వాతావరణం మార్పుచెందుతూ వుంటుంది. మొదటి పార్లమెంటు మొదలుకొని ఇప్పటిదాకా 35% ఎస్సీ/ఎస్టీ/ఓబీసీల ప్రాతినిధ్యం పార్లమెంటులో వుందని (అది చాలాసార్లు తక్కువగా)

అందుబాటులోని వున్న లెక్కలు చెబుతున్నాయి. ఈ పార్లమెంటు ప్రజాస్వామ్యానికి మొదటి స్తంభం. కార్యనిర్వహణశాఖలో 35-40% ప్రాతినిధ్యం వుంది, చాలాసార్లు అది చాలా తక్కువగా వుంది. ఇది కేంద్రప్రభుత్వం విషయంలోనే గాదు, రాష్ట్ర ప్రభుత్వాల విషయంలోనూ ప్రాతినిధ్యం తక్కువ. 30 రాష్ట్రాలలో కేవలం 9 రాష్ట్రాలలో ఓబీసీ ముఖ్యమంత్రులున్నారు. ఇప్పుడు ఒక్క ఎస్సీ లేదా ఎస్టీ ముఖ్యమంత్రి లేరు. 20 రాష్ట్రాలు ఎగువకులాల చేత నడుపబడుతున్నాయి. కేంద్రంలో ఎక్కువమంది మంత్రులు బ్రాహ్మణులు, ముఖ్యంగా కీలక మంత్రిత్వశాఖల్లో, మిగతావారు ఎగువకులాలవారు. ఇదీ పార్లమెంటు, ఇదీ కార్యనిర్వాహక శాఖ.

ఇక న్యాయవ్యవస్థకు వస్తే, ఇది భగవంతునికి మాత్రమే తెలిసిన దేవ రహస్యం. ఎస్సీ/ఎస్టీ/ఓబీసీ లతో కూడిన 30% ప్రాతినిధ్యం న్యాయవ్యవస్థలోని కింది సిబ్బందిలో ఉంది. సుప్రీంకోర్టు, హైకోర్టు గురించి మనకు తెలియదు, వారు సమాచార హక్కు చట్టానికి లేదా ఇతర అభ్యర్థనలకు స్పందించరు. వారు ఎవరికీ, ఏ పౌరుడికీ జవాబుదారి కాదు. ఇది మూడో స్తంభం.

నాలుగో స్తంభం పత్రికారంగం. రెండు సర్వేలున్నాయి, 90వదశకంలోని దీ.చీ.ఉనియాల్ మరియు తర్వాత 2000లలో యోగేంద్రయాదవ్ మరియు ఇతరులు చేసింది. రెండూ ఎస్సీ/ఎస్టీల ప్రాతినిధ్యం దాదాపు శూన్యమని తేల్చాయి హిందీ మరియు ఇంగ్లిష్ జాతీయ మీడియాలో. ఇక ఓబీసీ ప్రాతినిధ్యం సుమారు 3-4శాతం.

ఈ వాస్తవం ఇప్పటికీ పెద్దగా మారలేదు. వాస్తవానికి, మండల్ కమీషన్ ముందు కేంద్ర ప్రభుత్వంలో ఓబీసీ ప్రాతినిధ్యం మీద నిస్పాక్షిక పరిశోధన చేస్తే, ఆ సంఖ్య అప్పటితో పోలిస్తే తక్కువగా ఉంటుంది. వారి స్థానం మరింత తగ్గి మరింత వెనుకబడిపోయింది. ఇక ప్రభుత్వం చేపట్టిన కంపెనీలలో (పబ్లిక్ సెక్టార్ అండర్‌టేకింగ్-పీఎస్‌యూ) మరియు బ్యాంకింగ్ రంగంలో వాస్తవంలో మాట్లాడుకుంటే హాస్యాస్పదంగా వుంటుంది. ఇక ఉన్న ఎస్సీ/ఎస్టీ ప్రాతినిధ్యాలు దాదాపు గ్రూప్-సి మరియు గ్రూప్-డి ఉద్యోగాలు, స్థానాలకు పరిమితమై వుంటాయి.

ఇలా ఇక్కడఉన్న మనం, రాజకీయాలు ఇలాగే వుండాలనుకోరాదు. మరో 30-40 ఏళ్లుగా పరిస్థితి ఇలాగే ఉన్నా, మనం అలా ఉండడానికి అంగీకరించలేం. ఎస్సీ/ఎస్టీ/ఓబీసీలకు అది నిరాశాపూరితమైనది, వారు ఎక్కడ వున్నారో దాన్ని బద్దలు చేయాలి. ఇది ఉనికికి సంబంధించిన విషయం.

ధోబ్లే గారు చెప్పినట్లు అనగనగా ఒక పేద బ్రాహ్మణుడు అనే కామన్‌సెన్సులోనే ఉన్నట్లుంది. బహుజనులు చాలా ఉదారంగా ఉండి, తమ తల్లులకు, తండ్రులకు, పిల్లలకు ఏమీ చేయకపోయినా గానీ, పేద బ్రాహ్మణుడికి ఏదైనా సరే ఇవ్వడానికి సిద్ధపడతారు. ఈ బ్రాహ్మణ గుడ్డితనం మరియు ఈ ఉదారత అంతర్గతంగా పేరుకుపోయి మొత్తానికి ఎగువకులాల పట్ల ఉదారత, సారళ్యత, సమర్పించుకునే తనానికి కారణమవుతోంది. తెలంగాణా ఇలా సమర్పించుకోలేదు, తెలంగాణా సాయుధపోరాటంలో భిన్నమైన పంథాని ఎంచుకున్నాం.

బాబాసాహెబ్ రాజ్యాంగాన్ని పార్లమెంటులో ఆమోదించే సందర్భంలో స్పష్టంగా ఈ రాడికల్ వాదన చేశారు. రాజ్యాంగాన్ని పార్లమెంటులో ప్రవేశపెట్టేటప్పుడు ''ఇప్పుడున్న స్థానంలోంచి పాలక వర్గాలను దించేయడమే మరియు వారిని పాలక వర్గంగా అడ్డుకోవడమే ఈ రాజ్యాంగం యొక్క ప్రాథమిక లక్ష్యం'' అని విస్పష్టంగా ప్రకటించారు.

మనం స్పష్టత కలిగిఉండాలి. ఆయన అనేక మార్లు బ్రాహ్మణుల్ని పాలకవర్గంగా ప్రస్తావించారు. 60-70% పార్లమెంటు, కేంద్రసర్వీసులు ఎగువకులాలు ఆక్రమించుకున్నాయని మాట్లాడుతున్నాం, అయితే అది పాక్షికంగానే సత్యం, ఎగువ కులాలలో ఎక్కువశాతం బ్రాహ్మణులే ఆక్రమించారు. ఒక మరాఠా స్నేహితుడు చెప్పినట్లు ఈ 10%రిజర్వేషన్ కోటా బ్రాహ్మణకోటా, ఎగువకులాల కోటా కాదు. పటేళ్లు, మరాఠాలు మరియు కాపులు స్పష్టంగా దీన్ని అర్థం చేసుకున్నారు. జాట్లు కూడా ఇది బ్రాహ్మణకోటాగా మారబోతోందని తెలుసుకున్నారు. మానే మరియు ధోబ్లే గారు స్పష్టంగా చెప్పినట్లు, సంఘటిత రంగంలోని ఉద్యోగాలు బహుమతిగా పొందిన ఉద్యోగాలు, వాటికి ఒకప్పుడు రక్షణ వుండేది.. ఇప్పుడది కనుమరుగయింది.

అయినప్పటికీ నువ్వు ప్రభుత్వ ఉద్యోగంలో వుంటే 30-40 సంవత్సరాలు రెగ్యులర్ జీతంతో జీవితానికి భద్రత ఉంటుంది. ప్రభుత్వం చేపట్టిన కంపెనీలలో (పబ్లిక్ సెక్టార్ అండర్ టేకింగ్‌లో) అయితే అది లేదు, తొలగించనూ వచ్చు. ఇకపై ఎటువంటి భద్రత లేదు. ఇకపై సంఘటిత (ఆర్గనైజ్డ్ సెక్టార్)రంగంగా పిలవరాదు. ఇక ప్రైవేటు రంగానికి మరో కథ, వేలల్లో ఒకేసారి ఉద్యోగుల్ని తగ్గించవచ్చు. అయినప్పటికీ ఎగువకులాలకు ఉద్యోగం ఒక కీలకవిషయం కాదు, వారికి దానిద్వారా ఉద్యోగం అవసరం లేదు, మరయితే వారికే కావాలి?

మహారాష్ట్రలో 80% వ్యవసాయ భూమికి మరాఠాలు యజమానులుగా వున్నారు. గుజరాత్‌లో పటేళ్లు 60-70% వ్యవసాయభూమి మీద యజమానులు, పంజాబ్, హర్యానాలో జాట్లు

70% ఆధీనంలో వుంచుకున్నారు. తమిళనాడులో గౌండర్లు (మరియు ఇతర ఆధిపత్య కులాలవాళ్లు) 69% రిజర్వేషన్లో వాటా కలిగి అత్యధిక వ్యవసాయ భూమి మీద యాజమాన్యం కలిగివున్నారు. వీరు ఇంతకుముందు వెనుకబడిన కులాల కమీషన్ నుండి తొలగించబడినారు. మరాఠాలు చేసిన వినతిని వెనుకబడిన కులాల కమీషన్ తిరస్కరించింది. మహారాష్ట్ర, తమిళనాడు మరియు కర్ణాటకల్లో ఒకేరకమైన పరిస్థితి. వెనుకబడినకులాల కమీషన్లు దాదాపు వారి మాటలు వినలేదు. తెలంగాణాలో రెడ్డి, వెలమలు 70% భూమిని కలిగి ఉన్నారు. కాపు, కమ్మ, రెడ్డి మరియు రాజులు 70-80శాతం భూమిని ఆంధ్రప్రదేశ్‌లో యాజమాన్యం కలిగి ఉన్నారు.

ప్రతి రాష్ట్రంలో 2-3కులాలు భూమిమీద ఎక్కువ భాగం అదుపులో ఉంచుకున్నాయి. వారు ఆ భూమితో ఏమీ చేయడం లేదు. భారతదేశంలో భౌతిక వనరుల మీద గుత్తాధిపత్యపు వృక్షానికి వేళ్లు ఇవే. ఒక గ్రామంలో 2500 ఎకరాల భూమి ఉంటే అందులో కేవలం 700 ఎకరాలు మాత్రమే సాగుచేసేవారి సొంతానివనే వార్త ఉంది. మిగిలిన 1800 ఎకరాలు కౌలుదారులు సాగుచేస్తున్నారు. వారిలో అత్యధికులు ఓబీసీలు మరియు దళితులు. ఇదీ భారతదేశ వ్యవసాయ పరిస్థితి. 90శాతం రైతులు కౌలుదార్లు, ఎందుకంటే వారికున్న ఎకరం భూమికి 5ఎకరాలు కౌలుకి తీసుకుని వ్యవసాయం చేస్తారు, అందులో నష్టాలకు చావుని ఆశ్రయిస్తారు. వారికి లాభం, బాగుపడడం కాదు చావు మరియు ఒత్తిడికి మాత్రం గ్యారంటీ ఉంటుంది, ఇది మాత్రమే శాశ్వత వాస్తవం .

ఎగువ కులాలు పల్లెల్లో ఇప్పటికీ భూమిమీద నియంత్రణ కలిగిఉన్నాయి, ఈ పరిస్థితి బాగా చదువుకున్న దక్షిణాది రాష్ట్రాలలో ఉంది, ప్రత్యేకించి అక్షరాస్యత ఎక్కువగా ఉన్న ఆంధ్రప్రదేశ్‌లో. అలాగే కేరళ, తమిళనాడు, కర్ణాటక రాష్ట్రాలలో పరిస్థితిని దగ్గరనుండి చూడాల్సి వుంది. ఎందుకీ ఎగువకులాలు పొలాలమీద అధికారం అట్టిపెట్టుకున్నారు? కేరళలో నాయర్లు, తెలంగాణాలో రెడ్డి వెలమలు ఎందుకు భూమిని అట్టిపెట్టుకున్నారు?

ఇందులో కులం ఎందుకుందీ అంటే, ఎగువకులాలు సొంతం చేసుకున్నదాన్ని కిందికులాలు ఎప్పటికీ సొంతం చేసుకోలేవు. ఆ యాజమాన్య హక్కు కలిగిఉండడం మీదనే వారి సొంత సాంస్కృతిక స్థాయి ఆధారపడి ఉంది, అది ఆ 20 ఎకరాల భూమి బీడుభూమిగా ఉండవచ్చు, కిందికులాలకు మాత్రం భూమిమీద ఎటువంటి యాజమాన్యం ఉండదు, అదీ ఎగువకులాలవారి దర్పం. అదే అతడి స్థాయికి హామీగా నిలబడుతుంది.

ఇదిగో ఇటువంటి శాశ్వతమైన, భద్రత కల్గిన ఉద్యోగాలు కింది కులాలవాళ్లు చేయకూడదని వారు భావిస్తారు. మనం వాళ్ల పొలాలు దున్నకుండా, ఇండ్లుకట్టడం, బుట్టలల్లడం, చెప్పులుకుట్టడం, కల్లుగీయడం, పశువులు మేపడం, వెంట్రుకలు కత్తిరించడం వంటి వృత్తులు వదిలేసి, ఇంకా దొడ్లు ఎత్తిపోయడం, చర్మాలు ఒలచడం వంటి మాలిన్యమైన పనులు

చేయకుండా మధ్యలో వదిలేసి హఠాత్తుగా ఆధునికతలోకి వచ్చేయడం వారికి ఇష్టంలేదు.

కంచె ఐలయ్య అన్నట్లు నిజానికి కిందికులాలు ఆయావృత్తులలో శాస్త్రవేత్తలు, అయితే వారి స్థాయిని అది వారిని ఎత్తుకు చేర్చదు. కిందికులాలవాళ్లు సూటువేసుకుని, టై కట్టుకుని ఫాక్టరీకి వెళ్తేనే, లేదా ప్రభుత్వ ఆఫీసులో కూర్చొంటేనే వాళ్లప్పుడు ఆధునికులు అనిపించుకుంటారు. వాస్తవానికి, బహుజన మహిళనే భారతదేశంలో తొలి గణితవేత్త. తాను వరిసాలులో నాట్లు వేసేటప్పుడే సున్నాను కనుగొన్నది. ఈ అధికార దొంతరను కిందికులాలు అంతర్గతంగా తలకాయలో కూర్చేసుకున్నాయి. నిజానికి ప్రస్తుత 10%కోటాతో ఏవైనా కొత్త ఉద్యోగాలు వస్తే రానీ, లేకపోతే లేదనేది, బ్రాహ్మణులు మరియు ఎగువకులాలకు బాగా తెలిసిన విషయమే. వాళ్లకు కావలసిందల్లా కిందికులాలు ఆధునిక ప్రపంచంలోకి అడుగుపెట్టకుండా ఉండాలి!

యూనివర్సిటీల్లో, ప్రత్యేకించి సెంట్రల్ యూనివర్సిటీలలో, 2సంవత్సరాల క్రితం వెలువరించిన ఆలిండియా సర్వే ఆఫ్ హయర్ ఎడ్యుకేషన్ రిపోర్టు (AISHE) ప్రకారం, కేవలం 23% మాత్రమే ఎస్సీ/ఎస్టీ/ఓబీసీ విద్యార్థులు. ఇవన్నీ జాగ్రత్తగా దాచిన భారత ప్రభుత్వ లెక్కలు. అన్ని అనుమానాలకు అవకాశమిచ్చి చూస్తే మనవాళ్లు 20%. వీళ్లు విద్యార్థులు మాత్రమే, యూనివర్సిటీ భోదన సిబ్బంది కాదు. భోదన సిబ్బంది 95% బ్రాహ్మణ-సవర్ణులు. కాబట్టి 20% ఎస్సీ/ఎస్టీ/ఓబీసీలు ఐఐటీలు, ఐఐఎంలలో ప్రవేశించ గలుగుతున్నారు.

ఈ ఎగువకులాలవాళ్లు అదనంగా 10శాతం తమ స్వంత కోటాకు కలుపుకోవాలనుకుంటున్నారు, అంటే 'జనరల్ కేటగిరీ'కి. జేమ్స్ మిఖాయిల్ చెప్పినట్లు, ఇది సవర్ణకోటా, అది పంచడానికి వీలులేనిది. ఇది రాయబడని చట్టం, అయితే ఇది శిలాశాసనం కంటే శాశ్వతం, దాని ప్రకారం 50శాతం జనరల్ కేటగిరీ కోటా ఎగువకులాల కోటా. దక్షిణ భారతదేశం మొత్తంలో మరియు ఇతర ప్రదేశాలలో ఎస్సీ మరియు ఓబీసీల కటాఫ్ ప్రమాణం జనరల్ కేటగిరీ కన్నా ఎక్కువ. కాబట్టి మనం సెంట్రల్ యూనివర్సిటీలలో ప్రవేశించడం వద్దనుకుంటున్నారు. 20శాతం ఎస్సీ/ఎస్టీ/ఓబీసీలు సెంట్రల్ యూనివర్సిటీల్లోకి రావడం కూడా అడ్డుకోవడానికి 10%రిజర్వేషన్ తెస్తున్నారు. మన విద్యార్థులు సహజంగా పేదవారు, ప్రైవేటు యూనివర్సిటీల్లోకి వెళ్లలేరు. కాబట్టి ప్రైవేటు యూనివర్సిటీలు ఎగువకులాల స్కాలర్లకు ఉద్యోగాలు కల్పించడానికి రూపొందాయి. దేశం వెలుపల పీహెచ్‌డీ చేసిన ఎగువకులాల స్కాలర్లకు ఇవి నేరుగా ఉద్యోగాలిస్తాయి. ఇదో అనాదిగా వస్తోన్న దారుణకాండ. ఇది కొంగొత్త ఉదారవాదమో (నియో లిబరలిజమో) లేక మరోటో కాదు, ఇదొక ఒక సామాజిక హోదా. అది ఎద్దులబండి కావచ్చు లేదా న్యూక్లియర్ రియాక్టర్ కావచ్చు, అన్ని ఉత్పత్తి సాధనాలమీద ఎగువకులాల నియంత్రణ కలిగిన, కులాధార ఉత్పత్తిని భారతదేశం అనుసరిస్తుంది. మరియు

ఉత్పత్తితో పాటు అన్ని రకాల వినియోగాన్ని కూడా అది నియంత్రిస్తుంది. మనం బహుజనులం 99% ఎగువకులాల వారు వినియోగించే ప్రపంచంలోని అత్యుత్తమ బాస్మతి బియ్యాన్ని పండిస్తున్నాం. ప్రపంచంలోని అత్యుత్తమ మసాలా దినుసుల్ని ఎగువకులాల వినియోగం కోసం పండిస్తున్నాం.

ఈ 10%రిజర్వేషన్ ఒక రకంగా అత్యంత కీలకమైన విషయం, మండల్ పద్ధతి ఒక అవహేళనగా మారడం కన్నా పెద్దది. వారు మొత్తం భారత రాజ్యాంగాన్ని ఒక రకమైన పరిహాస వాదనగా మార్చేశారు. నువ్వు కేవలం చట్టచట్రంలో మరియు సాంకేతిక విషయాల ప్రాతిపదిక మీద రాజకీయాల్ని నిలబెట్టలేవు. బాబాసాహెబ్ 'స్వేచ్ఛ, సమానత్వం మరియు సౌభ్రాతృత్వం' అనే పదాల్ని రాజ్యాంగంలో పొందుపరచేటప్పటి ప్రాథమిక భావజాల మూలానికి వెళ్లాలి. భారత రాజ్యాంగం ప్రవేశిక 'భారతీయులమైన మనం, భారతదేశాన్ని ఒక సర్వసత్తాక, సామ్యవాద, లౌకిక, ప్రజాస్వామ్య, రిపబ్లిక్ గా ఏకీభావంతో నిర్మించుకోవడానికి నిర్ణయించి మరియు పౌరులందరికీ సామాజిక, ఆర్థిక మరియు రాజకీయ న్యాయం అందించాల'నే విషయం ఇప్పుడు అసంభవమైపోయింది.

న్యాయం-సామాజిక, ఆర్థిక మరియు రాజకీయంగా: 90% న్యాయవ్యవస్థలో ఎగువకులాలవాళ్లు వున్నప్పుడు ఇదెలా సాధ్యం? ఇదేమీ ఏకాంత విషయం కాదు. పార్లమెంటు, కార్యనిర్వాహక మరియు మీడియా అన్నీ ఎగువకులాల చేత నిండి వుండి తిరిగి అవి న్యాయవ్యవస్థ ఇలాగే వుండడాన్ని కాపాడతాయి.

స్వేచ్ఛ-భావంలో, ప్రకటనలో, నమ్మకంలో, విశ్వాసంలో మరియు ఆరాధనలో: సమానత్వం-స్థాయిలో మరియు అవకాశాలలో: మరియు అందరిలో సౌభ్రాతృత్వాన్ని నెలకొల్పుతారు.. ఇక్కడ నా బ్రాహ్మణ స్నేహితుడి తండ్రి హైకోర్టు జడ్జిగా, తల్లి అత్యుత్తమ ప్రభుత్వ మెడికల్ కాలేజీలో చీఫ్ డాక్టరుగా, అతని సోదరుడు కాలిఫోర్నియాలోని సిలికాన్ వ్యాలీలో ఉండగా నాతల్లిదండ్రులు రెండోతరగతికూడా చదవకుండా..ఎలా? మీకన్నా ఆధిక్యంలో వున్న వారినుండి సౌభ్రాతృత్వం ఆశించడం సహజంగా ఉంటుందా? అదీ ఈ విషయాలు ఆధిక్యమని భావిస్తున్నప్పుడు. వాళ్లు కోట్లలో ఉండగా నువ్వు వేలలో వుండి రోజువారి కూలీ గురించి చూస్తున్నప్పుడు, ఇటువంటి మనుషుల మధ్య ఎటువంటి సారూప్యత, సౌభ్రాతృత్వం ఉంటుంది? దేన్ని కావాలని కోరుకొంటున్నాం?

మనం మరల మరల వెనక్కి మరలి బాబాసాహెబ్ దగ్గరకు వెళ్లి సమానత్వం, స్వేచ్ఛ మరియు సౌభ్రాతృత్వాలకు నిజమైన అర్థమేమిటో అడగాల్సిన అవసరం ఉంది. అవి మనకు కావాలి. కాబట్టి ఎస్సీ/ఎస్టీ/ఓబీసీలు ఏకమై పోరాటం చేయాల్సిన అవసరం ఉంది. మనకు ఉమ్మడి శత్రువు ఉన్నాడు. అతడు 70-80% దేశంలోని ఉత్తమ స్థానాలను, అవకాశాలను మరియు భౌతిక వనరులను ఆక్రమించుకుని, అధిక మొత్తంలో సంపదను సృష్టించే అత్యుత్తమ ఆధునిక

సంస్థలను నియంత్రిస్తున్నాడు. కాబట్టి ఇక్కడ శత్రువు స్పష్టంగా కనిపిస్తున్నాడు, ఎగువకులాలకు నాయకత్వం వహిస్తోన్న బ్రాహ్మణుడు. నువ్వేం చేయదల్చుకున్నావో అది చెయ్యి, కానీ సాధారణ రాజకీయాలలాగా, సాధారణ న్యాయవిషయంగా, మామూలు చట్టవిషయంగా మాత్రం కొనసాగించవద్దు. ధన్యవాదాలు. జై భీమ్.

--★★--

10%EWS రిజర్వేషన్లు మరియు పాస్మానంద బహుజన పిల్లల విద్యాహక్కులు

నాజ్ ఖైర్‌తో అను రామ్‌దాస్ ఇంటర్వ్యూ

అను రామ్‌దాస్: *బహుజన మరియు పాస్మానంద ప్రజల విషయంలో విద్యాహక్కు అంటే ఏమిటి?*

నాజ్ ఖైర్: 1950లో అమలులోకి వచ్చిన రాజ్యాంగం, ప్రభుత్వం ఉచిత మరియు నిర్బంధ విద్యను 6 నుండి 14సంవత్సరాల మధ్య వయసున్న పిల్లలకు అందించాలని నిర్దేశించింది. అయితే ఈ నిబంధన ఆర్టికల్ 45 ప్రకారం ప్రభుత్వానికి ఆదేశసూత్రాల కింద వుంచింది, అంటే దీనికి ప్రభుత్వాలు అమలుపరచకపోతే కోర్టుకు వెళ్లి అమలులోకి తెప్పించుకోలేం. అందువల్ల దానికి దశాబ్దాలు పట్టింది అమలుకు, అంటే 2002లో 86వ రాజ్యాంగసవరణ కింద విద్యాహక్కు కింద పిల్లలకు విద్య అందుబాటులోకి వచ్చింది.

ఈ మధ్యకాలంలో ప్రపంచ వ్యాప్తంగా మరియు ఇండియాలో తీవ్రమైన విద్యా ఉద్యమాలు, మరియు పిల్లల హక్కుల ప్రచారం నడిచాయి. ఐక్యరాజ్యసమితి పిల్లల హక్కుల ఒప్పందం, పిల్లల అనేక హక్కులలో విద్య ఒకటిగా గుర్తించింది. ప్రపంచ బ్యాంకు, యూరోపియన్ యూనియన్ వంటివి దేశం లోపల విద్యా సంస్కరణలు, బాల కార్మికత తొలగింపు మొదలయినవాటిలో మార్గదర్శకత్వం వహించాయి.

86వ రాజ్యాంగ సవరణ ద్వారా విద్యాహక్కు (ఆర్టికల్ 21A) ప్రక్రారం అది ప్రాథమిక హక్కుల్లోని జీవితపు హక్కు(ఆర్టికల్21) లో భాగమైంది. 2002లో సాధించిన విద్యాహక్కు 2009లో విద్యాహక్కు చట్టం చేయడం ద్వారా వాస్తవరూపంలోకి వచ్చింది. విద్యాహక్కు చట్టం,2009 రాజ్యాంగం ఇచ్చిన విద్యాహక్కుని హామీగా ఇస్తూ దాని అమలుకోసం నిబంధనలు రూపొందించింది.

విద్యాహక్కు,2009 అమలులోకి వచ్చింది ఏప్రిల్ 1వతేదీ 2010న. ఈ దినాన్ని విద్యావ్యవస్థలో వివక్ష అంతానికి గుర్తింపుగా పెద్ద ఎత్తున ఉత్సవాలు జరిగాయి. 6-14 సంవత్సరాల అందరు పిల్లలకూ కులం, మతం, లింగం, జాతి, వైకల్యం మొదలయిన వాటితో సంబంధం లేకుండా విద్య విషయంలో సమానత వచ్చింది. అన్ని సామాజిక, సంప్రదాయ మరియు చారిత్రక కారణాల వల్ల విద్యను సమాజంలోని కొన్ని వర్గాలకు/సమూహాలకు పరిమితం చేయడాన్ని తొలగించారు.

మరో మాటలో, విద్యకు అన్ని అడ్డంకులు తొలగించారు. ఇది విద్యారంగంలో దూరంపెట్టిన బహుజన-పాస్మానందల (ఎస్సీ/ఎస్టీ/ఓబీసీ మరియు పాస్మానంద) అభివృద్ధికి ప్రాముఖ్యమైనది. వీళ్లు విద్యారంగంలో తమను దూరం పెట్టిన పరిస్థితులతో చారిత్రక పోరాటాలు చేస్తున్నారు.

1961లో మొత్తం అక్షరాస్యత 28.31% అయితే అందులో ఎస్సీలు 10.27%, ఇక ఎస్టీలు 8.53%. 2009లో విద్యాహక్కు అమలుచేసే సమీప సమయంలో అనగా, 2011లో ఆ లెక్కలు గమనిస్తే మొత్తం జనాభాలో అక్ష్యరాస్యత 74.04% కాగా అందులో ఎస్సీలు 74.04%, ఎస్టీలు 59%. ఇక ఇందులో ఓబీసీల సమాచారం జనగణనలో లేనందున వారి వివరాలు తెలియవు.

అయితే సుర్జిత్ భల్లా సమర్పించిన పరిశోధనా పత్రం ప్రకారం 'విద్యాభివృద్ధి సూచీ'లో 1999నాటికి ఓబీసీ 7.1 కలిగివుండి, అది 2011లో 10.7కి చేరింది. ఓబీసీలలోని ఓబీసీ ముస్లిముల(పాస్మానంద) విద్యాభివృద్ధి సూచీలో 1999లోని 6.3నుండి 2011లో 8.4కి చేరింది. ఈ పరిశోధనా పత్రం ముగింపు ఏమంటే 2011లో ఓబీసీ ముస్లిములు ఓబీసీ సగటు కన్నా వెనుకబడి, అన్ని ఓబీసీ ఉపకులాల (క్రైస్తవ, హిందూ మరియు సిక్కు) కన్నా వెనుకబడి కొంత వరకు మాత్రమే (0.3పాయింట్లు) ఎస్సీ/ఎస్టీ విద్యాస్థాయి కన్నా ముందుంది. కాబట్టి స్వాతంత్ర్యానంతరం నుండి పెద్ద ఎత్తున విద్యా విస్తరణ మరియు సంస్కరణలు చేపట్టినప్పటికీ సామాజిక అంతరాలు విద్యలో కొనసాగుతూనే వున్నాయి. సమీప భవిష్యత్తులో అన్ని సామాజిక వర్గాల మధ్య విద్యావిషయాల్లో అంతరాల్ని పూడ్చుడానికి విద్యాహక్కు చట్టం,2009 ప్రమాణం చేసింది. అయితే, ఈ చట్టం అమలు తర్వాతి కాలాన్ని చూస్తే, పిల్లల విద్యాహక్కుల్ని పద్ధతి ప్రకారం కూలగొట్టడం చూడవచ్చు.

బాల కార్మికత్వం (ఎక్కువభాగం బహుజన మరియు పాస్మానందలకు చెందినవారు)2016లో చేసిన బాల కార్మిక సవరణ (నిషేధం మరియు నియంత్రణ)చట్టంపై రాష్ట్రపతి ఆమోదముద్ర వేయడంతో అది వెనుకబడి పోయింది. 2016లోని కొత్త విద్యావిధానం విషయాన్ని స్పర్శిస్తూ పోయిందేగానీ నేరుగా ఢీకొట్టలేదు, అంటే విద్యాహక్కుని పకడ్బందీగా అమలు పరిచే దానిమీద దృష్టిపెట్టలేదు. 10శాతం కన్నా తక్కువగా (విద్యాహక్కు విధివిధానాలు మరియు నాణ్యతలు) విద్యాహక్కుకి కట్టుబడిన స్కూళ్లు వుండడం, దేశవ్యాప్తంగా ప్రభుత్వ పాఠశాలలు మూతపడి, ప్రైవేటు పాఠశాలలు వేగంగా పెరగడం జరిగిపోయాయి.

విద్యాహక్కులో కీలకమైన నిబంధన అయిన ఎలిమెంటరీ స్థాయిలో చదువురాకపోతే అదే తరగతిలో అట్టిపెట్టకుండా ముందుకు పంపే (నాన్ డిటెన్షన్) పద్ధతి ఇటీవల సవరణ చేసిన విద్యాహక్కులో రద్దు చేశారు. ప్రత్యేక కులాల (ఎస్సీ/ ఎస్టీ/ ఓబీసీ/ పాస్మానంద)లోని

పిల్లకు నాన్ డిటెన్షన్ పద్ధతి ఒక ముఖ్యమైన వరంలా వుండేది, దీనివల్ల స్కూల్ డ్రాపవుట్లు తగ్గేవి. చారిత్రక నేపథ్యంలో ఈ కులాలను విడిగా, చదువుకి దూరంగా వుంచడం వల్ల డ్రాపవుట్ అనేది కీలకమయిన విషయం.

తక్కువ నైపుణ్యాలు కలిగి వుండడం, విద్య బోధించేవారు ఆధిపత్య ఎగువకులాల (సవర్ణులు, అష్రాఫీలు మొ.వారు)వారి కఠినమైన, అలవాటులేని పాఠశాల పద్ధతులు పరిస్థితులు చక్కబడడానికి సమయం తీసుకుంటాయి. కాబట్టి నాన్ డిటెన్షన్ పద్ధతి ఈ విషయంలో పెద్ద ఎత్తున ప్రయోజనాలు చేకూర్చేవి. పైన చెప్పినట్లు, విద్యాహక్కు ఒక మానవహక్కుగా మరియు ప్రాథమిక హక్కుగా బహుజనుల విషయంలో ఎక్కువ భయపెట్టేదిగా దారుణమైన ప్రభావాన్ని చూపేదిగా ఉంది.

ఎస్సీ, ఎస్టీ మరియు ఓబీసీ కులాల రిజర్వేషన్ విధానాన్ని విద్యాహక్కు ఎలా చూస్తుంది?

అన్ ఎయిడెడ్ మరియు ప్రత్యేక కేటగిరీ స్కూళ్లలో (కేంద్రీయ విద్యాలయ, నవోదయ విద్యాలయ, సైనిక్ స్కూళ్లు మరియు ఇతర గుర్తించబడిన ప్రత్యేక కేటగిరీ స్కూళ్లు) విద్యాహక్కు చట్టం,2009 రిజర్వేషన్ కల్పిస్తుంది. చట్టంలోని ఆర్టికల్ 12(1)సి నిబంధన 1వ తరగతి లేదా ప్రాథమిక తరగతి ముందు తరగతి, రెండిటిలో ఏది మొదటిదైతే ఆ తరగతిలో 25% రిజర్వేషన్ బలహీన వర్గాలకు (ఆర్థిక బలహీన వర్గాలకు-EWS) మరియు ప్రతికూలతలున్న వర్గాల(DG)కు ఇస్తోంది. అయితే ఈ చట్టం ఈ బలహీన వర్గాలను మరియు ప్రతికూలతలున్న వర్గాలను నిర్వచించడం లేదు.

దేశం మొత్తంమీద రాష్ట్రాలలో ఈ రెండు వర్గాలను వేర్వేరుగా నిర్వచించారు. రిజర్వేషన్లు ఎస్సీ/ఎస్టీ/ఓబీసీ మరియు ఆర్థికంగా వెనుకబడిన వర్గాలకు కులాలవారీగా రిజర్వేషన్ పరిమితం చేయలేదు. హెచ్.ఐ.వీ పాజిటివ్ పిల్లలు, వికలాంగ పిల్లలు, ఆర్మీకి చెందిన భర్తచనిపోయినవారి పిల్లలు మరియు వికలాంగులైన తల్లిదండ్రుల పిల్లలు మొదలయినవారు ఇందులో వున్నారు. కొన్ని రాష్ట్రాలలో నివాసాలు లేనివారి పిల్లలు, భిక్షమెత్తేవారి పిల్లలు పరిగణనలో వున్నారు. మొత్తానికి ఆర్టికల్ 12(1)సి కింద, ఓబీసీల కింద స్పష్టత లేదు.

ఇక ఆర్థిక ప్రాతిపదిక విషయానికొస్తే, పంజాబ్‌లో ఎస్సీల ప్రవేశానికి ఆర్థిక కొలమానం లేదు. రాజస్థాన్‌లో ఎస్సీ, ఎస్టీ, ఓబీసీ, ఈడబ్ల్యుఎస్ కింద ఆదాయ పరిమితి ఉంది.

విద్యాహక్కు చట్టం అమలులో కీలకమయినది ఆర్టికల్ 12(1)సి, ఇందులో తప్పుడు ఆదాయం, కుల సర్టిఫికెట్లు, ఆదాయం ముఖ్యంగా కుల ధృవీకరణ సర్టిఫికెట్లు పొందడంలో కష్టాలు, విద్యాహక్కుకింద ప్రవేశం పొందిన పిల్లల ఎక్కువ డ్రాపవుట్ రేటు, కేటగిరీ ప్రకారం, సబ్ కేటగిరీ ప్రకారం వివరాలు లేకపోవడం, గుర్తింపబడిన స్కూళ్ల వివరాలు వంటివి ఉన్నాయి.

విద్యాహక్కు చట్టం 10% EWS కి ముందస్తు కసరత్తుగా భావిస్తున్నారా?

కుల వ్యతిరేక పోరాటంలో ఎస్సీ, ఎస్టీ మరియు ఓబీసీ రిజర్వేషన్లు కష్టపడి సాధించుకున్నవి. ప్రారంభం నుండి కులశక్తులు ఈ హక్కుని వ్యతిరేకిస్తూ మరియు జోక్యం చేసుకుంటూ, అమలుని అడ్డుకుంటున్నాయి. ఈ శక్తులు తమ కింద నలిగిన మరియు కులం కారణంగా చరిత్ర పొడవునా తమ ఆధీనంలో వుంచుకున్న వారికి ఎప్పుడూ ఏ మంచీ చేయలేదు. రాజ్యాంగబద్ధమైన రక్షణలున్నా ప్రతిస్థాయిలో, రోజువారీగా, విధాన రూపకల్పన మరియు అమలులో కులాధారిత వివక్ష, అణచివేతని ప్రదర్శించిన ఆనవాళ్లు కనిపిస్తాయి.

ఉపకులాలుగా చూడకుండా,ఆర్థిక ప్రాతిపదికన సవర్ణులు/అష్రాఫీలు తయారుచేసిన విభజిత మరియు కుల వ్యూహాలు మెజారిటీ కులాలైన ఎస్సీ,ఎస్టీ మరియు ఓబీసీలను బలహీనపరుస్తున్నారు. ఆర్థిక ప్రాతిపదిక మొదట ఓబీసీలకు క్రీమీలేయర్ పేరుతో తెచ్చి, పైన చర్చించిన దాని ప్రకారం దాన్ని ఎస్సీ మరియు ఎస్టీలకు కూడా అంటగడుతున్నారు 25% రిజర్వేషన్‌లో. కాబట్టి ఎస్సీ,ఎస్టీ మరియు ఓబీసీల రిజర్వేషన్లను పలుచన చేయడం జరిగింది, 10శాతం కోటాకు ముందుగనే. 10శాతం రిజర్వేషన్‌లో 'అణచివేయబడిన కులం' అనే ప్రసక్తి లేదు, పైగా ఇది జనాభాలో పాలక వర్గాలకు రిజర్వేషన్ కల్పిస్తోంది.

పాస్మానందులు విద్య మరియు ఉద్యోగాలలో పరిస్థితి ఏమిటి? ఈ 10% EWS రిజర్వేషన్ వారినెలా ప్రభావితం చేస్తుందని భావిస్తున్నారు?

పాస్మానంద(వెనక వదిలివేయబడిన వాళ్లు అని అర్థం) అనే పదం ఓబీసీలకు మరియు ఎస్సీ, ఎస్టీ ముస్లిములకు వాడతారు. రాజ్యాంగంలోని వివక్షాపూరిత ఆర్టికల్ 341 నిబంధనల కింద, దళిత ముస్లిములు రాజ్యాంగం ప్రకారం ఇప్పటికీ ఎస్సీ రిజర్వేషన్ పొందలేకున్నారు, మత ప్రాతిపదిక ప్రకారం. నేషనల్ కమీషన్ ఫర్ మైనారిటీల రిపోర్టు,2004-05 తయారు చేసినదాని ప్రకారం, మొత్తానికి సగం దళిత ముస్లిములు, గ్రామీణ ప్రాంతంలో అక్షరాస్యులు కారు(48.8%), దాదాపు హిందూ గ్రామీణ దళితులు(48.53%)మాదిరిగా. గ్రామీణ ప్రాంతాలలోని ఓబీసీ ముస్లిములు కొంచెం పర్వాలేదు(47.36%) వారితో పోల్చుకుంటే. పాస్మనందుల ఉద్యోగం అవకాశాల గురించి.

పాస్మానంద తరపున మాట్లాడేవ్యక్తి మరియు గ్లోకల్ యూనివర్సిటీ ప్రొఫెసర్ అయిన ఖలీదా అనిస్ అన్సారీ వాదించేదాన్ని బట్టి చూస్తే, ప్రభుత్వ ఉద్యోగాలలో చాలా తక్కువ ప్రాతినిధ్యం ఉంది. సచార్ కమిటీ రిపోర్టు ప్రకారం ముస్లింలోని అష్రాఫ్ వర్గం కనీసం ఆరింటిలో నాలుగు ప్రభుత్వరంగ ఉద్యోగాలలో (కేంద్ర భద్రతా ఏజెన్సీలు, రైల్వేలు, ప్రభుత్వ పబ్లిక్ సెక్టార్ యూనిట్లు, ఎస్టీ ఎస్సీ సిఫారసు చేసిన ఉద్యోగాలు, యూనివర్సిటీ ఫాకల్టీ మరియు యూనివర్సిటీ నాన్ టీచింగ్)ఎక్కువ ప్రాతినిధ్యం వహిస్తోంది.

విద్యాహక్కులో ఎస్సీ,ఎస్టీ మరియు ఓబీసీల ప్రవేశాలలో ఆర్థిక ప్రాతిపదిక పలు రాష్ట్రాలలో సమస్యలను కలిగిస్తోంది. కుల మరియు ఆదాయ ధృవీకరణలు సంపాదించడంలో ఎన్నో వెతలున్నాయి. వారు ఓపెన్ కేటగిరీ వారితో పోటీ పడాల్సివస్తోంది. ఇక్కడ చిత్రమేమిటంటే 10శాతం EWS రిజర్వేషన్ కింద ఎగువకులాలవారికి సీటు రిజర్వు ఉంటుంది గానీ ఎస్సీ, ఎస్టీ మరియు ఓబీసీలకు వుండదు.

సమాచార హక్కు చట్టాలకింద సేకరించిన సమాచారం ప్రకారం ఎగువ కులాలవారు జనరల్ కేటగిరీ మీద గుత్తాధిపత్యాన్ని కలిగివున్నారు అడ్మిషన్లలో మరియు ఉద్యోగాలలో. మైనారిటీ సంస్థలు విద్యాహక్కు చట్టం నుండి మినహాయింపు కలిగి ఉన్నాయి. ఈ క్రమంలో పాస్మానంద కార్యకర్తలు ముస్లిం మైనారిటీ సంస్థలలో, ముస్లిం మైనారిటీ ఉన్నత విద్యా సంస్థలతో పాటు పాస్మానందులకు రిజర్వేషన్ కల్పించాలని డిమాండ్ చేస్తున్నారు. అలీఘర్ ముస్లిం యూనివర్సిటీ ఇందుకు ఒక ఉదాహరణ.

రిజర్వేషన్ల అడ్డంకులను రాజకీయంగా ప్రేరేపితమైన ఓబీసీ-దళిత గ్రూపులు మాత్రమే అడ్డుకోగలవు

- జేమ్స్ మిఖాయేల్

("ఎగువ కులాలు అనబడే వారికి కోటా ఇవ్వడంలోని రాజ్యాంగబద్ధత మరియు అభ్యుదయం మరియు ఎస్సీ/ఎస్టీ/ ఓబీసీ/ పాస్మానంద ప్రాతినిథ్యం మీద దాని ప్రభావం అనే అంశం మీద చర్చ" పై 2019, ఫిబ్రవరి,25న ముంబాయిలోని ముంబయి మరాఠీ పత్రకార్ సంఘలోని ప్రసంగ పాఠం. ప్రసంగానికి అక్షరరూపం ఇచ్చినవారు సందీప్ పట్టం.)

నేను రాజ్యాంగ నిపుణుడిని కాను, కానీ యూనివర్సిటీ విద్యార్థిగా నా అనుభవాలను మీతో పంచుకోదలిచాను. సెంట్రల్ ఇనిస్టిట్యూట్ ఆఫ్ ఇంగ్లిష్ అండ్ ఫారిన్ లాంగ్వేజెస్ (ఇఫ్లూ) అని పిలుచుకునే, తర్వాత సెంట్రల్ యూనివర్సిటీగా మారిన ఈ విద్యాసంస్థలో నేను చేరాను. అంటే సెంట్రల్ యూనివర్సిటీగా మారుతోన్న సమయంలో నేను అక్కడ వున్నాను. అప్పుడే రెండవ మండల్ కమీషన్ గొడవ జరుగుతోంది. కాబట్టి నేను మండల్ రిజర్వేషన్ల ముందు రోజులు అలాగే రిజర్వేషన్ చర్చ జరుగుతోన్న రోజుల్లో మరియు తర్వాతి కాలంలో చాలా విషయాలు చూశాను.

మండల్ ముందురోజుల్లో దళిత బహుజన మైనారిటీ ఆదివాసీ స్టూడెంట్స్ అసోసియేషన్ ఒకటి ఉండేది, దాన్ని DBMSA అనిపిలిచేవారు. అయితే అది రాజకీయంగా చురుగ్గా ఉండేది కాదు, కారణం మీకంతా తెలిసిందే, యూనివర్సిటీ వాతావరణమంతా ఎగువ కులాల స్టూడెంట్స్ ఆధిపత్యంలో ఉండేది, అలాగే తక్కువ ఎస్సీ/ఎస్టీ స్టూడెంట్లు ఉండేవారు, వారికి రిజర్వేషన్లు ఉన్నందున. కాబట్టి రిజర్వేషన్ల విషయంలో ఎస్సీ/ఎస్టీ మరియు ఎగువ కులాల వారికి స్వల్పస్థాయిలో అవగాహన ఉండేది.

అయితే మండల్ రిజర్వేషన్ తర్వాత ఎక్కువ సంఖ్యలో ఓబీసీ విద్యార్థులు యూరివర్సిటీలోకి చేరిపోవడం ఆరంభమయ్యింది, అప్పుడు DBMSAకొత్త శక్తిని మరియు జీవాన్ని నింపుకుంది. DBMSA వున్నప్పుడు Participate Association (పాల్గొంటున్న వారి సంఘం) అనే పేరుగల సంఘం ఉండేది, దాన్లో యధాప్రకారంగా ఎగువ కులాల ఆధిపత్యం వుండేది. అందులో ఉండాలంటే డబ్బు చెల్లించాలి. అందులోని ఓటింగులో పాల్గనాలంటే కూడా డబ్బు చెల్లించాలి.

అయితే DBMSA ఎన్నికల్లో పాల్గనాలని నిర్ణయించినప్పుడు, ఈ డబ్బున్నవారి స్టూడెంట్ అసోసియేషన్‌కు సవాలు విసిరింది. కొంత గొడవ జరిగినప్పటికీ, మొత్తానికి ఎన్నికలను ఉచితంగా మరియు బహిరంగ వ్యవహారంగా చేసింది. అలా సూక్ష్మ స్థాయిలో

మొగ్గతొడుగుతోన్న ప్రజాస్వామ్యాన్ని అక్కడ నేను చూశానని చెప్పగలను. మీకు తెలిసిందే, 19వ శతాబ్దంలో యూరోపు దేశాల్లో ధనవంతుల తరగతికి చెందిన కొందరికే ఓటువేయడానికి అవకాశం ఉండేది, తర్వాత మిగతా వారికి వచ్చింది. అలాంటిదేదో యూనివర్సిటీలో జరిగింది.

ఈ నేపథ్యంలో రిజర్వేషన్ విషయానికొస్తే, మీకంతా తెలిసిందే, మండల్ రిజర్వేషన్ వచ్చింది. 50% రిజర్వేషన్ ఎస్సీ/ఎస్టీ/ఓబీసీ విద్యార్థులకు మిగతా 50% జనరల్ కేటగిరీ. ఇంకేముంది రిజర్వేషన్ విధానాన్ని అడ్డుకోవడం మొదలైంది. రిజర్వేషన్ అడ్డుకోవడంలో ప్రాథమికమైనదేమిటంటే జనరల్ కేటగిరీని ఎగువకులాల కేటగిరీగా అన్వయించడం. ఇందులో భాగంగా జనరల్ కేటగిరీ కటాఫ్ కన్నా ఎక్కువ మార్కులు సాధించిన ఓబీసీ మరియు ఎస్సీ/ఎస్టీ విద్యార్థులకు కూడా రిజర్వేషన్ కేటగిరీలోనే అడ్మిషన్ వచ్చేది. ఇది మాకు తెలిసేది కాదు. విద్యార్థులు సాధించిన మార్కులను బహిరంగంగా ప్రదర్శిస్తూ అడ్మిషన్ జాబితాను ప్రకటించాలని మేం పోరాడాల్సి వచ్చింది. చాలామంది రిజర్వేషన్ కేటగిరీ విద్యార్థులు జనరల్ కేటగిరీ కన్నా చాలా ఎక్కువ మార్కులు సాధించారని మాకప్పుడర్థమైంది. కటాఫ్ మార్కులను చచ్చీచెడీ జనరల్ కేటగిరీ విద్యార్థులు సాధిస్తే, 70-80% మార్కులు సాధించిన ఓబీసీ/ఎస్సీ/ఎస్టీ విద్యార్థులు రిజర్వేషన్ కేటగిరీలోని సీట్లు తీసుకోవాల్సి వచ్చేది. ఓబీసీ/ఎస్సీ/ఎస్టీ విద్యార్థులు పరీక్షల్లో బాగా రాసినవారు బాగుపడిన కుటుంబాల నేపథ్యం నుండి వచ్చేవారు. కొందరు మధ్యతరగతి నేపథ్యం నుండి వస్తే, మరికొందరు ప్రభుత్వ ఉద్యోగుల పిల్లలు ఉండేవారు. అంటే ఇక్కడ దురదృష్టం పేదరికపు నేపథ్యం నుండి వచ్చే విద్యార్థులది, లేదా యూనివర్సిటీకి అదృష్ట పరిస్థితులు ఇంకా రావాల్సి ఉంది. ఇక్కడ DBMSA ప్రాథమిక తోడ్పాటు ఏమిటంటే జనరల్ కేటగిరీ కటాఫ్ మార్కులకన్నా ఎక్కువ వచ్చిన విద్యార్థులకు జనరల్ కేటగిరీ కోటాలో అడ్మిషన్ పొందేలా చూడడం.

అంటే నిజంగా రిజర్వు కోటా కింద అర్హులయిన విద్యార్థులకు యూనివర్సిటీలో అడ్మిషన్ పొందేలా చూడడం. దీని ఫలితంగా యూనివర్సిటీలో అడ్మిషన్ పొందే దళిత బహుజన విద్యార్థుల సంఖ్య పెరిగిపోయింది. అంటే జనరల్ కేటగిరీ అనేది ప్రతిభ నిండిన కేటగిరీ అని చెప్పాలన్నది నా ఉద్దేశ్యం కాదు. నేనదికాదు చెప్పదలచింది. మెజారిటీ జనరల్ కేటగిరీ విద్యార్థులు రిజర్వు కేటగిరీ విద్యార్థులకన్నా తక్కువ తెచ్చుకుంటున్నారు. ఇక్కడ ఈ అన్వయం ముఖ్యం. జనరల్ కేటగిరీ ఎగువ కేటగిరీగా అన్వయిస్తే, ఓపెన్ కేటగిరీ కూడా ఎగువకుల కేటగిరీ అవుతుంది.

రిజర్వేషన్ పద్ధతిని ఇతర మార్గాలద్వారా కూడా అడ్డుకోవడం జరుగుతోంది. పరీక్షలో పాసై వస్తే, ఇంటర్వ్యూ సమయంలో నీకు "ప్రతిభ" లేదని ప్రవేశం నిరాకరించడం ఈ ఇతర మార్గాలలో ఒకటి. ఎస్సీ/ఎస్టీ/ఓబీసీ సీట్లు ఖాళీగా పెట్టి, ఈ ఖాళీ సీట్లను తర్వాత జనరల్

కేటగిరీలోకి మార్చి ఎగువ కులాల విద్యార్థులకు కేటాయిస్తారు. సాంకేతికంగా ఇది రిజర్వేషన్‌ని అపహాస్యం చేయడం, అంటే వారి ప్రకారం 50% ఎగువకులాలకు రిజర్వేషన్ అమలు పరచడం, అంతేగానీ మిగిలిన 50%రిజర్వేషన్‌లోని ఓబీసీ, ఎస్సీ, ఎస్టీలకు అమలు పరచడం కాదు. ఎగువకులాలకు 50% రిజర్వేషన్ కల్పించడమనేదే ప్రశ్న అయితే, రిజర్వేషన్ అనే భావననే అపహాస్యం చేసినట్లు. ఎందుకంటే జనాభాలో వారున్న శాతం కన్నా ఎక్కువగా సీట్లు పొందుతున్నారు. ఓబీసీ మరియు ఇతర విద్యార్థులు చాలా, చాలా తక్కువగా జనాభాలో తామున్న శాతానికి తక్కువ సీట్లు పొందుతున్నారు.

ఆ సమయానికి యూనివర్సిటీలో బలమైన ఒక విద్యార్థుల సంఘం ఉన్నందున మేమిది చేయగలిగాం. ఎన్నికల్లో మేం పోటీచేశాం, అన్ని సీట్లు మేం గెలిచాం. యూనివర్సిటీ చరిత్రలో మొదటిసారి యూనివర్సిటీకి చెందిన మొత్తం విద్యార్థి లోకానికి DBMSA నిజమైన ప్రాతినిధ్యం వహించింది. దిగువ కులానికి చెందిన ముస్లిం విద్యార్థి స్టూడెంట్ యూనియన్ ప్రెసిండెంట్ అయ్యాడు. అన్ని ముఖ్యమైన సీట్లను దళిత-బహుజన విద్యార్థులు కైవసం చేసుకున్నారు.

ఈ సందర్భంలో యూనివర్సిటీలోని దళిత-బహుజన ఉద్యోగుల సంఘంతో కూడా DBMSA మంచి పరస్పరాధారిత సంబంధం కలిగి వుండేదని గుర్తుచేస్తున్నాను. అది కూడా మేలు చేసింది, ఉద్యోగుల సంఘంతో మాట్లాడుకోవడానికి, మరియు పరస్పరం దగ్గరై వ్యూహాలు నిర్మించడానికి. వాళ్లు సహాయం కూడా చేసేవారు, అది చేతివాటం సహాయం కూడా అయ్యేది. యూనివర్సిటీకి చెందిన అడ్మిషన్ మొదలైన సమాచారం సంపాదించడానికి చాలా సహాయంగా వుండేది. ఇటువంటి బలం దొరకని యూనివర్సిటీలో పరిస్థితిని ఇక్కడ ఊహించవచ్చు. బహుశా అక్కడ బలమైన విద్యార్థి సంఘాలు గానీ, ఉద్యోగుల సంఘాలుగానీ ఉండకపోవచ్చు. అటువంటి పరిస్థితుల్లో రిజర్వేషన్లు అడ్డుకోవడం జరుగుతోంది.

ఇక్కడ నేనో సందర్భాన్ని ఊహిస్తున్నాను. మన దళిత-బహుజన విద్యార్థులు కులంతో సంబంధం లేకుండా జనరల్ కేటగిరీలో అడ్మిషన్ పొందాలి. వాళ్లు కులాన్ని ప్రకటిస్తే తప్పని సరిగా కులం కోటా కిందనే అడ్మిషన్ పొందుతారు. అయితే ఇక్కడ అసలు అడ్మిషన్ అందకుండా పోయే ప్రమాదం కూడా ఉంటుంది. కాబట్టి ప్రమాదం తగ్గించుకోవడానికి కోటాకింద దరఖాస్తు చేయాలి. జనరల్ కేటగిరీవాళ్లు కులంతో సంబంధం లేని కులాతీత వ్యక్తులుగా ప్రదర్శించుకోవాల్సిన అవసరం లేదు. ఎందుకంటే వాళ్లు ప్రాధమికంగా జనరల్ కేటగిరీ వాళ్లు, ఎందుకంటే వాళ్లు ఎగువకులాల వాళ్లు. దళిత-బహుజన విద్యార్థి కులాతీతంగా కనిపిస్తే, అది వారిని వెంటనే వేరు చేసి నిలబెడుతుంది.

కేరళలో చూసిన 4-5సంవత్సరాల కిందటి సినిమా గుర్తుచేస్తాను. హీరో స్నేహితులతో ఒక ఇంటర్వ్యూ కోసం కూర్చొని వుంటారు. ఇంటర్వ్యూ కోసం వచ్చిన వాళ్లు వుంటారు, పరస్పరం

మాటాడుతూ ఉంటారు. హఠాత్తుగా చర్చ కుల పద్ధతి మీదకు చర్చ మరలుతుంది, అలాగే ఒకరినొకరు కులం గురించి అడుగుతారు. అందరూ ఎగువ కులాల వాళ్ళు, హీరో దళితుడు. "మీ కులం ఏమిటి?" అని అడుగుతారు వాళ్లు. అందుకు తాను "నేను కులాన్ని విశ్వసించను, నాకు కులం లేదు." అంటాడు. వెంటనే వాళ్లు "ఓహ్, నువ్వు ఎస్సీనా" అంటారు. ఇదీ కులాతీతంగా ఉండే మనిషికున్న డైలమా. నువ్వు ఆధునికంగా, అభ్యుదయంగా వుండాలనుకున్నా, అప్పుడు కూడా నువ్వు నీ కులం చేతనే గుర్తింపబడతావు, దీని నుండి తప్పించుకోలేవు, ఇదీ పరిస్థితి.

ఈ సందర్భంలో అవగాహన పెద్దగా లేకపోయినా, చెదురుమదురైన ఆలోచనలను ఒకచోట చేర్చి, రాజ్యాంగం మరియు చట్టంలోని చిక్కులను కూడా సంక్షిప్తంగా ప్రస్తావించదలిచాను. మండల్‌కు ముందునుండే, కొన్ని రాష్ట్రాలలో ఓబీసీ రిజర్వేషన్లు అమలు పరుస్తూ వున్నారు. ఉదాహరణకు చూస్తే, కేరళలో 50%రిజర్వేషన్‌కు కట్టుబడి వున్నా, 40%రిజర్వేషన్ ఓబీసీకు ఇచ్చింది. ఇక్కడ ఎస్సీ ఎస్టీలకు ఇచ్చిన రిజర్వేషన్లు (అంటే మిగిలిన 10%) సరిపోతాయా లేదా అని సవాల్ చేయవచ్చు. అయితే ఆ రాష్ట్రంలోని జనాభాకు 40%రిజర్వేషన్ దాదాపు దగ్గరగా ఉందని నేను పందెం కాయగలను.

ఇక్కడ మనం గుర్తుపెట్టుకోవలసిన మరో విషయం కేరళ దళిత క్రైస్తవులకు కూడా రిజర్వేషన్ కల్పించింది. ఒక వ్యక్తి దళితుడు మరియు క్రైస్తవుడు అయితే ఓబీసీ కింద గుర్తించబడి 1% రిజర్వేషన్ దళిత క్రైస్తవుడిగా రిజర్వేషన్ పొందుతాడు. మరల ఇదొక డైలమా. ఒక వ్యక్తి దళితుడు మరియు క్రైస్తవుడైతే, అతడు దళితుడు కాదు, అయితే కేరళ ప్రభుత్వం ఒక దారి వెదికి, దళితగా ఓబీసీ కేటగిరీలో గుర్తించింది. మరొక ఆకర్షణీయమైన ఉదాహరణ, తమిళనాడు 69శాతం సంభ్రమాశ్చర్యపు రిజర్వేషన్ కల్పించింది, అందులో 50% ఓబీసీ, 18% ఎస్సీలకు మరియు నాకు గుర్తున్నంతవరకూ 1%ఎస్టీలకు. అయితే తమిళనాట రిజర్వేషన్లు మండల్ కన్నా చాలా ముందు నుండి ఉన్నాయి. ఈ 50%లో సుమారు 20% ఎంబీసీ (మోస్ట్ బ్యాక్‌వర్డ్ కులాలు), వారిలో విముక్త కులాలు (డీనోటిఫైడ్ కులాలు) కూడా కలిసి ఉన్నాయి, మిగిలిన 30% బీసీలు ఓబీసీలు, ఇందులో వెనుకబడిన ముస్లిములకు కూడా ప్రత్యేక రిజర్వేషన్లు ఉన్నాయి.

ఇక ఎస్సీ రిజర్వేషన్ కొస్తే అందులో తమిళనాడులో వున్నకులాలలోని కింది కులాలలో కూడా కింది కులంగా, మలమూత్రాదులు ఎత్తిపోసే, అరుంధతీయ కులానికి 3%రిజర్వేషన్ ఉంది. ఒక్కసారి సుప్రీంకోర్టు 50% పరిమితి విధించినప్పుడు, తమిళనాడులో సందిగ్ధత (డైలమా)నెలకొన్న విషయం మనకు తెలిసిందే. నాకు తెలిసినంత వరకు, అప్పుడున్న జయలలిత ఏదోవిధంగా పీవీ నరసింహారావు ప్రభుత్వాన్ని మేనేజ్ చేసి రాజ్యాంగంలోని 9షెడ్యూల్డులో చట్టాన్ని చొప్పించింది. ఇప్పటివరకూ రాజ్యాంగంలోని 9వ షెడ్యూలు న్యాయ

సమీక్షకు వీలులేదు. కాబట్టి జయలలిత ఈ ప్రత్యేక ప్రాతిపదికను నేర్పుగా 9వ షెడ్యూల్డులో చొప్పించి, 69% రిజర్వేషన్ కొనసాగించింది.

దళిత బహుజనుల దగ్గరకొచ్చేసరికి ఈ ప్రపంచంలో ప్రతీదీ సందిగ్ధతే. నేను వివరించిన జనరల్ కేటగిరీ సందిగ్ధతే. 9వషెడ్యూల్ కూడా సందిగ్ధతే. 9వ షెడ్యూల్ చరిత్ర విషయానికొస్తే, జవహర్ లాల్ నెహ్రూ మొదటిసారి భూస్వాములు తప్పించుకోకుండా వుండడానికి వాడాడు. భూసంస్కరణలు మొదలుపెట్టేసరికి, అవి న్యాయసమీక్షకు దూరంగా వుండాలని వాటిని 9వ షెడ్యూల్డులో చేర్చాడు. అయితే ఇందిరాగాంధీ కాలంలో 9వషెడ్యూల్ దుర్వినియోగానికి గురైంది. తన తప్పుడు పాలన కొనసాగించుకోవడానికి అనేక చట్టాలను ఆ సెక్షన్‌లో చేర్చిందామె. కాబట్టి 9వ షెడ్యూలు రెండంచుల కత్తి, మంచికి వాడొచ్చు, చెడుకి వాడొచ్చు.

తమిళనాడు అనుసరిస్తోన్న రిజర్వేషన్ పద్ధతి గొప్పదని నేను చెప్పడంలేదు. పరిపూర్ణ పద్ధతిలో అన్ని ఓబీసీ కులాలు రిజర్వేషన్ పొందుతూ వుండక పోవచ్చు, అన్ని ఎస్సీ కులాలు కూడా సరిగ్గా పొందుతూ ఉండలేక పోవచ్చు.

అయితే పోలికతో చూసుకుంటే, ఇతర రాష్ట్రాలతో పోల్చుకుంటే రిజర్వేషన్లు కల్పించడంలో అత్యంత అభ్యుదయం. మరోసారి చెప్పాలంటే, 50% పరిమితి దాటడం కూడా మనకు సర్వరోగ నివారిణి కాదు. ఉదాహరణకు తీసుకుంటే, జాట్లకు రిజర్వేషన్ కల్పించాలనే హర్యానా, మరాఠాలకు రిజర్వేషన్ కల్పిచాలనుకొంటోన్న మహారాష్ట్ర, గుజ్జర్లకు రిజర్వేషన్ ఏర్పాటు చేయాలనుకుంటున్న రాజస్తాన్ మరియు ఇతర రాష్ట్రాలు ఎగువకులాలను ఓబీసీలోకి తెచ్చి 9వషెడ్యూల్డుని వాడుకుని రిజర్వేషన్ ప్రాతిపదికను విస్తరించి, రిజర్వేషన్ పద్ధతికే అర్థంలేకుండా చేసే ప్రమాదం మనకు అర్థమవుతోంది. అందుకే తమిళనాడు ప్రాతినిధ్యాన్ని పోలికతో చూస్తే, ఇతర రాష్ట్రాలతో పోలిస్తే ఉత్తమమైనదన్నాను.

EWS వరకు చూసుకుంటే, మనకు తెలిసినంత వరకు రెండు పార్లమెంటు సభల్లో ఆమోదం పొందింది. నిరసన కూడా మూపు కట్టలేదు. ఇది రాజ్యాంగ మౌలిక నిర్మాణాన్ని ప్రభావితం చేస్తుందా లేదా అనేది ఇక్కడ ప్రశ్న. రాజ్యాంగ మౌలిక నిర్మాణాన్ని 1973లో కేశవానంద భారతి మరియు కేరళ రాష్ట్రానికి మధ్య వ్యాజ్యంలో వివరించడమైంది.

ఈ రాజ్యాంగ మౌలిక నిర్మాణంలో పౌరుల ప్రాథమిక హక్కులు, అందులో సమానత్వపు హక్కు, స్వాతంత్రపు హక్కు, మతాన్ని అనుసరించే హక్కు మొదలయినవి వున్నాయి. ఇవి పౌరులనుండి వేరు చేయలేని హక్కులుగా గుర్తించడమైనది. రాజ్యాంగానికి సవరణలు చేయడానికి పార్లమెంటుకి లెక్కలేనన్ని అధికారాలున్నాయి కాబట్టి, EWS రాజ్యాంగ మౌలిక నిర్మాణాన్ని ప్రభావితం చేస్తుందా? లేదా? అని న్యాయ పరంగా మనం సవాలు చేయాలి.

ఏది ఏమైనప్పటికీ రాజ్యాంగ మౌలిక నిర్మాణం మరియు చట్టబద్ధతల గురించి నేను నిర్ణయించలేను. అయితే ఇప్పులో నాకున్న అనుభవం రీత్యా ఓబీసీ-దళిత విద్యార్థులు మరియు ఓబీసీ-దళిత ఉద్యోగుల రాజకీయ ప్రేరిత కలయికను ఏదీ ఓడించలేదని చెప్పగలను. అలాంటి రాజకీయ ప్రేరిత గ్రూపులను ప్రతి యూనివర్సిటీలో, ప్రతి ప్రభుత్వ ఆఫీసులో నిర్మించడంలో మనం విజయం సాధిస్తే, మనం ఎదుర్కొంటోన్న పరిస్థితికి అదే అంతిమ సర్వరోగనివారిణి అవుతుంది. అన్ని విషయాలు దీని తర్వాతే అనేది నా అభిప్రాయం.

--★★--

రచయితలు, కళాకారులు, వక్తలు మరియు ఇంటర్వ్యూలు చేసినవారి వివరాలు

Dr. Suresh Mane is a political and social activist associated with the Bahujan movement founded by ManyawarKanshi Ram. He has a PhD in Law with specialization in Constitutional Law, Administrative Law and Criminal Law from the University of Mumbai and has worked as a professor in the university for a long time, and has also mentored many research students. Dr. Mane now leads the Bahujan Republican Socialist party.

Dr. Thol. Thirumavalavan is the current president of the ViduthalaiChiruthaigal Party (VCK), an Ambedkarite party. He is a renowned politician and is currently a member of Parliament in the 15th Lok Sabha.

Nidhin Donald is an artist and writer.

Dr. Ayaz Ahmad is Associate Professor at United world School of Law, Karnavati University. He is also the Director, Center for Advocacy for Social Inclusion and Public Policy (CASIPP), Unitedworld School of Law.

Dr. Yogesh Pratap Singh is the Registrar, National Law University Odisha, Cuttack.

N Sukumar is Professor of Political Science in Delhi University. He can be reached at skn70@yahoo.com.

Bobby Kunhu is a lawyer, researcher and writer.

RajanikantaGochhayat is a Ph.D Scholar at Indian Institute of Dalit Studies, New Delhi. He is interested in Political Representation, Political Inequality, Social Exclusion and Economics of Discrimination.

OmprakashMahato is a BAPSA activist and PhD scholar at the Center for Political Studies (CPS), JNU.

JitendraSuna is an M.Phil research scholar at the Centre for the Study of Discrimination and Exclusion at Jawaharlal Nehru University and is a member of BAPSA.

NaazKhair is a Development Professional, Pasmanda Activist and Director, Aspire India Foundation.

Dr.SthabirKhora is Associate Professor in the School of Education, Tata Institute of Social Sciences. His book "Education and Teacher Professionalism" (2011, Jaipur: Rawat Publications) is recommended reading in the M.Ed Syllabus of Punjabi University, Patiala.

Radhika Sudhakar is a journalist from Chennai. She had worked with mainstream publications; presently makes contributions for certain publications, on and off, in Chennai.

Rahul Gaikwad is a researcher based in Mumbai.

Suresh R. V. is from Chennai and is an aspiring writer.

Abhishek Juneja is a researcher and founder member of Ambedkar Reading Group, Dehradun.

Pradeep Dhobley is a senior engineering professional and the President of OBC SevaSangh.

Vinay Shende works in the corporate sector and is interested in anti-caste thoughts and ideas.

James Michael is an independent researcher. He can be reached at typetojames@gmail.com.

SundeepPattem works for The Shared Mirror Publishing House.

AnuRamdas is a founding editor of Round Table India and The Shared Mirror Publishing House.

NarenBedide (Kuffir) is a founding editor of Round Table India and The Shared Mirror Publishing House

KASTURI VIJAYAM

📞 00-91 95150 54998
KASTURIVIJAYAM@GMAIL.COM

SUPPORTS

- PUBLISH YOUR BOOK AS YOUR OWN PUBLISHER.

- PAPERBACK & E-BOOK SELF-PUBLISHING

- SUPPORT PRINT ON-DEMAND.

- YOUR PRINTED BOOKS AVAILABLE AROUND THE WORLD.

- EASY TO MANAGE YOUR BOOK'S LOGISTICS AND TRACK YOUR REPORTING.

VICTORY OF KASTURI

www.ingramcontent.com/pod-product-compliance
Lightning Source LLC
LaVergne TN
LVHW032012070526
838202LV00059B/6409
* 9 7 8 8 1 9 6 2 2 9 1 6 0 *